മരണത്തോടുള്ള വെല്ലുവിളി

INSIGHT PUBLICA

Nadakkavu, Kozhikode, Kerala, 673011
www.insightpublica.com
e-mail: insightpublica@gmail.com
Title: **Maranathodulla Velluvili**
Author: **Vladislav Titov**
Translation : **Gopala Krishnan**
(Malayalam)
First Insight Edition: May 2025
Printed and Published by
InsightinPublica Printers & Publishers Pvt. Ltd.
ISBN:- 978-93-5517-705-6
₹210/-

മരണത്തോടുള്ള വെല്ലുവിളി

വ്ലദിസ്ലാവ് തിത്തോവ്

പരിഭാഷ: ഗോപാലകൃഷ്ണൻ

INSIGHT PUBLICA®

ആമുഖം

സാഹിത്യവൃത്തി തൊഴിലായെടുത്തിട്ടുള്ള ഒരു എഴുത്തുകാരനല്ല വ്ളദിസ്ലാവ് തിത്തോവ്. മുമ്പ് ഖനിയിൽ പണിയെടുത്തിരുന്ന ഈ മുപ്പത്തിരണ്ടുകാരനെ ദാരുണമായ ഒരു ഖനിയപകടം ജീവിതത്തിന്റെ ജീനിയിൽനിന്നും എന്നെന്നേക്കുമായി തട്ടിത്തെറിപ്പിച്ചുവെന്നാണ് പ്രത്യക്ഷത്തിൽ തോന്നിയത്. കാരണം, അദ്ദേഹത്തിന് കൈ രണ്ടും നഷ്ടപ്പെട്ടു. പക്ഷേ അദ്ദേഹം തന്റെ ദുർവിധിക്കു കീഴടങ്ങിയില്ല. കർമ്മമുഖരിതമായ ജീവിതത്തിൽ ഒരു സ്ഥാനം അദ്ദേഹം തേടി. അതു കണ്ടെത്തുകയും ചെയ്തു. ഇന്ന് തിത്തോവ് വീണ്ടും 'ജീനിപ്പുറത്താ'ണ്. വീറോടും വാശിയോടും കൂടി അദ്ദേഹം തന്റെ പുതിയ തൊഴിലിനുവേണ്ടി തയ്യാറെടുത്തു. കരുത്തും പ്രസരിപ്പും ചങ്കുറപ്പും തനിക്കു വേണ്ടുവോളമുണ്ടെന്ന് അദ്ദേഹം തെളിയിച്ചു. പല്ലുകൾക്കിടയിൽ കടിച്ചുപിടിച്ച ഒരു പെൻസിൽകൊണ്ടാണ് അദ്ദേഹം ഈ നോവലെഴുതിയത്. വിശ്വസിക്കാൻ പ്രയാസമുണ്ടെങ്കിലും ഇതു നേരാണ്. പതറാത്ത മനോവീര്യത്താൽ രൂപംകൊണ്ട തിത്തോവിന്റെ ഈ ആദ്യത്തെ പുസ്തകം (ഇത് അവസാനത്തേതായിരിക്കുകയില്ലെന്ന് ആശിച്ചുകൊള്ളട്ടെ) പരമമായ ജീവിതസത്യത്തിന്റെ മുദ്ര നമ്മുടെ മനസ്സിൽ പതിപ്പിക്കുന്നതിന്റെ കാരണം ഒരുപക്ഷെ ഇതായിരിക്കും.

ആരെപ്പറ്റിയാണിത്? യുദ്ധാനന്തരതലമുറയിൽപ്പെട്ട ഒരു സോവിയറ്റ് യുവാവിനെപ്പറ്റിയാണോ? തീർച്ചയായും അതോടൊപ്പം ഒരു ഉൽകൃഷ്ടവനിതയെപ്പറ്റിയും. സ്വന്തം ഭാര്യയുടെ ഹൃദയാവർജ്ജകമായ ചിത്രമാണ് തിത്തോവ് വരച്ചുകാട്ടിയിരിക്കുന്നത്.

ആദ്യത്തെ പുസ്തകം പൂർത്തിയാക്കിയശേഷം വ്ളദിസ്ലാവ് തിത്തോവ് പെൻസിൽ താഴെ വച്ചിട്ടില്ല. അതു തന്റെ പുതിയ പണിയായുധമാകുമെന്നാണ് അദ്ദേഹത്തിന്റെ പ്രതീക്ഷ. അത്യന്തം വിഷമകരവും അതേസമയം ഉൽകൃഷ്ടവുമായ തന്റെ പുതിയ തൊഴിലിൽ ഖനിത്തൊഴിലാളിയായി വ്ളദിസ്ലാവ് തിത്തോവിന് ഭാവുകങ്ങൾ നേരുന്നു.

ബൊറീസ് പൊലെവോയ്

എന്റെ പത്നി റീതയ്ക്ക്

ഒന്നാം ഭാഗം

ഒഴിഞ്ഞ വീട്ടിൽ ഒറ്റയ്ക്കിരിക്കാൻ താന്യ തീരെ ഇഷ്ടപ്പെട്ടില്ല. പ്രത്യേകിച്ച് ഇന്നത്തെ ദിവസം. ഇന്ന് അവളുടെ അവധിയുടെ രണ്ടാം ദിവസമാണ്. എന്നിട്ടും സെർഗേയുടെ അവധി എന്നു തുടങ്ങുമെന്ന് അവൾക്കറിഞ്ഞുകൂടാ. ആ മാസത്തിൽ അവധി കൊടുക്കുമോ എന്നുതന്നെ തീർച്ചയില്ല. ചിലപ്പോൾ അവൾ നാലാഴ്ചത്തെ അവധി കഴിഞ്ഞ് ജോലിയിൽ പ്രവേശിച്ചശേഷം മാത്രം സെർഗേയ്ക്ക് അവധി കിട്ടാനും മതി.

സെർഗേയ് വരാൻ കാത്തിരിക്കുമ്പോൾ അവൾ തന്റെ നെറ്റിയിലേക്കു വീണുകിടക്കുന്ന അളകം നേരിയ ഇഴകളായി പകുത്ത് ഓരോന്നും ചൂണ്ടുവിരലിൽ ചുറ്റിക്കൊണ്ടിരുന്നു. ഇഴകളെല്ലാം ചുരുളുകളാക്കിയശേഷം അവ മെല്ലെ നിവർത്തി പുറകോട്ട് ഒതുക്കിവച്ചു. വീണ്ടും തുടങ്ങി. ഒരു പഴയ ശീലമായിരുന്നു അത്. അവൾ അതു മാറ്റാൻ ശ്രമിച്ചിട്ടുണ്ട്, പക്ഷേ പറ്റിയിട്ടില്ല. എന്തെങ്കിലും ആലോചിച്ച് വ്യാകുലപ്പെടുമ്പോൾ തൽക്ഷണം അവളുടെ കൈമുടിയുടെനേരെ പോവുകയായി. ഒരു കൊച്ചുകുഞ്ഞ് ലോകകാര്യങ്ങളാലോലിച്ച് തല പുണ്ണാക്കുകയാണെന്നു പറഞ്ഞ് ആദ്യമൊക്കെ സെർഗേയ് കളിയാക്കുമായിരുന്നു. പിന്നെപ്പിന്നെ അയാൾക്കതു പരിചയമായി. ചിലപ്പോൾ അയാൾതന്നെ നെറ്റിയിലേക്കു വീണുകിടക്കുന്ന തന്റെ മുടിയിൽ തെരുപ്പിടിക്കും. ആ ശീലം അയാളേയും ബാധിച്ചിരിക്കുന്നു!

തീർച്ചയായും അവർ അയാൾക്ക് അവധി കൊടുക്കും. പക്ഷെ കൊടുത്തില്ലെങ്കിലോ? ഒരേസമയം രണ്ടുപേർക്കും അവധി കിട്ടുമെന്ന് അവർ പ്രതീക്ഷിക്കുന്നത് ഇതാദ്യമായിട്ടല്ല. എപ്പോഴും എന്തെങ്കിലുമൊരു തടസ്സമുണ്ടാവും.

താന്യയുടെ കണ്ണുകൾ ജനാലയുടേയും കതകിന്റേയും നേരെ ആകാംക്ഷയോടെ പൊയ്ക്കൊണ്ടിരുന്നു. ഇപ്പോൾ സെർഗേയ് വന്നു പറയും, 'അവർ എന്നെ വിടുകയില്ല. നിവൃത്തിയില്ല, താന്യ. ഖനിയിൽ....'

അപ്പോൾ അവൾ പറയും, 'എനിക്ക് അത് അറിയാമായിരുന്നു. സെര്യോഷ, നിങ്ങളെക്കൊണ്ട് ഒന്നിനും കൊള്ളുകയില്ല. അയാൾ പറയും, എനിക്കു വിശക്കുന്നു. അവൾ പറയും, പോയി എടുത്തു തിന്നോളൂ. ഞാൻ അവധിയിലാണ്. നിങ്ങൾ എന്തുവേണമെങ്കിലും ചെയ്തോളൂ. എനിക്ക് കുറെ നേരം വെറുതെയിരിക്കാൻ പാടില്ലേ?'

അവൾ ഇതെല്ലാം വ്യക്തമായി ഭാവനയിൽ കണ്ടു. അതോടെ അവളുടെ കണ്ണു നിറഞ്ഞു.

2

ആ വർഷം വസന്തം നേരത്തേ തുടങ്ങി. ഖനിത്തൊഴിലാളികളുടേതായ ആ പുതിയ പട്ടണത്തിന്റെ തെരുവുകളിലൂടെ നീണ്ട ശൈത്യകാലരാത്രികളിൽ ഓരിയിട്ടടിച്ചുകൊണ്ടിരുന്ന കൊടുങ്കാറ്റ് പെട്ടെന്ന് നിലച്ചു. മ്ലാനമായ ശൈത്യകാലത്തെ പ്രകോപിപ്പിക്കാൻ ഭയന്നിട്ടെന്നവണ്ണം സൂര്യൻ അറച്ചറച്ച് ഒരു മേഘത്തിന്റെ പിന്നിൽ നിന്നു പുഞ്ചിരിച്ചു. എങ്കിലും ശൈത്യകാലത്തിന്റെ വീര്യം മുഴുവനും കെട്ടടങ്ങിയിരുന്നില്ല. രാവിലെ മേൽക്കൂരകളിൽ കൂർത്ത മഞ്ഞുതരികൾ നിറഞ്ഞിരുന്നു. നേർത്തു വെളുത്ത മഞ്ഞുപാളികൾ കാലിനടിയിൽ ഈർഷ്യയോടെ ഒച്ചവച്ചു പൊടിഞ്ഞു. പുകഞ്ഞുകൊണ്ടിരുന്ന ചണ്ടിക്കൂനയിൽനിന്നും ചുടുനിശ്വാസം ഉയർന്നു.

പക്ഷെ അപ്പോഴേക്കും സൂര്യൻ ധൈര്യമവലംബിച്ചു. കാർമേഘങ്ങൾ ആകാശത്തുകൂടി പാഞ്ഞകന്നു. തണുത്തുറങ്ങിക്കിടക്കുന്ന ഭൂമിയുടെ മേൽ സൂര്യന്റെ ചൂടുള്ള കരങ്ങൾ പതിഞ്ഞു. ഒരു വാനമ്പാടി ആകാശത്തു നിശ്ചലമായി നിന്നു. ബന്ധനവിമുക്തമായ ഒരു പക്ഷിയുടെ ആത്മാവുപോലെ അതിന്റെ ഗാനം ഇടുക്കിലൂടെ അലയടിച്ചു.

ഒരു ബാലിക വെളിച്ചത്തിനുനേരെ കണ്ണിറുക്കിക്കൊണ്ട് വാനമ്പാടിയെ തേടി ആകാശത്തേക്കു നോക്കി. ഒരു മുടിച്ചുരുൾ നെറ്റിയിലേക്കു വീണുകിടപ്പുണ്ട്. കോട്ട് തുറന്നിട്ടിരിക്കുകയാണ്. പുഞ്ചിരിയാർന്ന മുഖമുയർത്തിക്കൊണ്ട് അവൾ വളരെ നേരം അവിടെ നിന്നു.

ഖനിയുടെ വെന്റിലേറ്ററിലൂടെയും വസന്തം പ്രവേശിച്ചു. മണ്ണിന്റെ സുഗന്ധം കലർന്ന വായു, അതിവേഗം കറങ്ങിക്കൊണ്ടിരുന്ന

വെന്റിലേറ്ററിന്റെ ദലങ്ങളുടെ മുമ്പിൽ അറച്ചുനിന്നശേഷം ഖനിയുടെ പ്രവേശനദ്വാരത്തിനുള്ളിലേക്കു കുതിച്ചുചാടി ഇടനാഴികളിലൂടെയും തുരങ്കങ്ങളിലൂടെയും കൽക്കറിപ്പാളികളുടെ നേരെ പാഞ്ഞ് ഖനിത്തൊഴിലാളികളിൽ സൂര്യപ്രകാശത്തേയും നീലാകാശത്തേയും കുറിച്ചുള്ള അവ്യക്തസ്മരണകൾ ഉണർത്തി.

സെർഗേയ് പെത്രോവ് ഇരുമ്പുതൊപ്പി തലയിൽ ചെരിച്ചുവച്ചു കൊണ്ട് ഇടനാഴിയിലൂടെ കാൽ നീട്ടി നടന്നു. ഏതു നിമിഷവും ആമോദപൂർവ്വം നൃത്തം ചവിട്ടാൻ സന്നദ്ധനാണെന്ന ഒരു ഭാവമായിരുന്നു അയാളുടെ മുഖത്ത്.

അയാൾ ധൃതിയിൽ നടന്നത് അടിയന്തിരമായിട്ട് എന്തെങ്കിലും ചെയ്യാനുണ്ടായിട്ടല്ല. അയാളുടെ അപ്പോഴത്തെ മനോഭാവം അങ്ങിനെയായിരുന്നെന്നുമാത്രം. പുറത്തു കടന്ന് സൂര്യനെ നോക്കാൻ അയാൾ ആഗ്രഹിച്ചു. പിന്നെ ഒരു കാര്യം കൂടിയുണ്ട്. അയാൾക്ക് അഘലി അനുവദിച്ചുകൊണ്ടുള്ള സുപ്രധാനമായ ഉത്തരവ് ഒപ്പിട്ടുകഴിഞ്ഞ് മാനേജരുടെ ആഫീസിൽ ഇരിപ്പുണ്ട്.

സെർഗേയുടെ ബൂട്ട് ഒരു പാറക്കഷണത്തിനടിയിൽപ്പെട്ടു. അതു വശത്തേക്ക് തട്ടി മാറ്റിക്കൊണ്ട് പുഞ്ചിരിച്ചു. താന്യ കൈകൊട്ടി തുള്ളിച്ചാടുകയും ആർത്തു ചിരിച്ചുകൊണ്ട് ഓടിവന്നു തന്നെ കെട്ടിപ്പിടിക്കുകയും ചെയ്യുന്നത് അയാൾ ഭാവനയിൽ കാണുകയായിരുന്നു. 'ഞാൻ കഴുത്തിൽ പിടിച്ചു ഞെക്കട്ടെ?' അവൾ പറയും.

ഉദ്വേഗം കുറച്ചൊന്ന് അടങ്ങുമ്പോൾ അവൾ ഇരുന്ന് അവർ നടത്താൻ പോകുന്ന യാത്രയെപ്പറ്റി പറഞ്ഞുതുടങ്ങും. നൂറാമത്തെ തവണ അവളുടെ ഭാവന കാടുകയറും. അപ്പോഴേക്കും അവൾ തല താഴ്ത്തിയിട്ടുകൊണ്ടു പറയും, 'നിങ്ങളുടെ അച്ഛനമ്മമാർക്ക് എന്നെ ഇഷ്ടപ്പെട്ടില്ലെങ്കിലോ?'

അവൾക്ക് അങ്ങിനെ തോന്നാൻ എന്താണു കാര്യമെന്ന് സെർഗേയ് അത്ഭുതപ്പെട്ടു. താന്യയെ ഇഷ്ടപ്പെടാതിരിക്കുകയോ? തന്റെ അച്ഛനമ്മമാരോ? അസംബന്ധം. അച്ഛന്റെ ഇടത്തെ കണ്ണ് ഉദ്വേഗം കൊണ്ടു പിടഞ്ഞുതുടങ്ങും. അദ്ദേഹത്തിന്റെ രണ്ടു കൃത്രിമ ദന്തങ്ങൾ, വിജയദിനാഘോഷത്തിനുവേണ്ടി അദ്ദേഹം എപ്പോഴും മിനുക്കിവയ്ക്കാറുള്ള മെഡലുകളെപ്പോലെ വെട്ടിത്തിളങ്ങും. 'ഇതു നോക്കിൻ, എത്ര നല്ലൊരു പൈങ്കിലിയെയാണ് എന്റെ മൂത്ത മോൻ പിടിച്ചുകൊണ്ടുവന്നിരിക്കുന്നതെന്ന്!'

ഇടനാഴിയുടെ അറ്റത്ത് ഒരു വെളിച്ചം മിന്നി. അതിന്റെ ചുവന്ന പ്രകാശം നനഞ്ഞ റെയിലുകളിലും താങ്ങുകളിലും പതിഞ്ഞു.

കാന്തശക്തികൊണ്ട് പ്രവർത്തിക്കുന്ന സ്റ്റാർട്ടറിന്റെ സന്ധികൾ മാറിമാറി അടിച്ചുകൊണ്ടിരുന്നു. ചെറിയ സ്പ്രേയർപമ്പിന്റെ നേർത്ത റബ്ബർട്യൂബുകൾ വീർത്തുവലുതായിക്കൊണ്ട് വെള്ളം ചീറ്റി ത്തെറിപ്പിച്ചു കൊണ്ടിരുന്നു. സെക്ഷൻ കൺട്രോൾറൂമിൽനിന്ന് ഏതാനും ചുവടുകൾ വച്ച സെർഗേയ് പെട്ടെന്നു നിന്നു. കൽക്കരി കയറ്റാനുള്ള അരവാതിലിന്റെ അടുത്ത് ആരോ പാടുകയായിരുന്നു.

ദൊൻബാസേ, എൻ ദൊൻബാസേ,

എന്നും സുന്ദരിയാവുക നീ....

ഒരു കാർ ഓപ്പറേറ്ററാണു പാടുന്നത്. സുപരിചിതമെങ്കിലും ആ പാട്ട് സെർഗേയ് ശ്രദ്ധിച്ചു അപ്പോഴത്തെ അയാളുടെ മനോഭാവ ത്തിനു ചേർന്നതായിരുന്നു അത്, മറ്റെവിടെയായിരുന്നെങ്കിലും അയാൾ അതു ഗൗനിക്കുകതന്നെയില്ലായിരുന്നു. പക്ഷെ ഭൂമിക്കു മുന്നൂറു മീറ്റർ കീഴെ ഇരുളടഞ്ഞ് വീർപ്പുമുട്ടുന്ന ഇടനാഴിയിൽവച്ച് അതിനു പെട്ടെന്നൊരു പ്രാധാന്യം കൈവന്നു. ഭൂഗർഭത്തിൽ കുടുങ്ങി, ഉതിർമണ്ണിന്റേയും വാതകത്തിന്റേയും രൂക്ഷമായ ഗന്ധങ്ങളുമായി കൂടിക്കലർന്ന വാസന്തസൗരഭ്യങ്ങൾ ഭൂതലത്തിന്റെ വിശാലതയി ലേക്കും ഭൂഗോളത്തിന്റെ പ്രശാന്തമായ വിദൂരതയിലേക്കും കുതിച്ചു പായാൻ വെമ്പൽകൊള്ളുന്നതുപോലെ തോന്നി.

സുവർണ്ണബിന്ദുക്കൾ വാരിവിതറപ്പെട്ട വിശാലമായ ഒരു പച്ചപ്പ രവതാനി അയാളുടെ കൺമുമ്പാകെ ഉയർന്നു. സാവധാനം വളർന്നു പെരുകിക്കൊണ്ടിരുന്ന അവയിൽനിന്നും മൃദുവായ മർമ്മരധ്വനി മുഴങ്ങുന്നതുപോലെ തോന്നി. വെണ്മയും സുവർണ്ണനിറവുമാർന്ന തലപ്പുകൾ മന്ദമാരുതന്റെ ആശ്ലേഷത്താൽ വിറകൊള്ളുന്നത് ഇപ്പോൾ വ്യക്തമായി കാണാം. ആപൽസൂചകമായ നിശ്ശബ്ദത ശ്രദ്ധിച്ചുകൊണ്ട് നിശ്ചലമായി, പ്രതീക്ഷാനിർഭരമായി നിൽക്കു കയാണവ. അതിവേഗം ഇറങ്ങിവരുന്ന ഒരു പാരച്യൂട്ടിന്റെ നിഴൽ പതിഞ്ഞപ്പോൾ അവ ഞെട്ടി നാലുവശത്തേക്കും മാറി.

താൻ എവിടെയാണിതു കണ്ടത്? സെർഗേയ് ഓർക്കാൻ ശ്രമിച്ചു. ശരിതന്നെ, പട്ടാളത്തിൽ ആയിരുന്നപ്പോൾ. പിരിച്ചുവിടപ്പെടുന്നതി നുമുമ്പു നടത്തിയ അവസാനത്തെ പാരച്യൂട്ടുചാട്ടത്തിനിടയിൽ....

ഭാരിച്ച പട്ടാളബൂട്സിട്ട തന്റെ കാലുകൾ നിലത്തോടടുക്കുന്നതു താൻ കണ്ട കാര്യം അയാളോർത്തു. അവയ്ക്കിടയിൽ ഇളംകാറ്റിൽ പുൽ ക്കൊടികൾ ഉലയുകയും ഡെയിസിപ്പൂക്കൾ തലയാട്ടുകയും ചെയ്തു. ഒരു നിമിഷംകൂടി കഴിഞ്ഞാൽ അവയിൽ ചിലതിന്റെ ഇളംതലപ്പുകൾ

തന്റെ ബൂട്സിനടിയിൽപെട്ടു നിഷ്ക്കരുണം ഞെരിക്കപ്പെട്ടും. ഓടി രക്ഷപ്പെടണമെന്നുണ്ടെങ്കിലും അതിനു നിർവ്വാഹമില്ലാത്ത, ജീവനുള്ള സൃഷ്ടികളാണവയെന്ന് അയാൾക്കു തോന്നി.

'ഖനിത്തൊഴിലാളികളുടെ പാട്ടുകൾ പാടിക്കൊണ്ട്....' എന്ന വാക്കുകൾ അയാളുടെ കാതിൽ പതിച്ചു. ഒരു സ്വപ്നത്തിലെന്നവണ്ണ മാണ് അയാൾ അവ കേട്ടത്.

ഭൂമി അയാളെ നിഷ്ക്കരുണം പിടിച്ചുവലിക്കുകയാണ്. അയാളുടെ കാലുകൾ അതിൽ ഊക്കോടെ വന്നു പതിഞ്ഞു. സെർഗേയ് വിമ്മി ഷ്ടത്തോടെ തൊങ്കിനടന്നുകൊണ്ട് പാരച്യൂട്ടിന്റെ ചരടുകൾ അഴിച്ചു. പിന്നീട് കണ്ണടച്ചുകൊണ്ട് തന്റെ മുതുകിലുള്ള മുഴുവൻ ഭാരവുമായി മഞ്ഞുതുള്ളികൾ പറ്റിപ്പിടിച്ച ആ നനവാർന്ന മൈതാനത്ത് കിടന്നു. പൂത്തണ്ടുകൾ ഒടിഞ്ഞു. പെട്ടെന്നു പൊട്ടിക്കരയുന്നതുപോലെ ഒരു പച്ചക്കുതിര ഞെട്ടലോടെ നീട്ടി ശബ്ദിച്ചു. പിന്നീട് നിശ്ശബ്ദത വ്യാപിച്ചു.

പെട്ടെന്ന് ടെലഫോണിൽ മണിയടിച്ചു.

'..........കയർ താഴോട്ടിട്ടു!T കാർ ഓപ്പറേറ്റർ റിസീവറിനകത്തേക്ക് അട്ടഹസിച്ചു.

വശത്തുകൂടി വെള്ളം ഇറ്റിറ്റു വീണുകൊണ്ടിരുന്നു. മുകളിൽ മഴപെ യ്യുന്നതുപോലെതന്നെ. സെർഗേയ് വിചാരിച്ചു.

തുരങ്കത്തിലൂടെ ഇഴഞ്ഞുപോകുമ്പോൾ പട്ടാളജീവിതത്തിലെ ആ വിദൂരദിനത്തെപ്പറ്റി അയാൾ വീണ്ടും ഓർത്തു. ഞെരിഞ്ഞുപോയ ഡെയിസിപ്പൂക്കൾ അന്നയാൾ പെറുക്കിയെടുത്തു കൊണ്ടുപോയി. അവ ഏഴെണ്ണമുണ്ടായിരുന്നു. അയാൾ അവയെ ഒരു ഗ്ലാസിലിട്ട് മെത്തയ്ക്കരികിലുള്ള മേശപ്പുറത്തു വച്ചു.

അന്നാണ് അയാൾക്ക് താന്യയുടെ ഒരു കത്തു വന്നത്. കൂടെ, അവളുടെ ഒരു ഫോട്ടോയുമുണ്ടായിരുന്നു. ഒരു വശത്തുനിന്നെടുത്ത ഫോട്ടോയാണ്. അവളുടെ മുഖം ചിന്താധീനമായിരുന്നു. എങ്കിലും ചുണ്ടുകളിൽ നേരിയ ഒരു പുഞ്ചിരി തങ്ങിനിന്നിരുന്നു. കത്തിൽ അവളെഴുതി:

'മൂന്നാമത്തെ വസന്തവും നിങ്ങളെക്കൂടാതെ കടന്നുപോയി. ഞാൻ കാത്തുകാത്തു മടുത്തു, സെര്യോഷ. നമ്മൾ ഇനി എന്നാണ് ഒരുമിച്ചുചേരുക? നിങ്ങളെ- നിങ്ങളുടെ പൂർണ്ണരൂപം- മനസ്സിൽ കാണാൻപോലും എനിക്കിപ്പോൾ കഴിയുന്നില്ലെന്ന് അറിയാമോ? അതു ഭയങ്കരമാണ്, അല്ലേ? ഞാൻ നിങ്ങൾക്കുവേണ്ടി

കാത്തിരിക്കുമോ എന്നു ചോദിച്ച കാര്യം ഓർക്കുന്നുണ്ടോ? ഞാൻ പറഞ്ഞിട്ട് വിശ്വാസം വരാത്ത മട്ടിൽ നിങ്ങൾ അന്നു പുഞ്ചിരിച്ചു. ഇപ്പോഴും വിശ്വാസമില്ലേ? ഇങ്ങനെ സംശയവും കൊണ്ടു നടക്കുന്നതു സൂക്ഷിച്ചുവേണം. അല്ലെങ്കിൽ ഞാൻ സത്യത്തിൽ മറ്റാരെയെങ്കിലും വിവാഹം ചെയ്യും!'

'ഞാൻ നിന്നെ മറ്റാർക്കെങ്കിലും ഇപ്പോൾ കൊടുക്കും,' സെർഗേയ് പുഞ്ചിരിയോടെ ആലോചിച്ചു.

'നീങ്ങട്ടെ!' മുകളിൽ നിന്നും ആജ്ഞ കേട്ടു.

കൺവേയറിന്റെ ചങ്ങല മുറുകി; മുന്നറിയിപ്പോടെ ഒന്നുരണ്ടു തവണ ഇളകിയശേഷം വലിയ കൽക്കരിക്കട്ടകളും വഹിച്ചുകൊണ്ട് അത് താഴോട്ട് ഇഴഞ്ഞുപോയി.

കൽക്കരി വെട്ടിയെടുക്കുന്ന ഇടത്ത് സെർഗേയ് എത്തിയപ്പോൾ ഒരു കട്ടർ -ലോഡർയന്ത്രം പ്രവർത്തിക്കുന്നുണ്ടായിരുന്നു.

'എങ്ങിനെയുണ്ട്?' യന്ത്രത്തിന്റെ ശബ്ദത്തേക്കാൾ ഉച്ചത്തിൽ അയാൾ വിളിച്ചുചോദിച്ചു.

'വെട്ടിയെടുക്കുകയാണ്,' യന്ത്രം പ്രവർത്തിപ്പിച്ചുകൊണ്ടിരുന്ന യാൾ പറഞ്ഞു. അയാളുടെ കരിപുരണ്ട കറുത്ത മുഖത്ത് വെളുത്ത പല്ലുകൾ മിന്നിമറഞ്ഞു.

'അവർ വേണ്ടത്ര കാലിവണ്ടികൾ അയച്ചുതന്നാൽ ഞങ്ങൾ ക്വോട്ടാ പൂർത്തിയാക്കും,' ടീം നേതാവ് യത്സ്ക്കോ പറഞ്ഞു.

സെർഗേയ് ഖനിത്തൊഴിലാളിയുടെ നേരെ തലവെട്ടിച്ചുകൊണ്ടു ചോദിച്ചു:

'പുതിയ ആളാണോ?'

'സ്കൂളിൽനിന്നു നേരെ വന്നു നമ്മുടെ ഖനിത്തൊഴിലാളി സർവ്വ കലാശാലയിൽ ചേർന്നിരിക്കുകയാണ്! അയാളുടെ വാക്കുകൾക്ക് തെല്ലൊരു പരിഹാസച്ചുവയുണ്ടായിരുന്നു.

'അയാൾ എങ്ങിനെയുണ്ട്?'

'പയ്യന് നല്ലൊരു ഭാവിയുണ്ടെന്നു ഞാൻ പറയും, യത്സ്ക്കൊ സാരോപദേശരൂപത്തിൽ പറഞ്ഞുതുടങ്ങി. ഖനനം അയാളുടെ രക്തത്തിലുണ്ട്.

അത് അയാളുടെ രക്തത്തെ എങ്ങിനെയാണു ബാധിക്കുന്നത്? സെർഗേയ് സൂത്രത്തിൽ ചോദിച്ചു.

സെര്യോഷ, നിങ്ങൾ അങ്ങിനെ കളിയാക്കുകയുമൊന്നും വേണ്ട.

വെള്ളം കഴുത്തിൽ ഇറ്റിറ്റു വീഴുമ്പോൾ, ശമ്പളദിവസം കയ്യിൽ കിട്ടുന്നതു തുച്ഛമാകുമ്പോൾ, ഇട്ടെറിഞ്ഞു പോകാതിരിക്കുകയെന്നാണ് ഞാൻ പറഞ്ഞതിന്റെ അർത്ഥം. അയാളുടെ വൈരാഗ്യം മുഴുവൻ അയാളുടെ ഭാഷയിൽ പറഞ്ഞാൽ 'പ്രകൃതിശക്തികളോ'ടാണ്. അവയെ ചൊൽപ്പടിയിൽ കൊണ്ടുവരണമെന്നാണ് അയാൾ പറയുന്നത്. ചിലർ അയാളെ പരിഹസിക്കാറുണ്ട്. പക്ഷെ അയാൾക്കൊരു ഭാവിയുണ്ടെന്നാണ് എന്റെ വിശ്വാസം. എന്തുകൊണ്ടു പാടില്ല? അയാളുടെ അച്ഛൻ എന്റെ ഒരു പഴയ സ്നേഹിതനായിരുന്നു. അയാളും ഇതുപോലെതന്നെയായിരുന്നു. 1946-ൽ കട്ടർയന്ത്രം രക്ഷികകാൻ അയാൾ ശ്രമിച്ചു. അയാളതു രക്ഷിക്കുകയും ചെയ്തു. പക്ഷെ, അയാൾ.... ഖനിമുഖത്തു സ്ഥാപിച്ചിട്ടുള്ള സ്മാരകം കണ്ടില്ലേ? സർവ്വേക്കാർ പറയുന്നത് അയാളവിടെയാണെന്നാണ്- മുകളിൽ നാന്നൂറു മീറ്റർ മണ്ണും...'

ഖനിത്തൊഴിലാളി കുന്താലിയെടുത്ത് ആഞ്ഞുവെട്ടി. ആ ഭാഗത്തേക്ക് വെളിച്ചം കാട്ടിക്കൊണ്ട് ഒരു താങ്ങിനുള്ള കുഴി വാശിയോടെ കുഴിച്ചുതുടങ്ങി.

ഇത്തരക്കാരാണ് വേണ്ടത്, തുരങ്കത്തിലൂടെ ഇഴഞ്ഞു പോകുമ്പോൾ സെർഗേയ് ആലോചിച്ചു. പാതാളം വരെ കുഴി വെട്ടാൻ പോന്നവരാണിവർ. ടീമിൽ വേണ്ടത് ഇത്തരക്കാരാണ്.

യുവാക്കളുടെ ഒരു ടീം രൂപീകരിക്കുന്നതിനെപ്പറ്റി കൊംസൊമോൾ കമ്മിറ്റിയിൽ ഏകാഭിപ്രായമായിരുന്നു: തഴക്കമുള്ളവരെ ചേർത്ത് അത് രൂപീകരിക്കുക. പക്ഷെ കഴിഞ്ഞ കമ്മിറ്റിയോഗത്തിൽ സർവ്വതും പൊളിഞ്ഞു.

ചീഫ് എഞ്ചിനീയർ തങ്ങളുടെ പദ്ധതി പൊളിച്ചതിനെപ്പറ്റി സെർഗേയ് ഒരു പുഞ്ചിരിയോടെ അനുസ്മരിച്ചു.

ചർച്ച നടക്കുമ്പോൾ അദ്ദേഹം ഒരക്ഷരം മിണ്ടാതെ കടലാസിൽ കൊമ്പുകളും കുളമ്പുകളുമുള്ള പിശാചുക്കളെ വരച്ചുകൊണ്ടിരിക്കുകയായിരുന്നു. കൊംസൊമോളുകാർ പറഞ്ഞ എല്ലാ കാര്യങ്ങളോടും അദ്ദേഹം യോജിക്കുന്നുണ്ടെന്നു തോന്നി. പക്ഷെ ടീമിൽ ചേർക്കേണ്ട ആളുകളുടെ കാര്യം വന്നപ്പോൾ അദ്ദേഹം പെട്ടെന്ന് ഇടപെട്ടു.

'മികച്ച യന്ത്രങ്ങൾ ആരുടെയടുക്കൽനിന്നാണ് തട്ടിയെടുക്കാൻ പോകുന്നത്?'

'എന്താണ് അതുകൊണ്ട് ഉദ്ദേശിക്കുന്നത്?'

'ഞാൻ പറഞ്ഞതു കേട്ടില്ലേ,' എഞ്ചിനീയർ രൂക്ഷമായി പറഞ്ഞു.

റഫിക് മമേദൊവ് എന്തോ പറയാൻ തുടങ്ങി, പക്ഷെ ഉടൻ വാപൂട്ടി തല ചൊറിഞ്ഞു. മുറി പെട്ടെന്നു നിശ്ശബ്ദമായി. എഞ്ചിനീയർ എഴുന്നേറ്റു. നോട്ടുബുക്ക് പോക്കറ്റിലിട്ടുകൊണ്ട് അദ്ദേഹം പരിഹാസം കലർന്ന സ്വരത്തിൽ സംസാരിച്ചു.

'നിങ്ങൾ മറ്റു ടീമുകളിൽനിന്ന് ഏറ്റവും നല്ല പ്രവർത്തകരെ തട്ടിയെടുക്കാൻ തീരുമാനിച്ച സ്ഥിതിക്ക്, ബാക്കി കാര്യങ്ങളും അങ്ങിനെ തന്നെ നടക്കട്ടെ. അവരുടെ ഏറ്റവും നല്ല കട്ടർ -ലോഡർ യന്ത്രങ്ങളും ഡ്രില്ലുകളും കൺവേയറുകളും കൂടി തട്ടിയെടുത്തോളിൻ...' അദ്ദേഹം സംസാരം നിർത്തി, നിശ്ശബ്ദമായി ചുറ്റുമിരിക്കുന്ന യുവാക്കളുടെ മുഖങ്ങളിലൂടെ സാവധാനത്തിൽ കണ്ണോടിച്ചു. 'നിങ്ങൾ നിങ്ങളുടെ സ്വന്തം സഖാക്കളെയായിരിക്കും അപഹരിക്കുക! നിങ്ങൾ ചേർക്കാനുദ്ദേശിക്കുന്ന ഏറ്റവും നല്ല തൊഴിലാളികളുണ്ടല്ലൊ, അവരെ ആരാണ് പരിശീലിപ്പിച്ചത്?

തങ്ങൾ ഇതേപ്പറ്റി നേരത്തേ ആലോചിക്കാതിരുന്നതെന്താണെന്ന് സെർഗേയ് അത്ഭുതപ്പെട്ടു. ഒരു വശം മാത്രമേ കണ്ടുള്ളുവെന്നോ? അതോ സംസാരത്തിന്റെ ഒഴുക്കിൽ സമനില തെറ്റിയതാണോ?

ഇടുങ്ങിയ ഇടനാഴിയിലൂടെ ഞെങ്ങിഞെരുങ്ങി നടന്ന് അയാൾ വെന്റിലേഷൻ ഡ്രിഫ്റ്റിൽ എത്തി. ഒരു സംഘം ഡ്രിഫ്റ്റർമാർ അവിടെ പണിയെടുക്കുന്നുണ്ടായിരുന്നു.

'ഈഗൊർ!' സെർഗേയ് വിളിച്ചു.

മേൽക്കുരയ്ക്കു തൊട്ടു താഴെനിന്നും വെളിച്ചത്തിന്റെ ഒരു പാളി ഉയർന്നു. അവിടെയും ഇവിടെയും പരതിയശേഷം അത് അവസാനം സെർഗേയുടെ മേൽ പതിച്ചു.

'എന്താണു കാര്യം?' മെലിഞ്ഞ ഒരു യുവാവ് കനത്ത ശബ്ദത്തിൽ മുരണ്ടു.

'തുരങ്കത്തിൽനിന്നുള്ള വഴി വെട്ടിയതാരാണ്?'

'ഞങ്ങളാണ്. എന്താണു കുഴപ്പം? വല്ലാതെ ഇടുങ്ങിപ്പോയോ?'

നീ ആളൊരു മിടുക്കനാണല്ലൊ.'

'അതിനെന്താ? ഞങ്ങളതിന്റെ വീതി കൂട്ടാം.'

ഷിഫ്റ്റ് തീരാറായി. എല്ലാം പരിശോധിച്ചുകഴിഞ്ഞു. സെർഗേയ് തിടുക്കം കൂട്ടാതെ ഇടനാഴിയിലൂടെ നടന്നു. ഖനിത്തൊഴിലാളി സെറ്റിൽമെന്റിന്റെ തെരുവുകളിൽ കൊംസൊമോൾ അംഗങ്ങൾ നട്ടുപിടിപ്പിച്ച തൈകളുടെ പച്ചത്തളിരുകൾ അയാൾ ഭാവനയിൽ കണ്ടു.

അവ വളർന്നു വലുതാകും, പച്ചത്തലപ്പുകളണിഞ്ഞു നിൽക്കും. അപ്പോ വഹ്യേക്കും തനിക്കും താന്യയ്ക്കും ഒരു മോനുണ്ടാകും. അവനൊരു കൊച്ചു കോമാളിയായിരിക്കും. സെർഗേയും താന്യയും അവനൊന്നിച്ച് പ്രശാന്തമായ തെരുവുകളിലൂടെ നടക്കാനിറങ്ങും. കുറച്ചു വർഷങ്ങൾക്കുമുമ്പ് അവിടമാകെ തരിശായി കിടന്നിരുന്ന കാര്യം അവർ അവനോടു പറയും. ഖനി ഒരു കമ്മ്യൂണിസ്റ്റദ്ധ്വാനസ്ഥാപനമാകും. അതു തീർച്ചയാണ്. അങ്ങിനെയായേ പറ്റൂ. പ്രേക്ഷകഗ്യാലറികളും ഫുട്ബോൾ ഗ്രൗണ്ടും പന്തയപ്പാതകളും വോളിബോൾ കോർട്ടുമെല്ലാമടങ്ങുന്ന ഒരു സ്റ്റേഡിയം അവർ സെറ്റിൽമെന്റിൽ പണിയും. സെർഗേയ് തന്റെ അവധിയെക്കുറിച്ച് ആലോചിച്ചപ്പോൾ അയാളുടെ വികാരങ്ങൾ സമ്മിശ്രമായിരുന്നു. സംശയങ്ങൾ അയാളുടെ ആഹ്ലാദത്തിന്റെ മാറ്റു കുറച്ചു. കൂട്ടുകാർ പറയും, 'ശ്രമദാനവും സന്നദ്ധസേവനവുമെല്ലാം

തുടങ്ങിവച്ചിട്ട് ആള് അവധിയെടുത്ത് സ്ഥലംവിടുകയാണ്!' ഇല്ല, അവർ അങ്ങിനെ പറയുകയില്ല. അവർ നല്ലവരാണ്. നല്ല കൂട്ടുകാരാണ്. അയാളുടെ കാര്യത്തിൽ അവർക്കു സന്തോഷമേ തോന്നൂ. ഹാ ! ജീവിതം എത്ര ആഹ്ലാദപ്രദമാണ്! വസന്തം... താന്യ.... അവധി ദിവസങ്ങൾ........... അതു കഴിഞ്ഞ് വീണ്ടും ജോലി. ഖനി. തന്റെ കൂട്ടുകാർ............

പക്ഷെ സെർഗേയ് പെത്രോവിന് അവധിയെടുത്തു പോകാനുള്ള യോഗമുണ്ടായിരുന്നില്ല.

3

വണ്ടി പാളംതെറ്റി ഒരു വശത്തേക്കു ചെരിഞ്ഞു. ലോഹംകൊണ്ടുള്ള താങ്ങിൽ ഘടിപ്പിച്ചിരുന്ന വൈദ്യുതകമ്പിയിൽ ഒരു മൂല ഇടിച്ചു. ഒരു നീല തീപ്പാമ്പ് കോപത്തോടെ ചീറിക്കൊണ്ട് കമ്പിയിലൂടെ ട്രാൻസ്ഫോർമറിന്റെ നേരെ ഇഴഞ്ഞടുത്തു. ഏതാനും നിമിഷങ്ങൾക്കുള്ളിൽ അതവിടെ എത്തും. പിന്നീടു സംഭവിക്കുന്നത് ഒരു അത്യാഹിതമായിരിക്കും. ട്രാൻസ്ഫോർമർ പൊട്ടിത്തെറിക്കും. തീപിടുത്തമുണ്ടാകും. ചുറ്റുപാടും ആളുകളുണ്ട്, വേഗം!

അത് സ്വിച്ചോഫു ചെയ്യണം! സെർഗേയ് ട്രാൻസ്ഫോർമറിന്റെ നേരെ പാഞ്ഞു. കൊളുത്തു വീഴുന്നതുവരെ പിടി ഇടത്തോട്ടു വലിക്കണം. തീർച്ചയായും അതിൽ വൈദ്യുതീപ്രസരമുണ്ടായിരിക്കും.

വലിച്ചുമുറുക്കപ്പെട്ട വിറയാർന്ന തന്തുക്കൾ ശരീരത്തിനുള്ളിലേക്ക് അമ്പുകൾപോലെ തുളഞ്ഞുകയറി. അവ ചുറ്റിപ്പിരിഞ്ഞ് കൈകളിലേക്കും തലയിലേക്കും കാലുകളിലേക്കും ചുഴിഞ്ഞുകയറി. ദശസഹസ്രം

തീനാമ്പുകൾ. അവ ശരീരത്തിലെ ഓരോ കോശത്തിലുമുണ്ട്. അവ വീണ്ടും വീണ്ടും ഞെളിഞ്ഞുപിരിയുന്നു, ചുഴിഞ്ഞുകയറുന്നു. ട്രാൻസ്ഫോർമറിന്റെ നേരെ പിടിച്ചുവലിക്കുകയാണവ. അവിടെ മരണം പതിയിരിപ്പുണ്ട്. തൽക്ഷണം മരിക്കും. ചാമ്പലാകും...

ഭയങ്കരമായ പേടിസ്വപ്നം -ഉണരൂ! സെർഗേയ്ക്ക് നിലവിളിക്കണമെന്നുണ്ട്. പക്ഷെ നാവിനുള്ളിൽ മുഴുവൻ തീനാമ്പുകളാണ്. നാവു പൊള്ളുന്നു. ഭയാനകം.

'സഹായിക്കണേ!' ആ നിലവിളി അയാളുടെ തലച്ചോറിനുള്ളിൽ കുടുങ്ങി. 'ഏ...' എന്ന ശബ്ദം മാത്രമേ തൊണ്ടയിലെത്തിയുള്ളു. അതുതന്നെ വലിഞ്ഞുമുറുകിയ തൊണ്ടയിൽ തങ്ങിനിന്നതേയുള്ളൂ.

കൈകൾ പുറകോട്ടു വലിക്കണം.... പക്ഷെ അവ അനുസരിക്കുന്നില്ല.

തീനാമ്പുകൾ ഞെളിഞ്ഞുപിരിഞ്ഞ് ഒരു വിറയ്ക്കുന്ന കമ്പിയായി മാറി. തലച്ചോറിനുള്ളിൽ എന്തോ പൊട്ടിത്തെറിച്ച് ശക്തിയോടെ ചുറ്റിക്കറങ്ങി.

'ആ.....' ചുഴലിക്കാറ്റിന്റെ നിലവിളി.

പ്രകാശമണഞ്ഞു. കമ്പി വിറയ്ക്കാതായി.

ആറായിരം വോൾട്ട്

'സഹായിക്കണേ!' വിമ്മിഷ്ടപ്പെട്ട ഒരു ഏങ്ങൽ അയാളുടെ തൊണ്ടയിലുയർന്നു. വായുവില്ല. അടുത്തെവിടെയോ ഒരു ടെലഫോണുണ്ട്.

സെർഗേയ് എഴുന്നേറ്റ് ഏതാനും ചുവടുകൾ വച്ചു. ഉടനെ കാലിടറി വീണു. മുഖം തണുത്ത ചേറ്റുകുളത്തിൽ അമർന്നു.

തനിക്ക് എഴുന്നേൽക്കണം. താൻ എഴുന്നേറ്റേ പറ്റൂ....കറന്റ് സ്വിച്ചോഫു ചെയ്തെങ്കിലും കേബിൾ ഇപ്പോഴും കത്തുന്നുണ്ട്....

സെർഗേയ് മുട്ടുകുത്തി ഏതാനും മീറ്ററുകൾ ഇഴഞ്ഞു. അയാളുടെ നനഞ്ഞു കുതിർന്ന ദേഹം നീല തീപ്പാമ്പിലേക്കു വീണു.

ഡ്രിഫ്റ്റർമാരാണ് അയാളെ കണ്ടെത്തിയത്. ട്രാൻസ്ഫോർമർ ചേംബറിൽനിന്ന് ഏതാണ്ട് പത്തു മീറ്ററകലെയായി അയാൾ കേബിളിന്റെ പുറത്തു കിടക്കുകയായിരുന്നു. അയാൾ ഞരങ്ങിക്കൊണ്ട് വെള്ളം ചോദിച്ചു. അത്ഭുതംകൊണ്ട് വിടർന്ന കണ്ണുകളോടെ മിഴിച്ചുനോക്കി. വലത്തെ കാലിലെ റബ്ബർബൂട്ട് പൊള്ളുന്നു. അവർ അത് വലിച്ചൂരാൻ ശ്രമിച്ചപ്പോൾ അയാൾ നിലവിളിച്ചുകൊണ്ട് കണ്ണടച്ചു.

'വെള്ളം!'

കോല്യ ഗൊൻചറോവിന്റെ കൈ വിറച്ചു. അയാളുടെ ഫ്ളാസ്ക്കിൽനിന്നും വെള്ളം സെർഗേയുടെ താടിയിലും കവിളുകളിലും കഴുത്തിലും ഇറ്റിറ്റുവീണു. മുഖത്ത് വെളുത്ത പാടുകളുണ്ടായി.

'ചങ്ങാതികളേ, എനിക്കു ജീവനുണ്ടോ?' സെർഗേയ് തല ഉയർത്തി, വീണ്ടും താഴ്ത്തിയിട്ടു. വെള്ളം!

'സെര്യോഷ, വേദന താങ്ങാൻ ശ്രമിക്കൂ. ഒരുപക്ഷെ നിങ്ങൾ ഇത്രയധികം വെള്ളം കുടിക്കാൻ പാടില്ലായിരിക്കും.' കോല്യയുടെ സ്വരത്തിൽ യാചനയും അനുകമ്പയും കലർന്നിരുന്നു.

മണിയടി മുഴങ്ങി- അതിവേഗത്തിലുള്ള, ആപൽസൂചകമായ മണിയടി. ലിഫ്റ്റിന്റെ ഓപ്പറേറ്റർ ജാഗ്രതയോടെ സീറ്റിലിരുന്നു.

ആറ്, ഏഴ്-ഇല്ലില്ല, തെറ്റു പറ്റിയിട്ടില്ല. '7' എന്ന അക്കം ബോർഡിൽ തെളിഞ്ഞു. അതു സാധാരണ കാണാറില്ല. അതുകൊണ്ടുതന്നെ അതിൽ അപരിചിതവും ബീഭത്സവുമായ എന്തോ ഒന്ന് അടങ്ങിയിട്ടുണ്ടെന്നു തോന്നി. '7' എന്ന അക്കത്തിന്റെ അർത്ഥമിതാണ്: ഓപ്പറേറ്റർ, സൂക്ഷിച്ച്, സാവധാനം ലിഫ്റ്റ് പ്രവർത്തിപ്പിക്കൂ. അതിൽ പരുക്കേറ്റ ഒരു ഖനിത്തൊഴിലാളിയുണ്ട്.

ലിഫ്റ്റ് ഉരുക്കുകമ്പികളിലൂടെ നിർവിഘ്നമായി മേലോട്ടുയർന്നു. ഇരുമ്പുകൂരയിലൂടെ കാറ്റ് ചൂളം വിളിച്ചുകൊണ്ട് അകത്തു കടന്നു. അതിന്റെ വിടവുകളിലൂടെ മഴവെള്ളം തെറിച്ചുവീണു. ആ മഴത്തുള്ളികളിൽ വസന്തത്തിന്റേയും ഖനിമുറ്റത്തിന്റേയും ഗന്ധം കലർന്നിരുന്നു. കോല്യ ഗൊൻചറോവ് സൂക്ഷിച്ചു മുട്ടുകുത്തിക്കൊണ്ട് തന്റെ സ്നേഹിതന്റെ തല താങ്ങി.

സെർഗേയ് കണ്ണു തുറന്നപ്പോൾ തന്റെ നേരെ കുനിഞ്ഞ മുഖങ്ങൾ കണ്ടു.

അവർ എന്താണ് ഒന്നും മിണ്ടാത്തത്? എന്തു പറ്റി? ഇതു വാസ്തവമായിരിക്കുകയില്ല. ആറായിരം വോൾട്ടുകളാണുണ്ടായിരുന്നത്. ഞാൻ മരിച്ചിട്ടില്ലെങ്കിൽ സ്വപ്നം കാണുകയാണ്. എന്നെ ഉണർത്തൂ. ഞാൻ ഉണരട്ടെ!

സെർഗേയ് കൈ ഉയർത്താൻ നോക്കി. അയാളുടെ മുഖം വേദനകൊണ്ടു പിടഞ്ഞു. ഒരു നിമിഷത്തേക്ക് അയാളുടെ ബുദ്ധി തെളിഞ്ഞു. താൻ....? മരവിപ്പിക്കുന്ന ഭയം അയാളുടെ ഉള്ളിലൂടെ അരിച്ചുകയറി. അയാളുടെ ഹൃദയം നിലച്ചു... ആരും മിണ്ടിയില്ല.

കാര്യങ്ങൾ കുഴപ്പത്തിലാകുമ്പോൾ ഖനിത്തൊഴിലാളികൾ മുഖം വാടി മൗനം പൂണ്ടിരിക്കും.

ലിഫ്റ്റ് മുകളിൽ ചെന്നു നിന്നു. വസന്തത്തിന്റെ പ്രകാശമാനമായ അന്തരീക്ഷം കണ്ണഞ്ചിക്കുകയും കാതുകളിൽ മുഴങ്ങുകയും മൂക്കിലൂടെ തുളച്ചുകയറുകയും ചെയ്തു. കതക് തുറന്നപ്പോൾ സെർഗേയ് ആംബുലൻസു കണ്ടു. അതിന്റെ വശത്തെ ചുവന്ന കുരിശടയാളം ഒരു കൂറ്റൻ ചിലന്തിയെപ്പോലെ ഇളകി. രക്തവർണ്ണത്തിലുള്ള നീണ്ട നഖങ്ങൾ നീട്ടിക്കൊണ്ട് ചിലന്തി ചീറി: 'പിടികിട്ടി ! പിടികിട്ടി!'

'ഹഹഹ!' കർക്കശസ്വരത്തിൽ ഒരു ചിരി മുകളിൽ നിന്നെവിടന്നോ മുഴങ്ങി.

ചുരുങ്ങി ചെറുതായി ആ ചുവന്ന ചിലന്തയിൽനിന്നും ഭയാനകമാംവണ്ണം കർക്കശമായ ചിരിയിൽനിന്നും എങ്ങോട്ടെങ്കിലും ഓടിയൊളിക്കാൻ സെർഗേയ് കൊതിച്ചു.

ചിലന്തി അയാളുടെ കൈകൾ ഞെരിച്ചു, കണ്ണുകൾ വേദനാജനകമായി അമർത്തി.ഒരു ചുവന്ന ചക്രംപോലെ അതിവേഗം കറങ്ങി.

'പെത്രോവ്! പെത്രോവ്!' അയാൾ എവിടന്നോ കേട്ടു. ചക്രം കറുപ്പായി.

'എന്തൊരു മനുഷ്യൻ! അത് സ്വിച്ചോഫ് ചെയ്തു! മരണം സുനിശ്ചിതമായിരുന്നു. അയാളുടെ കൈകൾ സൂക്ഷിക്കണേ....' ശബ്ദങ്ങൾ പരസ്പരം ലയിച്ച് ചുവപ്പും കറുപ്പുമാർന്ന മൂടലിൽ മുങ്ങി.

ആംബുലൻസ് ഡ്രൈവർ കതകുകൾ ആഞ്ഞടച്ചുകൊണ്ട് വണ്ടിയോടിക്കാനായി മുമ്പോട്ടോടി. നനഞ്ഞ മഞ്ഞും ചേറ്റുകുളങ്ങളിലെ വെള്ളവും തെറിപ്പിച്ചുകൊണ്ട് ആംബുലൻസ് പട്ടണത്തിലൂടെ ഇരമ്പിപ്പാഞ്ഞു.

കോട്ടു തുറന്നിട്ടിരുന്ന ബാലിക അപ്പോഴും ആകാശത്തേക്കു നോക്കിക്കൊണ്ട് റോഡരുകിൽ നിൽപ്പുണ്ടായിരുന്നു. ആംബുലൻസ് ഹോണടിച്ചപ്പോൾ അവൾ അരികിലേക്കു മാറിനിന്നു. അവളുടെ കണ്ണുകൾ അതിനെ പിന്തുടർന്നു. അവയിലെ തിളക്കം ഒന്നു മങ്ങി. എങ്കിലും ചുണ്ടുകളിലെ മന്ദസ്മിതം മാഞ്ഞില്ല.

ആകാശത്ത് വാനമ്പാടി നീട്ടിപ്പാടി......

രോഗിയുടെ സ്ഥിതിവിവരരേഖയിൽനിന്ന് ഏതാനും വരികൾ: പെത്രോവ്, സെർഗേയ്. വൈദ്യുതാഘാതമേറ്റ് 4-5 ഡിഗ്രി ശക്തിയുള്ള പൊള്ളൽ. രണ്ടു കൈകളേയും വലതുകാലിനേയും

ബാധിച്ചിട്ടുണ്ട്.' കലശലായി നടുക്കമേറ്റ അവസ്ഥയിൽ ആംബുലൻസിൽ കൊണ്ടുവന്നു.

ഡോക്ടറന്മാരുടെ കൂടിയാലോചന അധികം നീണ്ടുനിന്നില്ല.

'വലിയ ആശയ്ക്കു വകയില്ല. ഏതു നിമിഷവും മരണം സംഭവിച്ചേക്കാം. ആറായിരം വോൾട്ടിന്റെ ആഘാതമേറ്റിട്ടും ജീവിച്ചിരിക്കുന്നതുതന്നെ ഒരത്ഭുതമാണ്. കഴിവതും ശ്രമിക്കാം...' സ്ഥിതിവിവരരേഖ തള്ളിമാറ്റിക്കൊണ്ട് പ്രധാനഡോക്ടർ ശാന്തമായി പറഞ്ഞു, 'നമുക്ക് ആശിക്കാമെന്നേയുള്ളൂ.... വലേറിയ് ഇവാനൊവിച്ച് ഗൊരുനോവായിരിക്കും ചുമതലപ്പെട്ട സർജൻ.'

4

താന്യ അയാളുടെ വരവും കാത്ത് ജനാലയ്ക്കരികിൽ നിൽക്കുകയാണ്.

ഖനിമുഖത്തുനിന്നുള്ള ആളുകളുടെ പ്രവാഹം കുറഞ്ഞുവന്നു. ഏതാനും മിനിട്ടുകൾക്കുള്ളിൽ അതു നിലയ്ക്കും. അവളുടെ വാച്ച കണങ്കൈയിൽ അടിച്ചുകൊണ്ടിരുന്നു. താന്യയ്ക്ക് ദേഷ്യം വന്നുതുടങ്ങി.

വീണ്ടും ഏതോ നശിച്ച യോഗമായിരിക്കും!

റോഡിലൂടെ ഒരു കൂട്ടം ആളുകൾ വരുന്നുണ്ട്. അംഗവിക്ഷേപങ്ങളോടെ എന്തോ സംസാരിക്കുകയാണ്. ഒരുപക്ഷെ തർക്കിക്കുകയായിരിക്കും. അവരിലൊരാൾ സെർഗേയെപ്പോലെ ഇരുന്നിരുന്നു. വീണ്ടും നോക്കിയപ്പോൾ തനിക്കു തെറ്റു പറ്റിയെന്നു താന്യയ്ക്കു മനസ്സിലായി. അവളുടെ അമർഷം വർദ്ധിച്ചു. ആളുകൾ വന്നു, കടന്നുപോയി. പക്ഷെ സെർഗേയെ കാണാനില്ല. റോഡ് ശൂന്യമായി.

ഖനിക്കടുത്തുള്ള കുന്ന ജനാലയിലൂടെ നോക്കിയാൽ കാണാം. ഒരു കട്ടവണ്ടി അതിന്റെ വശത്തുകൂടി സാവധാനം മേലോട്ട് ഇഴഞ്ഞുകയറി. മുകളിലെത്തി നിന്നശേഷം അതു പുറകോട്ടു മലർന്നു. വലിയ പാറക്കഷണങ്ങൾ അതിൽനിന്നു പ്രവഹിച്ചു. അവ താഴോട്ട് ഉരുണ്ട് ചുവട്ടിൽ കെട്ടിക്കിടന്നിരുന്ന വെള്ളത്തിലേക്കു വീണു. തിളങ്ങുന്ന വെള്ളത്തുള്ളികൾ നാലുപാടും ചിതറി. വീണ്ടും പാറക്കഷണങ്ങൾ കയറ്റിക്കൊണ്ടുവരാൻ വേണ്ടി കട്ടവണ്ടി വേഗം താഴോട്ടിറങ്ങി.

ആ കുന്നയും കഠിനാദ്ധ്വാനം ചെയ്യുന്ന ആ കട്ടവണ്ടിയും നോക്കിനിൽക്കാൻ സെർഗേയ്ക്ക് എപ്പോഴും ഇഷ്ടമായിരുന്നു... താന്യ പുഞ്ചിരിച്ചു. ശൈത്യകാലത്ത് ഒരിക്കൽ തന്റെ ഭർത്താവ്

നിരുന്മേഷനായിരുന്ന കാര്യം അവൾ ഓർത്തു. അവൾക്കു വിഷമം തോന്നി. ഒരുപക്ഷെ ജോലിക്കിടയിൽ വല്ലതും സംഭവിച്ചിരിക്കുമെന്ന് അവൾ വിചാരിച്ചു. പക്ഷെ കൊടുങ്കാറ്റു ശമിച്ചപ്പോൾ സെർഗേയ് ജനാലയുടെ നേരെ നടന്ന് ആ കൂന നോക്കി ചിരിച്ചു. 'ഇതിലെന്തിരിക്കുന്നുവെന്നു നീ പറയുമായിരിക്കും,' അയാൾ പറഞ്ഞു. 'ഉടഞ്ഞ പാറക്കഷണങ്ങളുടെ ഒരു കൂമ്പാരം മാത്രം! പക്ഷെ ആലോചിച്ചു നോക്കിയാൽ, ജീവിതംതന്നെയല്ലേ അത്! അതു രസാവഹമാണ്, സാരഗർഭമാണ്, സദാ ചൈതന്യമുറ്റതാണ്. ഒരുപക്ഷെ നമ്മുടെ പൂർവ്വികന്മാരുടെ ആദ്യത്തെ പാദമുദ്രകൾ പതിഞ്ഞ പാറകളായിരിക്കാം അവ. അതു കഴിഞ്ഞ് കോടാനുകോടി സംവത്സരങ്ങൾ കടന്നുപോയി. കോടാനുകോടി സംവത്സരങ്ങൾ! അദ്ധ്വാനം ആ കുരങ്ങുമനുഷ്യനെ ഭൂമിയിലുള്ളതിൽവച്ച് ഏറ്റവും വിവേകശാലിയാക്കിത്തീർത്തു. കോടാനുകോടി വർഷങ്ങൾ... ആ അനന്തതയിൽ നമ്മുടെ ജീവിതം എത്ര പരിതാപകരമാംവണ്ണം ഹ്രസ്വമാണ്. ഒരു നിമിഷം മാത്രം.... ഇന്നലെ ഒരു വിഡ്ഢിയുടെ ജാഗ്രതക്കുറവു കാരണം ഒരു തുരങ്കത്തിൽ ഒരു മണിക്കൂർ നേരത്തേക്ക് ഒരു പണിയും നടന്നില്ല. ആ ഒരു മണിക്കൂർ അനന്തതയിൽ ശൂന്യമായി കിടക്കും. ലജ്ജാവഹം!'

എന്തെല്ലാമാണി പറയുന്നത്, താന്യ വിചാരിച്ചു.

ഒരു നീല കാർ വന്നുനിൽക്കുന്നത് താന്യ കണ്ടില്ല. കതകുകൾ ആഞ്ഞടഞ്ഞു. ആളുകൾ തന്റെ വീടിന്റെ നേരെ വേഗം നടന്നുവരുന്നത് അവൾകണ്ടു.

അത് സെര്യോഷയുടെ മേലാവിയാണ്... ആ സെക്ഷനിലെ വൃദ്ധനുമുണ്ട്. പക്ഷെ സെര്യോഷ എവിടെ?

പെട്ടെന്ന് ഒരു ചിന്ത അവളുടെ മനസ്സിലൂടെ ഒരു മിന്നൽപ്പിണർ പോലെ പാഞ്ഞു. അതോടെ അവളുടെ മുഖത്ത് രക്തമയമില്ലാതായി. ഹൃദയം ഊക്കോടെ മിടിച്ചു, വേദനകൊണ്ടു പിടഞ്ഞു.

അവർ ഇങ്ങോട്ടായിരിക്കുകയില്ല വരുന്നത്. ഞാൻ എന്തിനു പേടിക്കുന്നു...

കതകിൽ മുട്ടു കേട്ടു. അറച്ചറച്ചുകൊണ്ടുള്ള മുട്ട് ആവർത്തിക്കപ്പെട്ടു. പതിഞ്ഞ സംസാരം കേൾക്കാം.

കതകു തുറക്കണം. അവളുടെ കൈകൾ വിറച്ചു. കതകിന്റെ കുറ്റി തപ്പിയിട്ടു കാണുന്നില്ല. പ്യോത്തർ പാവ്‌ലൊവിച്ചും വൃദ്ധനായ ഫോർമാൻ കുസ്മിച്ച് അപ്പൂപ്പനും ഒരു മരണം നടന്ന വീട്ടിൽ കയറി ച്ചെല്ലുന്നതുപോലെ തൊപ്പി കയ്യിൽ പിടിച്ചുകൊണ്ട് സാവധാനം

കടന്നുവന്നപ്പോൾ താന്യയ്ക്ക് കാര്യം മനസ്സിലായി. ഭയങ്കരമായ എന്തോ സംഭവിച്ചിട്ടുണ്ട്.

'സെര്യോഷ എവിടെ?' അവൾ പൊട്ടിക്കരഞ്ഞുകൊണ്ടു ചോദിച്ചു.

ഷാളെടുക്കാനായി അവൾ അലമാരയുടെ നേരെ ഓടാൻ ശ്രമിച്ചു. പക്ഷെ അവൾ കാൽകുഴഞ്ഞു വീണു. അവളുടെ കൺമുമ്പിലൂടെ കറുത്ത വൃത്തങ്ങൾ നീന്തിനടന്നു.

'കരയണ്ട, മോളെ. ദൈവാനുഗ്രഹമുണ്ടെങ്കിൽ എല്ലാം ശരിയായി വരും.' കുസ്മീച്ചിന്റെ വിറയലാർന്ന വൃദ്ധശബ്ദം ഗദ്ഗദമായി മാറി. അത് ആശ്വാസ വക നൽകുന്നുണ്ടോ അതോ കേവലം അനുഭാവപ്രകടനം മാത്രമായിരുന്നോ എന്ന് അവൾക്കു തീർച്ചയില്ലായിരുന്നു. തന്റെ പരുപരുത്ത വലിയ കൈകൊണ്ട് അയാൾ അവളുടെ കവിൾത്തടം തടവി. 'ഇവിടെ നല്ല ഡോക്ടറന്മാരുണ്ട്. അയാൾക്കാണെങ്കിൽ ചെറുപ്പമാണ്. നല്ല ആരോഗ്യവുമുണ്ട്.... കരയാതെ. ഇങ്ങിനെ വന്നുപോയി.... ഇങ്ങിനെയൊക്കെ ചിലപ്പോൾ സംഭവിക്കാറുണ്ട്....... ഈ ജീവിതമാണ് നമ്മൾ തിരഞ്ഞെടുത്തത്... പോർക്കളത്തിലേക്കു പോകുന്നതുപോലെ പണിക്കു പോകുന്നു... എവിടുന്നോ ഒരു വെടിയുണ്ട ചീറിവരുന്നു...' താൻ വേണ്ടതിലധികം സംസാരിച്ചെന്നു ഭയന്ന് അയാൾ സംസാരം നിർത്തി. അവസാനം ഇങ്ങിനെ പറഞ്ഞു: 'മകളെ, തയ്യാറാകൂ. നമുക്കു പുറപ്പെടാം.'

വഴി അവസാനിക്കുന്നില്ല. കാറിനു വഴി തെറ്റിയോ? അതു ശരിയായ വഴിയിലെത്തുമ്പോഴേക്കും സമയം കഴിഞ്ഞിരിക്കും. സെര്യോഷ മരിച്ചിരിക്കും.

'നമ്മൾ ഒരു മിനിട്ടിനകം അവിടെ എത്തും,' കുസ്മീച്ച് പറഞ്ഞു. അയാൾ കുനിഞ്ഞുകൂടിയിരുന്നു.

ഏതോ ഒരു ബാഹ്യശക്തിയുടെ പ്രേരണയാലെന്നപോലെ താന്യ കാറിൽനിന്നു ചാടിയിറങ്ങി. ആശുപത്രിയുടെ നീണ്ട ഇടനാഴിയിലൂടെ ഓടി അവളുടെ ഭർത്താവ് സെർഗേയ് പെത്രോവ് കിടന്നിരുന്ന വാർഡിന്റെ വാതുക്കൽതന്നെ ചെന്നുനിന്നു. അവൾ കതകു തള്ളിത്തുറന്നു. വാർഡിനുള്ളിലേക്ക് ഒരടിവച്ചശേഷം അവിടെ നിന്നു.

ഇടതുവശത്ത് ഒരു കട്ടിലിൽ സെർഗേയ് കിടപ്പുണ്ട്. ദേഹം ഏതാണ്ടു മുഴുവൻതന്നെ കെട്ടിവച്ചിരിക്കുകയാണ്. മുഖം വാടിത്തളർന്നിരുന്നു. താന്യ കട്ടിലിനരികിലേക്കു നടന്ന് വിവശയായി നിലത്തിരുന്നു.

'സെര്യോഷ, പൊന്നേ, എന്തുപറ്റി?' അവൾ അയാളുടെ മുഖത്തിന്റെ നേരെ കൈനീട്ടി. പെട്ടെന്ന് അവളിൽനിന്നും ഒരു നിലവിളി ഉയർന്നു- ഭയാക്രാന്തമായ ഒരു നിലവിളി: 'സെര്യോഷാ!'

ശൂന്യമായ വലിയൊരു മുറിയിൽവച്ചാണ് അവൾക്ക് വീണ്ടും ബോധം തെളിഞ്ഞത്. അവൾ അമ്പരന്ന് ചുറ്റും നോക്കി- താൻ എവിടെയാണ്? എന്തു സംഭവിച്ചു? വെള്ള കുപ്പായമിട്ട ഒരു സ്ത്രീ അകത്തുവന്ന് എന്തോ പറഞ്ഞിട്ട് ഇറങ്ങിപ്പോയി. കതകടഞ്ഞപ്പോൾ അവരുടെ ശബ്ദം താന്യയുടെ മനസ്സിൽ തുളഞ്ഞുകയറി, പക്ഷെ അവർ പറഞ്ഞ വാക്കുകളെന്താണെന്നു പിടികിട്ടിയില്ല. അപ്പോൾ എന്തോ ഒന്ന് അവളുടെ കണ്ണുകളിൽ കത്തുന്നതുപോലെ തോന്നി. തന്റെ ഭർത്താവിന്റെ മാറിൽ കണ്ട ചോരപുരണ്ട കെട്ടായിരുന്നു അത്.

5

രണ്ടാമത്തെ ദിവസം രാവിലെ സെർഗേയ് കണ്ണുതുറന്നു. അടുത്ത് കസേരയിൽ ഇരുന്നിരുന്ന താന്യ ശ്വാസമടക്കി. അയാളുടെ മങ്ങിയ കണ്ണുകളിലേക്കു നോക്കിക്കൊണ്ട് അവൾ മെല്ലെ വിളിച്ചു: 'സെര്യോഷാ!'

കണ്ണുകൾ അവളുടെ നേരെ തിരിഞ്ഞു. വീണ്ടും അടഞ്ഞു.

'താന്യ, എന്നെ ഉണർത്തു. എനിക്ക് ഉണരാൻ കഴിയുന്നില്ല.'

'സെര്യോഷ, വല്ലാതെ വേദനിക്കുന്നുണ്ടോ?'

'താന്യ, എന്നെ ഉണർത്തു. വേഗം!'

'നിങ്ങൾ ഉറങ്ങുകയല്ല, സെര്യോഷ. നമ്മൾ ആശുപത്രിയിലാണ്. നിങ്ങളുടെ കൈകൾ വൈദ്യുതാഘാതമേറ്റ് കുറച്ചു പൊള്ളിയിട്ടുണ്ട്.'

'അല്ലല്ല... ഞാൻ കൊല്ലപ്പെട്ടു... ആറായിരം വോൾട്ടുണ്ടായിരുന്നു.'

താന്യ മറുപടി പറഞ്ഞില്ല. ഒരു ഗദ്ഗദം അവളുടെ തൊണ്ടയിൽ തങ്ങിനിന്നു. അദ്ദേഹം സംസാരിച്ചു. അതിനർത്ഥം അദ്ദേഹം ജീവിക്കുമെന്നാണ്. അദ്ദേഹം ജീവിക്കും !തീർച്ച! അവളുടെ കണ്ണുകൾ നിറഞ്ഞൊഴുകി.

'നീ എന്തിനാണു കരയുന്നത്?'

'ഞാൻ...ഒന്നുമില്ല... ഞാൻ കരയുന്നില്ല...'

'ഖനിയിൽ എന്താണു സംഭവിച്ചത്?'

'നിങ്ങൾ എല്ലാവരേയും രക്ഷിച്ചു. ഖനിയും രക്ഷിച്ചു. തീപിടുത്തത്തിൽനിന്ന്. അവിടെ എന്തോ പൊട്ടി'ത്തെറിച്ചേനെ...'

'ആരാണ് എന്നെ പുറത്തേക്കു കൊണ്ടുവന്നത്?'

'കോല്യ ഗൊൻചറോവും ഡ്രിഫ്റ്റർമാരും.'

'ഡോക്ടറന്മാർ എന്തു പറയുന്നു?'

'ഡോക്ടറന്മാരോ? അത്ര ഭയങ്കരമായിട്ടൊന്നുമില്ലെന്നാണ് അവർ പറയുന്നത്. ഇവിടെ കുറച്ചു ദിവസം കഴിയേണ്ടി വരും. പിന്നീട് എല്ലാം നേരെയാകും.' ഇതെല്ലം താന്യ വളരെ വേഗം പറഞ്ഞുതീർത്തു. 'അല്ല, ഡോക്ടറന്മാർ അങ്ങിനെയല്ല പറഞ്ഞത്. അയാൾ ജീവിക്കുമെന്നുതന്നെ അവർക്കു പ്രതീക്ഷയില്ല!' എന്ന് ആരെങ്കിലും കടന്നുവന്ന് വിളിച്ചുപറയുമോ എന്നവൾ ഭയക്കുന്നതു പോലെ തോന്നി. സെര്യോഷ വീണ്ടും നിശ്ശബ്ദനായി. വീണ്ടും ആ കാളരാത്രി അയാളെ ഗ്രസിച്ചു.

'താന്യ, നീ എന്നോടു നേരു പറയുന്നില്ല. എന്തുകൊണ്ടാണത്?'

'അവർക്ക്... അവർക്ക് ഇതേപ്പറ്റി ഒന്നും മനസ്സിലാകുന്നില്ല... അവർ....' കണ്ണുനീർ അവളെ വീർപ്പുമുട്ടിച്ചു. 'നിങ്ങൾ ആസന്നമരണനാണെന്നാണ് അവർ പറയുന്നത്. പക്ഷെ അതു ശരിയല്ല, ശരിയല്ല!' അവൾ തേങ്ങിക്കൊണ്ടു പറഞ്ഞു.

സെർഗേയ് കണ്ണുതുറന്ന് മച്ചിലേക്കു നോക്കി. താനൊരു ആശുപത്രിവാർഡിലാണ്. കണ്ണഞ്ചിക്കുന്നവണ്ണം വെളുത്ത്, ഉയരം കൂടിയ മച്ച്. വലത്തെ കോണിൽനിന്ന് നേരിയ ഒരു കറുത്ത വിടവ് വെളുത്ത പാടുകൾക്കിടയിലൂടെ വളഞ്ഞുതിരിഞ്ഞ് അപ്രത്യക്ഷമാകുന്നത് അയാൾ കണ്ടു.

താൻ ഉറങ്ങുകയാണെന്ന് സെർഗേയ്ക്ക് വീണ്ടും തോന്നി. ഇതൊരു സ്വപ്നമാണ്. ഒരു നീരാളിയെപ്പോലെ അത് അയാളെ അതിന്റെ വഴുവഴുത്ത കരങ്ങൾക്കുള്ളിൽ ആശ്ലേഷിച്ചു. അതിൽനിന്നു കുതറി മാറാൻ അയാൾ അശക്തനായിരുന്നു.

'ഒരു നിമിഷത്തേക്കു വാർഡിൽനിന്നു പോകൂ. ഞങ്ങൾ അയാളെ പരിശോധിക്കട്ടെ,' വെള്ളക്കുപ്പായമിട്ട ഒരാൾ പറഞ്ഞു.

നീണ്ട റബ്ബർക്കാലുകളോടുകൂടിയ, ചില്ലുകൊണ്ടുണ്ടാക്കിയ ഒരു നീരാളിയെ പിടിച്ചുകൊണ്ട് രണ്ടുപേർ പുറകിൽ നിൽക്കുന്നുണ്ട്.

ഡോക്ടറന്മാരാവണം- ആ ചിന്ത അയാളുടെ മനസ്സിലൂടെ മിന്നി മറഞ്ഞു.

വെള്ളവസ്ത്രമണിഞ്ഞ ഒരു സ്ത്രീ വളരെ നേരമെടുത്ത് സെർഗേയുടെ വലതുകയ്യിലെ കെട്ടഴിക്കാൻ തുടങ്ങ്ഹി. കെട്ട് ചുറ്റിവളഞ്ഞ് ചോരപുരണ്ട ഒരു കുമ്പാരമായി. എന്നിട്ടും അവർ കെട്ടഴിച്ചുകൊണ്ടേയിരുന്നു. ഇടയ്ക്ക് രോഗിയുടെ മുഖത്തു നോക്കി നെടുവീർപ്പിട്ടശേഷം അവർ വീണ്ടും കെട്ടഴിച്ചുകൊണ്ടിരുന്നു. സെർഗേയ് തലപൊക്കി തന്റെ കൈ കാണാൻ ശ്രമിച്ചു. നേഴ്സ് അയാളുടെ നെറ്റിയിൽ കൈവച്ച് തല തലയിണയിലേക്കമർത്തി.

'നോക്കണ്ട. വേണ്ട...'

ഗൊരുനോവ് കട്ടിലിന്റെ നേരെ കുനിഞ്ഞുകൊണ്ട് ചോദിച്ചു: 'ഇവിടെ വേദനിക്കുന്നുണ്ടോ? ഇവിടെയോ?'

സെർഗേയ്ക്ക് വേദന തോന്നിയില്ല. അയാളുടെ തോളിൽ കുത്തിവച്ചപ്പോൾ മാത്രം അയാൾ ചെറുതായൊന്നു ഞരങ്ങി.

'ഞാൻ വിചാരിച്ചതുപോലെതന്നെ. നിങ്ങൾക്കു ഭാഗ്യമില്ല. മുറിച്ചുകളയേണ്ടിവന്നേക്കാം. ഞാൻ നിങ്ങളുടെ കൈകളെപ്പറ്റിയാണ് പറയുന്നത്.'

'മുറിച്ചുകളയുമെന്നോ? നിങ്ങൾ തമാശ പറയുകയാണ്!'

ഗൊരുനോവ് ഒന്നും മിണ്ടിയില്ല. രോഗിയുടെ മുഖത്തു നോക്കിയില്ല.

'മുറിച്ചുകളയുകയോ!? എന്ത്? എങ്ങനെ? ഞാൻ എങ്ങനെ ജീവിക്കും? എന്റെ കൈകളോ?.....താന്യ!' പെട്ടെന്ന് മനുഷ്യന്റേതല്ലാത്ത, ഭയാനകമായ സ്വരത്തിൽ അയാൾ നിലവിളിച്ചു: 'ഞാൻ സമ്മതിക്കുകയില്ല! മൃഗങ്ങൾ! എന്നാൽ എന്നെയങ്ങ് കൊന്നേക്കിൻ! കൊല്ലെന്നെ!'

അയാൾ തളർന്ന് നിലവിളി നിർത്തി.

മൂന്നാം ദിവസം കൈ അഴുകിത്തുടങ്ങി.അതിന് ഒരു പരിഹാരമേയുള്ളൂ- മുറിച്ചുകളയുക.

ഉടനടി.

6

പ്രധാനഡോക്ടറുടെ ആഫീസിൽ രണ്ടു സർജന്മാർ ഇരുന്നിരുന്നു. അവർ പറയുന്നത് പ്രധാനഡോക്ടർ സശ്രദ്ധം കേട്ടു.

രക്ഷയൊന്നുമില്ല.അയാൾ ശസ്ത്രക്രിയയുടെ വേദനകൂടി സഹിക്കുന്നതെന്തിന്? വലേറിയ് ഇവാനൊവിച്ച് ഗൊരുനോവ് പറഞ്ഞു.

ഞാൻ അതിനോടു യോജിക്കുന്നില്ല. രോഗിയുടെ ചുമതല നിങ്ങൾക്കാണ്. എന്തെങ്കിലുമൊരു പഴുതുണ്ടെങ്കിൽ അതു വിട്ടുകളയാൻ നിങ്ങൾക്കവകാശമില്ല. അപ്പറഞ്ഞത് വനോ ഇലിയിച്ച് ബദ്യാനായിരുന്നു.

തീരുമാനിച്ചു. പ്രധാനഡോക്ടർ ചർച്ച നീട്ടിയില്ല. വലേറിയ് ഇവാനൊവിച്ച്, രോഗിയുടെ ചുമതലയിൽ നിന്നും നിങ്ങളെ ഒഴിവാക്കുന്നു. വനോ ഇലിയിച്ച്, അയാളെ ശസ്ത്രക്രിയയ്ക്കു തയ്യാറാക്കൂ.

7

സർജൻ ബദ്യാൻ, സെർഗേയുടെ കട്ടിലിന്റെ അറ്റത്തിരുന്നുകൊണ്ട് ശസ്ത്രക്രിയയുടെ അനിവാര്യതയെക്കുറിച്ച് അയാളെ ബോദ്ധ്യപ്പെടുത്താൻ ശ്രമിക്കുകയായിരുന്നു. സെർഗേയ് അദ്ദേഹത്തിന്റെ മുഖത്തു നോക്കിയില്ല. അയാളുടെ കണ്ണുകൾ മറ്റെവിടെയോ ആയിരുന്നു. മരവിപ്പു വ്യാപിച്ചാൽ ജീവൻതന്നെ അപകടത്തിലാവുമെന്നും മനുഷ്യൻ ചിലപ്പോൾ എന്തും സഹിക്കാൻ തയ്യാറാവണമെന്നുമെല്ലാം സർജൻ പറഞ്ഞത് അയാൾ ശ്രദ്ധിക്കുന്നുപോലുമില്ലായിരുന്നെന്നു തോന്നി. അവസാനം അയാൾ പറഞ്ഞു:

ഞാനൊരു കുഞ്ഞല്ല....

കൊള്ളാം. അതു നന്നായി.

ശസ്ത്രിക്രിയ നടന്നുകൊണ്ടിരിക്കുമ്പോൾ സെർഗേയ് ഒരു ശബ്ദവും പുറപ്പെടുവിക്കാതെ നിഴൽ വീശാത്ത വിളക്കിലേക്ക് നിർന്നിമേഷനായി നോക്കിക്കൊണ്ടു കിടന്നു. അഗാധകയങ്ങളെപ്പോലെയായിരുന്നു അയാളുടെ വിടർന്ന കണ്ണുകൾ. അവ യാതൊന്നും കണ്ടില്ല, യാതൊന്നും മോഹിച്ചില്ല. അവയ്ക്കു യാതൊന്നും തോന്നിയില്ല-വേദനപോലും. ശസ്ത്രക്രിയാവാൾകൊണ്ട് അറക്കുന്നതിന്റെ അരോചകശബ്ദം കേട്ടപ്പോൾമാത്രം സെർഗേയ് ഒരു ഞെട്ടക്കത്തോടെ കണ്ണടച്ചു.

ശസ്ത്രിക്രിയയ്ക്കുശേഷം ഭർത്താവിനെ കാണാൻ താന്യയ്ക്ക് അനുവാദമില്ലായിരുന്നു. അവൾയാചിച്ചുനോക്കി, കരഞ്ഞു നോക്കി. പക്ഷെ പ്രയോജനമുണ്ടായില്ല.

അയാൾക്ക് സ്വര്യം വേണം. നിങ്ങൾക്ക് സ്വയം നിയന്ത്രിക്കാൻ കഴിയുകയില്ല, ബദ്യാൻ പറഞ്ഞു.

താന്യ എഴുന്നേറ്റ് രണ്ടും കല്പിച്ച മട്ടിൽ കതകിന്റെ നേരെ നടന്നു.

ബദ്യാൻ അവളെ തടഞ്ഞുനിർത്തി തന്റെ വെളുത്ത കോട്ട് അവളുടെ ചുമലിലിട്ടശേഷം നിശ്ശബ്ദനായി തന്റെ മുറിയിലേക്കു പോയി.

ഞാൻ കരയാൻപാടില്ല, എന്തു വന്നാലും സ്വയം നിയന്ത്രിക്കണം, അവൾ വിചാരിച്ചു. ഞാൻ അദ്ദേഹത്തിനു ധൈര്യം കൊടുക്കണം, നിരാശപ്പെടാൻ അനുവദിക്കരുത്. ഇപ്പോൾ അതാണു പ്രധാനം. അദ്ദേഹത്തിനു കരുത്തുണ്ട്. ഒന്നിച്ച് ഞങ്ങൾ എന്തും തരണം ചെയ്യാം. അദ്ദേഹം ജീവിച്ചാൽ മാത്രം മതി. അദ്ദേഹം ജീവിക്കും, ജീവിക്കും, അവൾ വാശിയോടെ സ്വയം പറഞ്ഞു.

8

ഇതൊരു പേടിസ്വപ്നമല്ലെന്നും അതിനിഷ്ഠുരമായ ഒരു വിധിവൈപരീത്യമാണെന്നും മനസ്സിലാക്കിയ നിമിഷം തൊട്ട് സെർഗേയ് ബോധപൂർവ്വമായിട്ടല്ലെങ്കിലും, ഒരു കാര്യമുറച്ചു: എല്ലാം തീർന്നു. എല്ലാം തീർന്നു എന്നതുകൊണ്ട് താൻ ഉദ്ദേശിക്കുന്നതെന്താണെന്ന് അയാൾക്കു നിശ്ചയമില്ലായിരുന്നു. എങ്കിലും തെളിഞ്ഞു പ്രകാശിക്കുന്ന വിളക്കുകൾക്കു കീഴിൽ ശസ്ത്രക്രിയാമേശയുടെ പുറത്തുവച്ച് തന്റെ ഇടതുതോളിന്റെ ഭാരം പെട്ടെന്ന്, വിചിത്രമായി, കുറഞ്ഞപ്പോൾ, താൻ മരിക്കുകയാണു നല്ലതെന്ന് അയാൾക്കു തോന്നുകയുണ്ടായി. അതയാളെ ഭയപ്പെടുത്തി, മരണമല്ല, അതെക്കുറിച്ചു പെട്ടെന്നുണ്ടായ ചിന്തയാണ്, അയാളെ ഭയപ്പെടുത്തിയത്. ലളിതവും സർവ്വസാധാരണവുമായ എന്തോ ഒന്ന് അയാലുടെ കൺമുമ്പിലൂടെ മിന്നിമറഞ്ഞു. അയാളുടെ ഹൃദയത്തിന്മേൽ അതിന്റെ തണുത്ത സ്പർശനമേറ്റപ്പോൾ അയാൾക്ക് അഗാധമായ വ്യസനം തോന്നി.

വാർഡിൽ തിരിച്ചുവന്നശേഷം അയാൾ നിശ്ശബ്ദം മച്ചിലേക്കു തുറിച്ചുനോക്കിക്കൊണ്ടു കിടന്നു. നിരാശാജനകമായ ഒരായിരം ചിന്തകൾ അയാളുടെ മനസ്സിൽ ഇരമ്പി വന്നു. 'എന്റെ ശവകുടീരത്തിൽ അവർ ഒരു ബർച്ചുമരത്തെ നടും.....'

ഭീതിയുടെ തണുത്ത സ്പർശനം അയാൾക്കും വീണ്ടും അനുഭവപ്പെട്ടു.

'നേഴ്സ്, ഞാൻ അപ്പോൾത്തന്നെ കൊല്ലപ്പെടാതിരുന്നത് എന്തുകൊണ്ടാണ്? അത്രയേറെ വോൾട്ടേജുണ്ടായിരുന്നല്ലോ.'

'നിങ്ങൾ ഒരുപക്ഷെ അനശ്വരനായിരിക്കും,' അവൾ ശബ്ദമടക്കി പറഞ്ഞു. ചുറ്റും നോക്കിക്കൊണ്ട് അവൾ പറഞ്ഞു: 'നിങ്ങൾ സംസാരിക്കരുത്. അല്ലെങ്കിൽ സർജൻ കുഴപ്പമുണ്ടാക്കും.'

'ഞാൻ നശ്വരനാകുന്നതായിരുന്നു നല്ലത്.'

'സെര്യോഷ, നിങ്ങൾ അങ്ങിനെ സംസാരിക്കരുത്! നിങ്ങൾ സുഖം പ്രാപിക്കും. പണിക്കു പോകും. എല്ലാം നേരെയാകും.... ഇവിടെ ഒരു രോഗിയുണ്ടായിരുന്നു......'

'നേഴ്സ്, ഞാൻ അയാളുടെ കഥ കേട്ടിട്ടുണ്ട്. എന്റെ മറ്റേ കയ്യിന്റെ കാര്യം പറയൂ...' അയാൾ സംസാരം നിർത്തി. കണ്ണു മുറുക്കി അടച്ചുകൊണ്ട് അയാൾ അവൾ പറയുന്നതും കാത്തു കിടന്നു. അവൾ ഇപ്പോൾ പറയുമായിരിക്കും, നാളെ.'

വാർഡിന്റെ വാതുക്കലെത്തിയപ്പോൾ താന്യ നിന്നു. അവൾ മുടി ഒതുക്കി. തലയിൽ കെട്ടിയിരുന്ന തുവാല ശരിക്കുവച്ചു. കതകു തുറക്കാൻ കൈനീട്ടി. പക്ഷെ പറ്റുന്നില്ല. ഒരു കൈയില്ലാതെ, ചോര പുരണ്ട കെട്ടുകളുമായി സെര്യോഷ കിടക്കുന്നതു കാണാൻ അവൾ ഭയന്നു. നിയന്ത്രണം നഷ്ടപ്പെട്ട് താൻ പൊട്ടിക്കരയുമോ എന്നവൾ ഭയപ്പെട്ടു. അദ്ദേഹം ദേഹംകൊണ്ട് കതകു തള്ളിത്തുറന്ന് അകത്തു കടന്നു. സെര്യോഷയുടെ കണ്ണുകളിൽ ഒരു നിമിഷത്തേക്ക് ഒരു തിളക്കം കണ്ടു. പിന്നീടവ മങ്ങി. നേഴ്സ് എഴുന്നേറ്റ് ഒച്ച കേൾപ്പിക്കാതെ പുറത്തിറങ്ങി.

'ഞാൻ വീട്ടിൽ പോയിരുന്നു,' താന്യ പറഞ്ഞു. തന്റെ ശബ്ദം കേട്ട് അവൾതന്നെ അത്ഭുതപ്പെട്ടു. താൻ എന്തിനാണു കളവു പറഞ്ഞത്? 'വീട്ടിൽ കുഴപ്പമൊന്നുമില്ല,' അവൾ തുടർന്നു. താൻ കളവു പറഞ്ഞതെന്തിനാണെന്ന് വീണ്ടും അവൾ അത്ഭുതപ്പെട്ടു. സെര്യോഷ നിലവിളിക്കുകയാണെങ്കിൽ ചെവി പൊത്താൻ തയ്യാറായി അവൾ ആ സമയം മുഴുവൻ ശസ്ത്രക്രിയാമുറിയുടെ ജനാലയുടെ കീഴെ നിൽക്കുകയായിരുന്നു. 'സെര്യോഷ, ഞാൻ ഇവിടെ നിങ്ങളുടെ കൂടെ ഇരിക്കാൻ പോവുകയാണ്. നിങ്ങളുടെ സഹായത്തിന്.'

'താന്യ, ഇരിക്കൂ. നമുക്ക് സംസാരിക്കേണ്ടിയിരിക്കുന്നു. സെർഗേയ് ഉമിനീരിറക്കിക്കൊണ്ട് തലതിരിച്ചു. അമ്മയ്ക്ക് എഴുതേണ്ട. അമ്മയുടെ ഹൃദയം മോശമാണ്.' ഒരു നിമിഷത്തെ മൗനത്തിനു ശേഷം അയാൾ ചുണ്ടു കടിച്ചുകൊണ്ട് പരുഷമായി പറഞ്ഞു. 'നമ്മുടെ നല്ല ജീവിതം ഇതോടെ തീർന്നു.' അയാൾ വേഗം തുടർന്നു:' താന്യ, മേലിൽ ഇവിടെ വരരുത്. നമുക്കു രണ്ടുപേർക്കും കൂടുതൽ നല്ലത് അതാണ്. എന്നെ വിട്ട് എങ്ങോട്ടെങ്കിലും പോകൂ. പോകൂ. ഞാൻ നിന്നെ സ്നേഹിക്കുന്നില്ല. ഞാൻ...' അയാളുടെ മുഖം പിടഞ്ഞു. അയാൾ കൂടുതലൊന്നും പറഞ്ഞില്ല.

താന്യ മുഖം പൊത്തിപ്പിടിച്ചു.

'സെര്യോഷ, നിങ്ങൾ എന്തിന് എന്നെ വേദനിപ്പിക്കുന്നു?' ഹൃദയം നൊന്തുള്ള കരച്ചിൽ അടക്കാൻ അവൾ ഒരു വിഫലശ്രമം നടത്തി. 'എന്തിനാണിത്? എന്തിന്? ഞാൻ നിങ്ങളെ സ്നേഹിക്കുന്നു...'

'നിനക്ക് വയസ്സ് ഇരുപതേ ആയുള്ളൂ. ജീവിതം മുഴുവൻ മുമ്പിലുണ്ട്. എനിക്കാണെങ്കിൽ എല്ലാം കഴിഞ്ഞു. നീ പോകൂ. നീ പോകണമെന്നു ഞാൻ ആവശ്യപ്പെടുന്നു.'

മൂടലിനിടയിലൂടെ കതക് അങ്ങോട്ടുമിങ്ങോട്ടും ആടിയ തറ കുലുക്കിക്കൊണ്ട് കാലിനടിയിൽനിന്നു മറഞ്ഞു. വാതിൽപ്പിടി കയ്യിനടിയിൽനിന്നു തെന്നിപ്പോയി. അത് ആദ്യം കയ്യിലൊതുങ്ങാത്തവണ്ണം വലുതായി, പിന്നീട് പരിതാപകരമാംവണ്ണം ചെറുതായി.

ഞാൻ പോകണം. ഞാൻ പോകണമെന്നാണ് അദ്ദേഹത്തിന്റെ ആഗ്രഹം. അദ്ദേഹത്തിന് എന്നെ വേണ്ട...

കതക് ആഞ്ഞടഞ്ഞു. അവൾപോയി. പൊയ്ക്കഴിഞ്ഞു- ആ ചിന്ത അയാളുടെ ഹൃദയത്തിലേക്കു തള്ളിവന്നു. മനസ്സിനെ മഥിച്ചു. ഓടിച്ചെന്ന് കതക് തുറന്ന് അവളെ വിളിക്കാൻപോലും അയാൾക്കു സാദ്ധ്യമല്ല. സെർഗേയുടെ ദേഹമാകെ മുമ്പോട്ടാഞ്ഞു. പക്ഷേ അയാൾ വീണ്ടും കിടക്കയിലേക്കു തളർന്നുവീണു. തലയിണയിൽ അമർത്തി കടിച്ചുകൊണ്ട് അയാൾ പൊട്ടിക്കരഞ്ഞു. ഒരു പുരുഷന്റെ കയ്പേറിയ കണ്ണുനീർ. കുട്ടിക്കാലത്തിനുശേഷം ആദ്യമായി അയാൾ വിതുമ്മിക്കരഞ്ഞു.

വൈകുന്നേരത്തെ തിരക്കും ബഹളവുംകൊണ്ട് മുഖരിതമായ ആ കൊച്ചുപട്ടണത്തിലെ തെരുവുകളിലൂടെ താന്യ നടന്നു. അവ മരുഭൂമിയിലെ കാലടിപ്പാതകൾപോലെ തോന്നി. അവൾ എന്തിലോ ചെന്നു മുട്ടി. അല്പം മാറി വീണ്ടും മുന്നോട്ടു നടന്നു. ലക്ഷ്യമില്ലാതെ, ഒന്നുമാലോചിക്കാതെ, ഒന്നും അഭിലഷിക്കാതെ, അവൾ നടക്കുകയാണ്. റെയിൽവേക്രോസ്സിംഗിൽ എത്തിയപ്പോൾ ഒരു തീവണ്ടി അവളുടെ മുഖത്തിന്റെ തൊട്ടടുത്തുകൂടി ഇരമ്പിപ്പോയി. താന്യ ഞെട്ടി പുറകോട്ടോടി. വേഗം ആശുപത്രിയിലെത്തണം. അല്പദൂരം ഓടിയശേഷം അവൾ നിന്നു.

'ആരെങ്കിലും നിങ്ങളുടെ മനസ്സിനെ വേദനിപ്പിച്ചോ?'

ഒരു അപരിചിതൻ താന്യയുടെ മുഖത്തുനിന്നും മെല്ലെ അവളുടെ കൈകൾ മാറ്റി. ബാഷ്പകലുഷിതമായ അവളുടെ കണ്ണുകൾ കണ്ട് അയാൾ സഹതാപപൂർവ്വം ചോദിച്ചു:

'എന്തുപറ്റി? ഒരുപക്ഷേ എനിക്കു സഹായിക്കാനൊക്കുമായിരിക്കും.

'ഞങ്ങളെ സഹായിക്കാൻ ആർക്കും കഴിയുകയില്ല,' താന്യ തേങ്ങിക്കരഞ്ഞുകൊണ്ട് പറഞ്ഞു.

'എന്തിനാണ് ഈ തെരുവിൽ നിന്ന് കരയുന്നത്? എങ്ങോട്ടെങ്കിലും പോകണോ?'

'എനിക്കറിഞ്ഞുകൂടാ. എന്റെ ഭർത്താവ് ആശുപത്രിയിലാണ്.'

എന്തു പറ്റി?'

ഖനിയപകടം.'

'പാറ ഇടിഞ്ഞുവീണതാണോ?'

'അല്ല. വൈദ്യുതാഘാതമേറ്റ് കൈരണ്ടും പൊള്ളിപ്പോയി. അദ്ദേഹം ജീവിക്കാൻ ആഗ്രഹിക്കുന്നില്ല. എന്നോട് പൊയ്ക്കൊള്ളാൻ പറഞ്ഞു.'

അപരിചിതൻ ഒരു നിമിഷം ആലോചിച്ചുനിന്നശേഷം കൂടെ ചെല്ലാൻ കൈകാട്ടി.

താന്യ അപരിചിതന്റെ ഒപ്പം നടന്നു. അവൾ അയാളുടെ ചോദ്യങ്ങൾക്ക് ചുരുക്കം വാക്കുകളിൽ മറുപടി പറഞ്ഞു. പരസ്പര ബന്ധമില്ലാതെ ഓരോന്നു പറഞ്ഞുതുടങ്ങി. പറഞ്ഞുവന്ന വാചകം മുഴുമിക്കാതെ അവൾ മുഖം പൊത്തിക്കൊണ്ട് തേങ്ങിക്കരഞ്ഞു.

ആശുപത്രി അടച്ചുകഴിഞ്ഞിരുന്നു വളരെ നേരം മണിയടിച്ച ശേഷം ഡ്യൂട്ടിയിലുള്ള നേഴ്സ് വന്ന് നിശ്ശബ്ദം കതകു തുറന്നു. അസമയത്തു വന്ന ആ സന്ദർശകരെ ഒന്നു നോക്കുകപോലും ചെയ്യാതെ അവൾ തിരികെ പോയി.

താന്യയുടെ കൂടെ വന്നയാൾ ഇടനാഴിയിൽനിന്നു. അയാൾ തല ചൊറിഞ്ഞു. അയാളുടെ ആകാംക്ഷ നിറഞ്ഞ കണ്ണുകൾ ഓരോ വാതിൽതോറും പരതിനടന്നു. ആ അനേകം വാതിലുകളിലൊന്നിന്റെ പിന്നിൽ ആശങ്കാജനകമായ അവസ്ഥയിൽ ഒരാൾ കിടപ്പുണ്ട്. തനിക്ക് എങ്ങിനെ സഹായിക്കാൻ കഴിയും? ആ ചെറുപ്പക്കാരി കരഞ്ഞുകൊണ്ട് ഏകാകിനിയായി നിൽക്കുന്നതു കണ്ടപ്പോൾ എല്ലാം വളരെ എളുപ്പമാണെന്നു തോന്നി. താൻ സഹായിക്കേണ്ടിരിക്കുന്നു. അത്രയേയുള്ളൂ. സാന്ത്വനിപ്പിക്കാൻ വേണ്ടി താൻ പറയേണ്ടത് എന്തെല്ലാമാണെന്ന് ആശുപത്രിയിലേക്കു നടന്നുവരുന്നവഴി അയാൾ തീരുമാനിച്ചുകഴിഞ്ഞിരുന്നു. പക്ഷെ അയോഡോഫോമിന്റെ, ഹൃദയം മരവിപ്പിക്കുന്ന ഗന്ധം വമിച്ചുകൊണ്ട് പ്രകാശധാരയിൽ മുങ്ങിനിൽക്കുന്ന ഇടനാഴിയിൽ നിൽക്കുമ്പോൾ അതെല്ലാം

എത്രത്തോളം നിരർത്ഥകമായി തനിക്കുതന്നെ തോന്നുമെന്ന് അയാൾ ഊഹിച്ചിരുന്നില്ല.

'നിങ്ങളുടെ ഭർത്താവിന്റെ പേരെന്താണ്?' അതറിഞ്ഞാൽ പ്രശ്ന മെല്ലാം പരിഹരിക്കപ്പെട്ടുമെന്ന മട്ടിൽ അയാൾ ചോദിച്ചു.

'പെത്രോവ്.'

'കൊള്ളാം. ഒത്തുവന്നല്ലോ. എന്റെ പേര് പെത്രേൻകൊ എന്നാണ്!' ഒരു പുഞ്ചിരി വരുത്താൻ ശ്രമിച്ചെങ്കിലും ചുണ്ടുകൾ കോട്ടിക്കൊണ്ട് മെല്ലെ ചുമയ്ക്കാനേ അയാൾക്കു കഴിഞ്ഞുള്ളൂ.

ശസ്ത്രക്രിയാമുറിയിൽനിന്ന് ഒരു സർജൻ ഇറങ്ങിവന്നു.

'നിങ്ങളെ ആരാണു കടത്തിവിട്ടത്?'

'ഞങ്ങൾക്ക് പെത്രോവിനെ കാണണം.

'സന്ദർശനസമയം പകൽ രണ്ടു മുതൽ അഞ്ചു വരെയാണ്.

'പക്ഷെ സഖാവെ, പെത്രേൻകൊ സർജ്ജന്റെ അടുത്തേക്കു നടന്നു. അഞ്ചുമിനിട്ടു മതി. വളരെ പ്രധാനപ്പെട്ട ഒരു കാര്യത്തിനാണ്.

'നമ്മുടെ ജീവിതത്തിൽ എല്ലാ കാര്യങ്ങളും പ്രധാനമാണ്. ആരും കാത്തിരിക്കാൻ തയ്യാറല്ല. സർജൻ പോകാൻ ഭാവിച്ചു. അപ്പോഴാണ് അത് ബദ്യാനാണെന്ന് താന്യയ്ക്കു മനസ്സിലായത്.

'അദ്ദേഹം എങ്ങിനെയുണ്ട്?' അവൾ സർജന്റെ കോട്ടിൽ പിടിച്ചു. ബദ്യാൻ തിരിഞ്ഞുനിന്നു.

ധമനിയിൽനിന്നു രക്തസ്രാവം തുടങ്ങി. രക്തം പകരാൻ അയാളുടെ ഗ്രൂപ്പിൽപ്പെട്ട രക്തം വേണ്ടത്ര ഇവിടെയില്ല. മക്കായെവ്ക്കയിലേക്ക് ഒരുകാറു പോയിട്ടുണ്ട്. ഒന്നര മണിക്കൂറിനുള്ളിൽ രക്തം എത്തും. ഇത്രയേ പറയാനുള്ളൂ. നിങ്ങളെ ഇവിടെ ആവശ്യമില്ല.'

'പക്ഷെ, ഡോക്ടർ, എന്താണിത്! രണ്ടു മണിക്കൂറോ! അത് വളരെ നീണ്ട ഒരു സമയമാണല്ലോ. അതിനകം അയാൾ......' പെത്രേൻകൊ തന്റെ തൊപ്പി കയ്യുള്ളിൽ ഞെരിച്ച് പോക്കറ്റിൽ തിരുകി. വീണ്ടും പുറത്തെടുത്ത് അത് സർജന്റെ മുഖത്തിനുനേരെ വീശി. തന്റെ മനസ്സിലുള്ളതും ഇനിയും പ്രകാശിപ്പിച്ചിട്ടില്ലാത്തതുമായ ഏതോ ഒരു ആശയത്തിന് പിൻബലം കിട്ടാൻ താന്യയുടെ നേരെ നോക്കി യശേഷം പെത്രേൻകൊ യാചനാസ്വരത്തിൽ പറഞ്ഞു: 'ദയവായി എന്റെ രക്തം എടുത്തോളൂ. ഞാൻ തികച്ചും ആരോഗ്യവാനാണ്. നോക്കൂ!' അയാൾ കോട്ടൂരിമാറ്റി വേഗം ഷർട്ടിന്റെ കുടുക്കുകളഴിക്കാൻ തുടങ്ങി.

നിങ്ങൾക്ക് നിരസിക്കാൻ യാതൊരധികാരവുമില്ല!

പെത്രേൻകൊയുടെ ശബ്ദം വിറച്ചു. 'ഞാൻ പോവുകയില്ല! ഞാൻ പരാതിപ്പെടും! നിങ്ങൾ എന്നെ അങ്ങിനെ നോക്കുന്നതെന്തിനാണ്?'

'നിങ്ങളുടെ രക്തം ഏതു ഗ്രൂപ്പിൽപ്പെട്ടതാണെന്നെങ്കിലും അറിയാമോ?' ബദ്യാൻ മട്ടുപ്പോടെ ചോദിച്ചു.

'അതിലെന്തു കാര്യം? രക്തം രക്തമാണ്!'

'ഞങ്ങൾക്കാവശ്യം ഒന്നാം ഗ്രൂപ്പാണ്- Rhപോസിറ്റീവ്'

'എന്റേതും അതുതന്നെയാണ്...'

അരമണിക്കൂറിനകം ബദ്യാൻ രക്തം പകരാനുള്ള ഒരുക്കങ്ങളെല്ലാം ചെയ്തു. അദ്ദേഹം എന്തോ ആലോചിച്ചു പുഞ്ചിരിച്ചു.

'സെര്യോഷ, നിങ്ങൾക്കു രക്തം തന്നത് ആരാണെന്നറിയാമോ? ഇതാ നോക്കു.' ചുവന്ന ദ്രാവകം നിറച്ചുള്ള ഒരു കുപ്പി അദ്ദേഹം സെര്യോഷയുടെ കൺമുമ്പിൽ പിടിച്ചു. ലേബലിൽ ഈ വാക്കുകൾ തിടുക്കത്തിൽ കുത്തിക്കുറിച്ചിരുന്നു: 'പെത്രേൻകൊ ഗെന്നാദിയ് ഫ്യോദൊറൊവിച്ച്. ടർണർ, ഒന്നാം രക്തഗ്രൂപ്പ്.'

ഖനിത്തൊഴിലാളിയായ പെത്രോവിനും ടർണറായ പെത്രേൻകൊയ്ക്കും പരസ്പരം യാതൊരു പരിചയവുമില്ലായിരുന്നു അവർ ഉറ്റചങ്ങാതിമാരായിരിക്കുമെന്നാണ് സർജൻ കരുതിയത്. അല്ലെങ്കിൽ എന്തിന് പാതിരാത്ത് ഒരു മനുഷ്യൻ ആശുപത്രിയിൽ കടന്നുവന്ന് രക്തം സമ്മാനിക്കണം?

9

താന്യ ആ രാത്രി ആശുപത്രിയിൽ ചെലവഴിച്ചു. ഡ്യൂട്ടിയിലുള്ള നേഴ്സിന്റെ മേശയ്ക്കരികിലുള്ള കസേരയിലിരുന്ന് അവൾ ചെറുതായൊന്നു മയങ്ങാൻ ശ്രമിച്ചു. ഒന്നു രണ്ടു നിമിഷത്തേക്കെങ്കിലും സർവ്വതും മറക്കാനായിരുന്നു അവളുടെ ശ്രമം. പക്ഷേ അതു ഫലിച്ചില്ല. അവൾ പലതവണ സെര്യോഷ കിടന്നുറങ്ങുന്ന വാർഡിൽ പോയി നോക്കി. പൊട്ടിക്കരഞ്ഞാലോ എന്നു ഭയന്ന് അപ്പോൾത്തന്നെ പുറത്തേക്ക് ഓടിയിറങ്ങുകയും ചെയ്തു.

ഒരു പ്രാവശ്യം സെര്യോഷ തന്നെ വിളിക്കുന്നതു കേട്ടതുപോലെ അവൾക്കു തോന്നി. അവൾ വാർഡിലേക്കോടി. സെര്യോഷ പിച്ചും പേയും പറയുകയായിരുന്നു.

'താന്യ, താനെച്ക്ക, എന്റെ അടുത്തു വരൂ...അമ്മേ, കരയേണ്ട....

ഡോക്ടർ, എനിക്കു വേദനിക്കുന്നു... എനിക്കു വേണ്ട, വേണ്ട...'

രാവിലെ സെര്യോഷയുടെ മുഖത്ത് വെയിലടിക്കാതിരിക്കാനായി താന്യ ഒരു ടൗവ്വൽ കട്ടിലിന്റെ അറ്റത്ത് തൂക്കിയിട്ടു.

'വേണ്ട, താന്യ. വെയിൽ വരട്ടെ' എന്നുകേട്ട് അവൾ സ്തംഭിച്ചുനിന്നു.

'സെര്യോഷ, നിങ്ങൾ ഉണർന്നോ?'

'ഉവ്വ്.'

'ഞാൻ പോവുകയില്ല. നിങ്ങൾ എന്തു വേണമെങ്കിൽ ചെയ്തോളൂ. ഞാൻ പോവുകയില്ല. എനിക്കു നിങ്ങളെക്കൂടാതെ ജീവിക്കാൻ സാദ്ധ്യമല്ല.'

'നിനക്കു നന്ദി....'

അന്ന് ഖനിത്തൊഴിലാളികൾ ആശുപത്രിയെ 'ആക്രമിക്കുക'യുണ്ടായി. അവർ യാചിച്ചുനോക്കി, ഭീഷണിപ്പെടുത്തിനോക്കി, പലതരം രേഖാപത്രങ്ങൾ പ്രധാനഡോക്ടറുടെ നേരെ വീശിക്കാണിച്ചു. പക്ഷെ അവർക്ക് നിരാശരായി മടങ്ങേണ്ടിവന്നു. പെത്രോവിന് സന്ദർശകർ കർശനമായി നിരോധിച്ചിരുന്നു. താന്യ ഇറങ്ങിവന്ന് സുഹൃത്തുക്കളോടും അപരിചിതരോടും സംസാരിച്ചു. അവൾ ഗദ്ഗദത്തോടെ സെർഗേയുടെ ദേഹസ്ഥിതിയെക്കുറിച്ച് അവരോടു പറഞ്ഞു. അവർ അവളെ കടലാസുപൊതികളും കുറിപ്പുകളും യോഗങ്ങളുടെ തീരുമാനങ്ങളും ഏല്പിച്ചു. എല്ലാറ്റിന്റേയും സാരം ഒന്നുതന്നെയായിരുന്നു: സ്നേഹിതാ, നിരാശപ്പെടരുത്. ഖനിത്തൊഴിലാളി, തന്റേടമായിരിക്കൂ!

വൈകുന്നേരം ഖനിയിൽനിന്ന് കൊംസൊമോൾ ബ്യൂറോ മുഴുവനോടെ വന്നു. അവർ നെറ്റിചുളിച്ചുകൊണ്ട്, വിഷണ്ണരായി, സ്വീകരണമുറിയിൽ കടന്നുവന്ന് ചുമതലപ്പെട്ട സർജനെ കാണണമെന്നു ആവശ്യപ്പെട്ടു.

ബദ്യാൻ ഇറങ്ങിവന്നു.

'പെത്രോവിന്റെ സ്നേഹിതന്മാർക്ക് എന്തുകൊണ്ട് അയാളെ കാണാൻ പാടില്ല?' മമേദൊവ് കോപത്തോടെ ചോദിച്ചു.

'ആശുപത്രിയിൽ ചില ചട്ടങ്ങളെല്ലാമുണ്ട്. മാത്രവുമല്ല, രോഗി തീരെ അവശനാണ്,' ബദ്യാൻ പറഞ്ഞു.

'ഇത് എത്ര നാൾ നീണ്ടുനിൽക്കും? അയാളെ സുഖപ്പെടുത്താൻ എന്താണു ചെയ്യുന്നത്?' വൊളൊബ്വെയ്സ്ക്കിയ് മുന്നോട്ടു നീങ്ങിക്കൊണ്ടു ചോദിച്ചു.

'നമ്മളെല്ലാം പുരുഷന്മാരാണ്. എനിക്കു നിങ്ങളുടെ വികാരങ്ങൾ മനസ്സിലാക്കാനൊക്കും. പക്ഷെ ഇതൊരു സാധാരണകേസല്ല.'

'ഞങ്ങൾ ഇവിടെത്തന്നെ നിൽക്കാൻ നിശ്ചയിച്ചിരിക്കുകയാണ്. ഞങ്ങളുടെ സെർഗേയാണ്! അതുപോലൊരു ആൾക്കുവേണ്ടി ഞങ്ങൾ എന്തും കൊടുക്കാം. ചോരയോ തൊലിയോ എന്തുവേണ മെങ്കിലും. ഞങ്ങൾ നിങ്ങളുടെ വരുതിയിലാണ്,' ഗൊൻചറോവ് ശാന്തമായി പറഞ്ഞു.

'നന്ദി.ഇതേവരെ അതിന്റെ ആവശ്യം വന്നിട്ടില്ല. പക്ഷെ എന്തും സംഭവിക്കാം.'

ബദ്യാൻ പോയി. ഒരു വെള്ള ആശുപത്രിയുടുപ്പിട്ടുകൊണ്ട് താന്യ പുറത്തുവന്നു.

'കോല്യ, അവർ സേർഗേയെ രണ്ടാമത് ശസ്ത്രക്രിയ ചെയ്യാൻ പോവുകയാണ്....'

'താന്യ, വിഷമിക്കരുത്,' ഗൊൻചറോവ് അവളുടെ തോളിൽക യ്യിട്ടു. 'നീ പിടിച്ചുനിന്നേ പറ്റൂ. മനസ്സിലായോ?'

'നിങ്ങളെല്ലാവരും ജീവനോടെ ആരോഗ്യവാന്മാരായി ഇരിക്കു ന്നതു കാണുമ്പോൾ, അദ്ദേഹമോ...' താന്യ പൊട്ടിക്കരഞ്ഞു. 'നിങ്ങൾ എന്തുകൊണ്ട് അദ്ദേഹത്തെ രക്ഷിച്ചില്ല?

അയാൾ ഞങ്ങളെ രക്ഷിക്കുകയാണു ചെയ്തത്... ഞങ്ങളിൽ മിക്കവരും താഴെയുണ്ടായിരുന്നു അയാൾ, മത്രോസ്സൊവിനെ*(* അലക്സാണ്ടർ മത്രോസ്സൊവ്- രണ്ടാം ലോകമഹായുദ്ധത്തിനിട യ്ക്ക് ശത്രുവിന്റെ പീരങ്കിജാലകത്തെ സ്വന്തം ശരീരംകൊണ്ട് മൂടിയ ഒരു ധീരൻ.)പ്പോലെ, സ്വന്തം ദേഹംകൊണ്ട്.....' മമേദൊവ് ഗദ്ഗ ദത്തോടെ പറഞ്ഞു.

സെർഗേയുടെ സ്ഥിതി മണിക്കൂർതോറും മോശപ്പെട്ടുവന്നു. രണ്ടാമത്തെ കൈ മുറിച്ചുകളയുന്നത് മാറ്റിവച്ചാൽ ആപത്താകുമെന്ന നിലയായി.

ശസ്ത്രക്രിയ തുടങ്ങുന്നതിന് കുറച്ചുമുമ്പ് അയാൾ കണ്ണു തുറന്ന് കർമ്മ നിരതരായി നിൽക്കുന്ന സർജന്മാരേയും നേഴ്സുമാരേയും നോക്കി.

'വലതുകൈയും മുറിച്ചുകളയാൻ പോവുകയാണ്, അല്ലേ?' അയാൾ പറഞ്ഞു.

'സെര്യോഷ, ഇതു നിങ്ങളുടെ ജീവന്റെ പ്രശ്നമാണ്.'

'താന്യയെ വിളിക്കൂ.'

ഒരു വെളുത്ത തുണികൊണ്ട് വായ്മൂടിയിട്ടു താന്യ പ്രവേശിച്ചു.

'താന്യ, ഞാൻ എന്തെങ്കിലും തെറ്റു ചെയ്തിട്ടുണ്ടെങ്കിൽ ക്ഷമിക്കണം... നമുക്ക് ജീവിക്കാൻ, യഥാർത്ഥത്തിൽ ജീവിക്കാൻ, സമയം കിട്ടിയിട്ടില്ല. കാര്യമായിട്ടുള്ളത്...'

യഥാർത്ഥമായിട്ടുള്ളത്, കാര്യമായിട്ടുള്ളത്... അവരുടെ ജീവിതത്തിൽ യഥാർത്ഥമായിട്ടുള്ളത് എന്തായിരുന്നു? സെര്യോഷ അവൾക്കു കൊടുത്ത വിവാഹമോതിരമോ? അതു യഥാർത്ഥമായിരുന്നില്ല. സെര്യോഷയുടെ വിദ്യാർത്ഥി സുഹൃത്തുക്കൾ മൂന്നു കോപ്പെക്കിന്റെ ഒരു ചെമ്പുതുട്ടുകൊണ്ടുണ്ടാക്കിയതായിരുന്നു അത്. താന്യയ്ക്കു കാര്യം മനസ്സിലായി. ഒരു വിദ്യാർത്ഥിയുടെ കയ്യിൽ പണമെവിട്ടുന്നാണ്? അതുകൊണ്ട് അവൾക്കതിൽ പരിഭവം തോന്നിയില്ല. സെര്യഷ ആദ്യത്തെ ശമ്പളം കൊണ്ടു വാങ്ങിക്കൊടുത്ത സ്വർണ്ണമോതിരത്തോടൊപ്പം ഇപ്പോഴും അത് അവൾ ധരിക്കുന്നുണ്ട്. പത്തു സ്വർണ്ണമോതിരങ്ങൾക്കു പകരമായിപ്പോലും ചെമ്പുകൊണ്ടുള്ള ആ കളിമോതിരം വച്ചുമാറാൻ അവൾ തയ്യാറായില്ല. ഒരു പക്ഷെ യഥാർത്ഥമായിരുന്നത് അവരുടെ വിവാഹാഘോഷമായിരുന്നോ? ആഘോഷത്തിന്റെ മൂർദ്ധന്യത്തിൽ ആ വീട് തീരെ ചെറുതാണെന്ന് അവർക്കു തോന്നി. മുഴുവൻ ലോകവുമായി തങ്ങളുടെ ആനന്ദം പങ്കിടാൻ അവർ ആഗ്രഹിച്ചു.

'നമുക്ക് ഓടിപ്പോകാം,' സെര്യോഷ മന്ത്രിച്ചു.

അവർ വിവാഹാഘോഷത്തിൽനിന്നും ഓടിപ്പോയി. പട്ടണത്തിന്റെ വിജനമായ നിശാവീഥികളിലൂടെ മഞ്ഞു ചവുട്ടിപ്പൊടിച്ചുകൊണ്ട് അവർ ഓടി. 'നോക്കൂ! കേൾക്കൂ! ഞങ്ങൾ എത്ര സന്തുഷ്ടരാണ്!' എന്ന് ആർത്തുവിളിക്കാൻ അവർ വെമ്പി.

താന്യയുടെ കൈകൾ തണുത്തിരുന്നു. സെര്യോഷ അവയെ തന്റെ കരുത്തുറ്റ വലിയകൈകളിലെടുത്തുകൊണ്ട് ചൂടാക്കി. അവളുടെ കണ്ണുകളിലും കവിളുകളിലും ചുണ്ടിലും ചുംബിച്ചുകൊണ്ട് അയാൾ മന്ത്രിച്ചു: ഓമനേ, എന്റെ ഓമനേ, ജീവിതം മുഴുവൻ ഈ കൈകൾ നിനക്കു താങ്ങായിരിക്കും.

താന്യയ്ക്കു വീർപ്പുമുട്ടി. അവൾ തലയാട്ടി. വിതുമ്മിക്കരയാതിരിക്കാൻ ചുണ്ടു കടിച്ചു. ഒരക്ഷരം മിണ്ടാൻപോലും അവൾ അശക്തയായിരുന്നു.

രണ്ടു മണിക്കൂർ കഴിഞ്ഞ് കൈരണ്ടുമില്ലാതെ സെര്യോഷ വാർഡിൽ തിരിച്ചെത്തി.

ശസ്ത്രക്രിയ നടന്നതിന്റെ പിറ്റേന്ന് രാവിലെ സെർഗേയുടെ അച്ഛൻ വന്നു. ഒന്നിലധികം തവണ മരണത്തിന്റെ മുഖത്തു നോക്കിയിട്ടുള്ള ആ വൃദ്ധഭടൻ, ബോധരഹിതനായി കിടക്കുന്ന തന്റെ മകന്റെ മെത്തയ്ക്കരികിൽ വെട്ടിയിട്ട മരംപോലെ ഇരുന്നു.

രണ്ടു പകലും രാത്രിയും സെർഗേയുടെ ജീവൻ ഒരു തലനാരിഴയിൽ തൂങ്ങുകയായിരുന്നു. രണ്ടു പകലും രാത്രിയും താന്യ അയാളുടെ അടുത്തുനിന്നും മാറിയിട്ടേയില്ല. ഒരു ശിലാപ്രതിമപോലെ അവൾ അവിടെ ഇരുന്നു. അവളോട് പോയി വിശ്രമിക്കാൻ പലരും പറഞ്ഞു. പക്ഷെ അവൾ തലകുലുക്കിയതേയുള്ളൂ.ഒരേയൊരു ബിന്ദുവിൽ ദൃഷ്ടിയുറപ്പിച്ചുകൊണ്ട് അവൾ വീണ്ടും നിശ്ചലമായി ഇരുന്നു.

'ആ പാവം അവിടെ ഇരിക്കുകയാണ്. ആ ഇരിപ്പു കാണുമ്പോൾ സങ്കടം വരുന്നു,' വൃദ്ധപരിചാരികയായ ദാഷ അമ്മായി അടുത്ത വാർഡിലുള്ളവരോടു പറഞ്ഞു.

'അവളെ കാണുമ്പോൾ എനിക്കു കരയാൻ തോന്നുന്നു. അവർ ഗാഢമായി പരസ്പരം സ്നേഹിച്ചിരുന്നിരിക്കണം.'

'അമ്മൂമ്മേ, അവരുടെ സ്നേഹത്തെ എന്തിനു ശവപ്പെട്ടിയിലാക്കുന്നു! 'പരസ്പരം സ്നേഹിച്ചിരുന്നിരിക്കണ'മത്രെ! അതു കേൾക്കുമ്പോൾ എനിക്കു സഹിക്കുന്നില്ല!' നെറ്റിവച്ചുകെട്ടിയിരുന്ന ഒരു രോഗി ദേഷ്യത്തോടെ പറഞ്ഞു. 'ഞാൻ അവളെ ഇന്നലെ ഇടനാഴിയിൽവച്ചു കണ്ടു,' അയാളുടെ ശബ്ദം ഊഷ്മളമായി. 'അവൾ തീരെചെറുപ്പമാണ്. ഒരു കൊച്ചുപെണ്ണ്. പക്ഷെ അവളെ നോക്കൂ! ഞാൻ അവളോടു പറഞ്ഞു, 'നിനക്കു നന്ദി!' അവൾ എന്നെ അത്ഭുതത്തോടെ നോക്കി. 'എന്തിന്?' അവൾ ചോദിച്ചു. ഞാൻ പറഞ്ഞു 'ഇതിന്!' ' അയാൾ തന്റെ മാറത്ത്, ഹൃദയത്തിനു മീതെ, മുഷ്ടി അമർത്തി.

അവസാനം ദാഷ അമ്മായിയും നേഴ്സുംകൂടി താന്യയെ ബലാൽക്കാരമായി പിടിച്ചുകിടത്തി. പക്ഷേ അവൾ അധികനേരം ഉറങ്ങിയില്ല. താൻ എങ്ങോട്ടോ ഓടുന്നതായി അവൾ സ്വപ്നം കണ്ടു. കാലുകൾക്ക് വല്ലാത്ത ഭാരം തോന്നി. അവ പൊക്കാൻ വയ്യ. അവൾ ഒരു കുഴിയിൽ വീണു. നിലവിളിക്കാൻ ശ്രമിച്ചു. പക്ഷെ വായ് നിറയെ പഞ്ഞി കുത്തിനിറച്ചതുകാരണം ഒച്ച പുറത്തു വന്നില്ല.

അവൾ ഉറക്കത്തിൽനിന്ന് ഞെട്ടിയെണീറ്റു. ദേഹം വിയർപ്പിൽ കുളിച്ചിരുന്നു. ഉറങ്ങുന്നതിനുമുമ്പത്തേക്കാൾ ക്ഷീണം അവൾക്കിപ്പോൾ തോന്നി. അവൾ തന്റെ കയ്യിന്മേൽ അത്ഭുതത്തോടെ നോക്കി.അതെന്തിനാണെന്ന് അവൾക്കുതന്നെ മനസ്സിലായില്ല.

സെര്യോഷ, അവർ നിങ്ങളോട് എന്താണ ചെയ്യിരിക്കുന്നത്? നിങ്ങൾ എന്നെ തനിച്ചാക്കിയിട്ട പോകുമോ? ഇല്ലില്ല, പോകരുത്! നിങ്ങൾ മരിക്കരുത്! മരിക്കാൻ ഞാൻ അനുവദിക്കുകയില്ല! ഇവിടത്തെ ഡോക്ടറന്മാർ വെറുതെ വെപ്രാളപ്പെടുകയാണ്. ഞാൻ ദൊനേത്സ്ക്കിൽ പോയി പ്രൊഫസറന്മാരെ കാണും.

'ഹാ! എനിക്ക് ഈ ബുദ്ധി എന്തുകൊണ്ടു നേരത്തേ പോയില്ല!'

തല നരച്ച പ്രൊഫസറന്മാരെ കാണാൻ താൻ ദൊനേത്സ്ക്കിലേക്കു പായുന്നത് അവൾ ഭാവനയിൽ കണ്ടു. അവർ സെര്യോഷയെ ഒന്നു നോക്കുകയേ വേണ്ടു, അയാൾക്ക് എല്ലാം സുഖപ്പെടും.

ബദ്യാന്റെ മുറിയിലേക്ക് അവൾ ഓടിക്കയറിയപ്പോൾ അദ്ദേഹത്തിന്റെ മുഖത്ത് ഗൗരവം നിഴലിച്ചിരുന്നു. അദ്ദേഹം എഴുന്നേറ്റു.

'ഞങ്ങൾ തല്ക്കാലത്തേക്ക് രക്തസ്രാവം നിർത്തി', അദ്ദേഹം പറഞ്ഞു. 'പക്ഷെ നിർഭാഗ്യവശാൽ രക്തവാഹിനികൾക്കും വൈദ്യുതബാധ ഏറ്റിട്ടുണ്ട്. അവ ശരീരത്തിൽ അഴുകിക്കൊണ്ടിരിക്കുകയാണ്. അതു നിർത്താൻ ഞങ്ങൾക്കു സാദ്ധ്യമല്ല. അതിപ്രധാനങ്ങളായ മറ്റു കേന്ദ്രങ്ങൾക്കും വിദ്യുത്ബാധ ഏറ്റിട്ടില്ലെന്നു തീർത്തു പറഞ്ഞുകൂടാ.' അദ്ദേഹം മറ്റെന്തോകൂടി പറയാൻ ഭാവിച്ചെങ്കിലും വേണ്ടെന്നു വച്ചു. അവ്യക്തമായ ഒരു അംഗവിക്ഷേപത്തോടെ അദ്ദേഹം കസേരയിലിരുന്നു.

താന്യ ഒന്നും പറഞ്ഞില്ല. അവളിൽ നിരാശയും കോപവും ഉയർന്നുവന്നു. ആരോടാണ താൻ കോപിക്കുന്നതെന്ന് അവൾക്കുതന്നെ നിശ്ചയമില്ലായിരുന്നു. തന്റെ ജീവനിൽ ജീവനായ മനുഷ്യൻ മരിച്ചുപോകുമെന്ന് അവൾക്കു വിശ്വസിക്കാൻ കഴിഞ്ഞില്ല.അവൾ അതു വിശ്വസിക്കാൻ കൂട്ടാക്കിയില്ല.

'ആദ്യം നിങ്ങൾ പറഞ്ഞു അദ്ദേഹം ഒരു ദിവസംപോലും ജീവിക്കുകയില്ലെന്ന്!' താന്യ പെട്ടെന്ന് നിശിതമായി പറഞ്ഞു. 'നിങ്ങൾ ഭയപ്പെട്ടുവെന്നതാണ വാസ്തവം. കാരണം ഇതുപോലൊരു കേസ് നിങ്ങൾ കണ്ടിട്ടില്ല!' അവൾ പറഞ്ഞു. ഉടനടി ദൊനേത്സ്ക്കിൽ പോകണമെന്ന കാര്യത്തിൽ ഇപ്പോൾ അവൾക്കു സംശയമില്ലായിരുന്നു.

ആശുപത്രിയ്ക്കടുത്തുള്ള ഒരു ബഞ്ചിൽ സെര്യോഷയുടെ അച്ഛനിരിക്കുന്നത് അവൾ കണ്ടു. അദ്ദേഹം തലയ്ക്കു കൈകൊടുത്തുകൊണ്ട് ഇരിക്കുകയാണ്.

'അച്ഛാ!' താന്യ വിളിച്ചു.

അന്തോൻ അന്ദ്രേയെവിച്ച് തല ഉയർത്തി വേഗം പറഞ്ഞു:

'മോളേ, താന്യ.... ഹാ! എന്തൊരു കഷ്ടകാലമാണ്... എന്റെ കൊച്ചുമോൻ സെര്യോഷ.... അവൻ കൊച്ചിലേ എത്ര മിടുക്കനായിരുന്നു.... കുഞ്ഞിക്കൈകൾ എന്റെ നേരെ നീട്ടിക്കൊണ്ട് അവൻ പറയുമായിരുന്നു, 'അച്ഛാ, യുദ്ധത്തിൽ പോകണ്ട. അവർ ആളുകളെ കൊല്ലും...' ഇപ്പോൾ യുദ്ധമില്ല. എന്നിട്ട് അവനോ...'

അദ്ദേഹത്തിന്റെ മുഖത്തു നോക്കിയപ്പോൾ തന്റെ ഹൃദയമിടിപ്പു നിന്നതുപോലെ താന്യയ്ക്കു തോന്നി. അവളെ നോക്കുന്ന കണ്ണുകൾ സെര്യോഷയുടേതായിരുന്നു. അവയിൽ വാർദ്ധക്യവും പാരവശ്യവും നിഴലിച്ചിട്ടുണ്ട്. എങ്കിലും അവ സെര്യോഷയുടേതുതന്നെയാണ്. ഉന്മേഷപ്രദമായ എന്തെങ്കിലുമൊന്ന് അദ്ദേഹത്തോടു പറയാൻ അവൾ ഉൽക്കടമായി ആഗ്രഹിച്ചു. ആ വൃദ്ധന്റെ കഴുത്തിൽ കൈ ചുറ്റിക്കൊണ്ട് അദ്ദേഹത്തെ പുണർന്നശേഷം അവൾ ഓടിപ്പോയി.

ദൊനേത്സ്ക്കിലേക്കുള്ള ബസ്സിലിരിക്കുമ്പോൾ 'അച്ഛൻ' എന്ന പരിചിതമല്ലാത്ത പദം അവൾ സ്വയം ഉരുവിട്ടുകൊണ്ടിരുന്നു. എത്ര അനായാസമായിട്ടാണ് താൻ അതു പറഞ്ഞതെന്ന് ഓർത്തപ്പോൾ അവൾക്ക് അത്ഭുതം തോന്നി. ആ വാക്ക് തന്റെ തൊണ്ടയിൽ തങ്ങുമെന്നും തന്നിൽനിന്ന് ആദ്യമായി അതു കേൾക്കുന്നയാൾക്ക് അത് അരോചകമായിരിക്കുമെന്നും അവൾ ഭയപ്പെട്ടിരുന്നതാണ്. 'അച്ഛൻ...'എന്റെ അച്ഛൻ എത്തരത്തിലുള്ള ആളായിരുന്നു? ഉന്മേഷഭരിതനും ദയാലുവുമായിരുന്നുവെന്നാണു കേട്ടിട്ടുള്ളത്. 1941-ൽ അദ്ദേഹം പോയി. പിന്നെ കണ്ടിട്ടില്ല....

ദൊനേത്സ്ക്കിലെ തെരുവുകൾ ശബ്ദമുഖരിതമായിരുന്നു. കീലിട്ട റോഡുകളിലൂടെ വണ്ടിച്ചക്രങ്ങൾ ഒച്ചവച്ചു നീങ്ങി. ട്രാമുകൾ ആളുകളെക്കൊണ്ടു നിറഞ്ഞിരുന്നു. ശക്തിയായി അടിച്ച ഏപ്രിൽക്കാറ്റിൽ വൃക്ഷങ്ങൾ ഉലഞ്ഞാടി. ദീർഘമായ ഹേമന്തനിദ്രയിൽനിന്നും ഉണർത്തിക്കൊണ്ട് സമയം കളയാതെ ജീവിതം ആസ്വദിക്കൂ! എന്ന് അത് അവയോടു പറയുന്നതുപോലെ തോന്നി.

ചുറുചുറുക്കുള്ള ഒരു പെൺകുട്ടി കലീനിൻ ക്ലിനിക്കിലേക്കുള്ള വഴി താന്യയ്ക്ക് വിസ്തരിച്ചു പറഞ്ഞുകൊടുത്തു. നീലക്കണ്ണുള്ള ആ പെൺകുട്ടിക്ക് താന്യയുടെ പ്രായമായിരുന്നു ആ ക്ലിനിക്കിൽ ഒന്നാന്തരം ഡോക്ടറന്മാരുണ്ടെന്ന് അവൾക്ക് ഉറപ്പുണ്ടായിരുന്നു. മുഖത്തു വെയിലടിച്ചപ്പോൾ കണ്ണുകൾ ചെറുതാക്കിക്കൊണ്ട് അവൾ സഹതാപപൂർവ്വം ചോദിച്ചു: 'അമ്മയ്ക്കാണോ സുഖക്കേട്?'

'അല്ല, ഭർത്താവിന്'

ചാരനിറത്തിലുള്ള കൂറ്റൻ ആശുപത്രിക്കെട്ടിടവും തണുത്ത മട്ടിൽ തിളങ്ങുന്ന അതിന്റെ ജനാലകളും കണ്ടപ്പോൾ താന്യയുടെ ഉള്ളിൽ സങ്കോചവും അതോടൊപ്പം താൻ വന്നതു വെറുതെയാവില്ല എന്നൊരു നേരിയ ആശയും അങ്കുരിച്ചു.

സെർഗേയ് ഉണർന്നു. അയാളുടെ കണ്ണുകൾ വാർഡിൽച്ചുറ്റിത്തിരിഞ്ഞു. അവസാനം അവ അയാളുടെ അച്ഛന്റെ മേൽ പതിഞ്ഞു.

'അച്ഛൻ വന്നു, ഇല്ലേ? ഞങ്ങൾ അങ്ങോട്ടു വരാനിരുന്നതാണ്... വീട്ടിലെല്ലാവർക്കും സൗഖ്യമാണോ?'

'എല്ലാവർക്കും സൗഖ്യമാണ്. നിന്റെ അമ്മ... അവൾക്കും അസുഖമൊന്നുമില്ല. അവളുടെ സ്നേഹാന്വേഷണങ്ങൾ അറിയിക്കാൻ പറഞ്ഞു. അവിടെ ഇപ്പോൾ വെള്ളപ്പൊക്കമാണ്. ഞങ്ങൾ നിന്റെ വരവും കാത്ത് ഇരിക്കുകയായിരുന്നു..... സാരമില്ല. എല്ലാം സുഖപ്പെട്ടുമ്പോൾ നിങ്ങൾ വരുമല്ലോ......' വൃദ്ധൻ സംസാരം നിർത്തി. ഉന്മേഷഭരിതമായ എന്തെങ്കിലും വാക്കുകൾക്കുവേണ്ടി അദ്ദേഹം വേദനയോടെ തിരഞ്ഞു. പക്ഷെ വ്ളാങ്കുകൾപോലെ അവ തെന്നിപ്പോയ്ക്കൊണ്ടിരുന്നു. അവസാനം അദ്ദേഹത്തിന്റെ മനസ്സിൽ അവശേഷിച്ചത് നിരാശാഭരിതമായ ഈ ചോദ്യമായിരുന്നു: 'മകനേ, നീ ഇനി എങ്ങിനെ കഴിയും?'

'ഞാൻ സൂക്ഷിക്കാത്തതിനു ക്ഷമിക്കു... പക്ഷെ മറ്റൊന്നും ചെയ്യാനില്ലായിരുന്നു. ഞാൻ ധീരനും നിർഭയനുമായിരിക്കണമെന്ന് അച്ഛൻ എപ്പോഴും പറഞ്ഞിട്ടുണ്ടല്ലോ. അച്ഛാ, ഞാനൊരു ഭീരുവായിരുന്നില്ല. എനിക്ക് എന്താണു സംഭവിക്കാൻ പോകുന്നതെന്ന് അറിഞ്ഞുകൂടാ. ഞാൻ ജീവിക്കുകയില്ലെന്നാണ് അവർ പറയുന്നത്. അതു വിശ്വസിക്കാൻ ഞാൻ ആഗ്രഹിക്കുന്നില്ല. പക്ഷേ... അവർ എന്റെ ഇടതുകൈ മുറിച്ചുകളഞ്ഞു... അടുത്തു വലതുകൈ ആയിരിക്കും... പിന്നെ ഒരു കാല്...'

അച്ഛൻ മകനെ സംഭ്രമത്തോടെ നോക്കി. അവൻ പിച്ചും പേയും പറയുകയാണോ? കൈ രണ്ടും മുറിച്ചുകളഞ്ഞിരിക്കുകയാണ്. അദ്ദേഹം ഒന്നു ഞെട്ടിങ്ങി. സെര്യോഷയുടെ ഓർമ്മശക്തി നശിച്ചിരിക്കുന്നു!

'മോനേ, നടന്നതെല്ലാം നിനക്ക് ഓർമ്മയുണ്ടോ?'

പുതപ്പ് രണ്ട് കൂർത്ത കോണുകളിൽ തങ്ങി നെഞ്ചിനൊപ്പം ഉയർന്നുകിടന്നു. സെര്യോഷ കണ്ണു മിഴിച്ചു. വരണ്ട ചുണ്ടുകൾ

നക്കിക്കൊണ്ട് അയാൾ മൃദുവായി ചോദിച്ചു. അതെവിടെ?

മുട്ടുകളുടെ മീതേവച്ച മുറിച്ചുകളയപ്പെട്ട് കെട്ടിവച്ചിരിക്കുന്ന കുറ്റിക്കൈകളുടെ നേരെ അയാളുടെ പരിഭ്രാന്തനയനങ്ങൾ തിരിഞ്ഞു. പെട്ടെന്ന് അയാൾ ഭയാനകമായി, ഒരു അപസ്മാരബാധിതനെപ്പോലെ, പൊട്ടിച്ചിരിച്ചു.

വലതുഭാഗത്ത് വെളുത്ത പുതപ്പിന്മേൽ ഒരു ചുവന്ന പാട് പ്രത്യക്ഷപ്പെട്ടു. അത് പടർന്നു വലുതായിക്കൊണ്ടിരുന്നു.

10

കണ്ണുനീരിനിടയിലൂടെ താന്യ പറഞ്ഞ കഥ മുഴുവൻ കണ്ണടവച്ച മനുഷ്യൻ ശ്രദ്ധിച്ചുകേട്ടു. അതുകഴിഞ്ഞ് അദ്ദേഹം മേശയ്ക്കു പിന്നിൽ നിന്ന് നിശ്ശബ്ദം എഴുന്നേറ്റ് പുറത്തേക്കു പോയി.

അദ്ദേഹത്തിന് ഒരു പ്രൊഫസറുടെ യാതൊരു മട്ടുമില്ല, താന്യ വിചാരിച്ചു.

പ്രൊഫസർ മടങ്ങിവന്നു. കൂടെ ഒരു സ്ത്രീയുമുണ്ടായിരുന്നു.

'ഡോസന്റ് ഗ്രിൻ നിങ്ങളുടെ കൂടെ വരും. അവർ ഒരു തീപ്പൊള്ളൽ വിദഗ്ധയാണ്.'

വലതുഭാഗത്തെ രക്തസ്രാവം നിർത്താൻ അവർക്കു കഴിഞ്ഞു. പക്ഷെ ചോര കുത്തിവയ്ക്കാനായി ഒരു സിരയിൽ സൂചി കയറ്റാനുള്ള എല്ലാ ശ്രമവും നിഷ്ഫലമായി. ഇടതുകാൽ മാത്രമേ കേടുപറ്റാതെ ഉണ്ടായിരുന്നുള്ളുവെന്നത് സ്ഥിതി കൂടുതൽ വഷളാക്കി. വിയർപ്പിൽ മുങ്ങിക്കൊണ്ട് ഡോക്ടറന്മാർ ഒരു രക്തവാഹിനി കണ്ടെത്താനുള്ള വിഫലശ്രമം തുടർന്നു. നിരന്തരമായ കുത്തിവയ്പുകൾമൂലം കാല് വീങ്ങി നീലിച്ചിരുന്നിരുന്നു. പൾസു കണ്ടുപിടിക്കാൻ അവർക്കു കഴിഞ്ഞില്ല.

ജോലിത്തിരക്കും മനക്ലേശവും കാരണം രോഗിയുടെ മെത്തയ്ക്കരികിൽ ഡോക്ടർ ഗ്രിൻ വന്നുനിന്നത് അവർ ആദ്യം ശ്രദ്ധിച്ചില്ല. ഡോക്ടറന്മാർ ചെയ്യുന്നതെന്താണെന്നു കണ്ടശേഷം ഡോക്ടർ ഗ്രിൻ വ്യക്തമായ സ്വരത്തിൽ പറഞ്ഞു:

'ഒരു ധമനി തുറക്കാനുള്ള ഉപകരണം തയ്യാറാക്കൂ!'

എല്ലാവരും പെട്ടെന്ന് തല ഉയർത്തി അവരെ നോക്കി.

'ഗ്രിൻ,' അവർ സ്വയം പരിചയപ്പെടുത്തി. 'ഗ്രീവാധമനിയിലൂടെ ചോര കുത്തിവയ്ക്കാൻ പറ്റുമോ എന്നു നമുക്കു നോക്കാം.'

അന്നരാത്രി മഴ പെയ്തു. പുറത്ത് മിന്നൽപ്പിണരുകൾ അന്ധകാരത്തെ ഭേദിച്ചു. താന്യ ഭീതിയോടെ ഇടിമുഴക്കം കേൾക്കാൻ കാത്തിരുന്നു. പക്ഷെ അതുണ്ടായില്ല. വസന്തമാരുതൻ ജനാലകളിൽ ഊക്കോടെ വന്നടിച്ചുകൊണ്ടിരുന്നു. ദുർബ്ബലമായ ജനാലച്ചില്ല് സമ്മർദ്ദം താങ്ങാൻ വയ്യാതെ ഉടഞ്ഞുപോകുമെന്നും ഏപ്രിൽമാസത്തെ പ്രക്ഷുബ്ധമായ രാത്രി വാർഡിനുള്ളിൽ പ്രവേശിക്കുമെന്നും തോന്നി. ഡ്യൂട്ടിയിലുള്ള നേഴ്സ് മേശയ്ക്കരികിൽ ഉറക്കം തൂങ്ങിയിരുന്നു. സെർഗേയ് ഉറക്കത്തിൽ ഞരങ്ങി. കാറ്റ് രോഷപൂർവ്വം ഓരിയിട്ടു കൊണ്ടിരുന്നു.

അയാളെ ദൊനേത്സ്ക്കിലേയ്ക്കു മാറ്റേണ്ടതാണ്. പക്ഷെ അതിൽ വളരെയേറെ അപകടമുണ്ട്. വഴിക്ക് രക്തസ്രാവം തുടങ്ങിയാൽ.... ഡോക്ടർ ഗ്രീനിന്റെ ഈ വാക്കുകൾ ഒരു നൂറു തവണ താന്യ ഓർത്തു. അവർ പറയാതെ വിട്ട വാക്കുകൾ ഓർത്തപ്പോൾ അവൾ നടുങ്ങി. അപകടം... താനിന്ന് കുറച്ചു നേരം- പത്തു മിനിട്ടുപോലും- വൈകിപ്പോയിരുന്നെങ്കിൽ എന്തായിരുന്നിരിക്കും സംഭവിക്കുക? താന്യ ജനാലയുടെ അടുത്തു ചെന്ന് പുറത്തേക്കു നോക്കി.

'താന്യ, കുറച്ചു വിശ്രമിക്കൂ. ഇല്ലെങ്കിൽ കിടപ്പിലാവും.'

'എന്തു തോന്നുന്നു? അവർക്ക് സെര്യോഷയെ രക്ഷിക്കാൻ കഴിയുമോ?'

'എന്താണു പറയേണ്ടതെന്ന് എനിക്കറിഞ്ഞുകൂടാ. ഇത്ര ഗുരുതരമായ ഒരു കേസ് ഈ ആശുപത്രിയിൽ ഇതിനുമുമ്പു വന്നിട്ടില്ല. എവിടന്നു തുടങ്ങണമെന്ന് ഡോക്ടറന്മാർക്കു നിശ്ചയമില്ല. ഇന്നലത്തെ കാര്യം തന്നെ എടുക്കൂ. ദൊനേത്സ്ക്കിയിൽനിന്നു വന്ന ആ ഡോക്ടർ ഇല്ലായിരുന്നെങ്കിൽ എന്തു സംഭവിക്കുമായിരുന്നുവെന്ന് ആർക്കറിയാം. കഴുത്തിലെ ഒരു രക്തവാഹിനിയിലൂടെ ചോര കുത്തിവയ്ക്കാമെന്ന ആലോചന ആർക്കും പോയില്ല. കയ്യിൽ കുത്തിവച്ചാണ് അവർ ശീലിച്ചിരിക്കുന്നത്.'

'ക്ലാവ, എന്താണു ചെയ്യേണ്ടത്?'

'ജീവിതത്തിൽ സംഭവിക്കുന്നതിനെല്ലാം ഒരു ഉത്തരം കണ്ടെത്താൻ കഴിഞ്ഞിരുന്നെങ്കിൽ എത്ര നന്നായിരുന്നു, ഉറക്കെ ചിന്തിക്കുന്ന മട്ടിൽ നേഴ്സ് പറഞ്ഞു. അയാളെ ദൊനേത്സ്ക്കിലേക്കു കൊണ്ടു പോവുകയാണ് ഏറ്റവും നല്ലത്. പക്ഷെ ഉത്തരവാദിത്വം ആരേറ്റെടുക്കും? അയാളെ ശസ്ത്രക്രിയാമുറിയിലേക്കു മാറ്റാത്തതിന് ഗ്രീൻ ഇവിടുത്തെ ഡോക്ടർമാരെ കുറ്റപ്പെടുത്തി. പക്ഷെ അയാളെ

അനക്കാൻ അവർക്കുഭയമാണ്. സങ്കീർണ്ണമായ ഏതോ ശസ്ത്രക്രിയ നടത്താൻ ഗ്രിൻ ഉപദേശിച്ചു. പക്ഷെ അവർ പൊയ്ക്കഴിഞ്ഞപ്പോൾ പ്രധാന ഡോക്ടർ പറഞ്ഞു: ഉപദേശം തരാൻ അവർക്കെല്ലാം നല്ലച ുറ്റമാണ്. പക്ഷെ അയാൾക്ക് അതു താങ്ങാൻ കഴിയുമെന്ന് ആർക്ക് ഉറപ്പുതരാൻ കഴിയും? അയാൾ ശസ്ത്രക്രിയയ്ക്കിടയിൽ കൊല്ലപ്പെട്ടെന്നു പറയാൻ എപ്പോഴും ആളു കാണും. നിങ്ങൾ ആരോഗ്യവകുപ്പിൽ പോയിനോക്കൂ.'

'അവിടെ ഞാൻ ആരെയാണു കാണേണ്ടത്?'

'ഈ പ്രദേശത്തെ പ്രധാന സർജനായ സ്കൂക്കാലൊ അവിടെയു ണ്ട്. അദ്ദേഹം സഹായിക്കും.'

നേരം പുലരാറായപ്പോൾ സെർഗേയ് വെള്ളം ചോദിച്ചു. താന്യ അയാൾക്ക് ഒരു ഗ്ലാസിൽ വെള്ളം കൊണ്ടുക്കൊടുത്തു.

'ഇതാ സെര്യോഷ. നിങ്ങൾ കഴിയുന്നത്ര വെള്ളം കുടിക്കണമെ ന്നാണ് ഡോക്ടറന്മാർ പറയുന്നത്.' അവർ രണ്ടു കയ്യുംകൊണ്ട് ഗ്ലാസു പിടിച്ച് വെള്ളം തുളുമ്പിക്കളയാതിരിക്കാൻ ശ്രമിച്ചു. 'ഇതാദ്യത്തെ പ്രാവശ്യമാണ്. എനിക്കു പരിചയമില്ല. പക്ഷെ പരിചയമായിക്കോ ളും. ഞാൻ എന്റെ കൈകളെ പഠിപ്പിക്കും....' അവൾ മനസ്സിൽ പറഞ്ഞു. എങ്കിലും അവളുടെ കൈകൾ വിറച്ചു. വെള്ളം സെർഗേയുടെ വായിൽനിന്ന് മൂക്കിലേക്കും കണ്ണുകളിലേക്കു കഴുത്തിലൂടെയും ഒഴുകി.

സെർഗേയ്ക്ക് ശ്വാസം വീണ്ടുകിട്ടി.

'അച്ഛനെവിടെ?

'നമ്മുടെ വീട്ടിൽ ഉറങ്ങുകയാണ്. അദ്ദേഹത്തിന് നാളെ രാവിലെ പോകണം. ജോലിസ്ഥലത്ത് എത്തേണ്ട അടിയന്തിര കാര്യമുണ്ട്... തൊഴിലാളികളിൽ ചിലർ വന്നിരുന്നു. മാനേജരും വന്നിരുന്നു.

എന്റെ കൈമുട്ടുകൾ ബാക്കിയുണ്ടോ?'

'സെര്യോഷ, അങ്ങിനെ സംസാരിക്കരുത്. ആളുകൾ ജീവിക്കു ന്നില്ലെ, കഴിഞ്ഞുകൂട്ടുന്നില്ല, എനിക്കെല്ലാം ചെയ്യാം. നോക്കൂ!' താന്യ വേഗം എഴുന്നേറ്റ് കൈ രണ്ടും നീട്ടിക്കാണിച്ചു. 'ഇവ നിങ്ങളുടേതു കൂടിയാണ്. നമുക്കു രണ്ടുപേർക്കും പ്രയോജനപ്പെടും. അവ തീരെ ചെറുതായിപ്പോയെന്നോ ഞാൻ തന്നെ ചെറുതാണെന്നോ വിചാരി ക്കേണ്ട, സെര്യോഷ. എനിക്ക് എല്ലാം ചെയ്യാൻ കഴിയും! മറ്റു പലരേ ക്കാളും സുഖമായി നമ്മൾ ജീവിക്കും!' മറുപടിക്കു കാക്കാതെ അവൾ വേഗം തുടർന്നു: 'ഞാൻ ഇന്ന് ദൊനേത്സ്ക്കിലേക്കു പോവുകയാണ്. നിങ്ങളെ അങ്ങോട്ടു മാറ്റും. ദൊനേത്സ്ക്കിൽ നല്ല ഡോക്ടറന്മാരുണ്ട്.

അവർ താമസിയാതെ നിങ്ങളെ സുഖപ്പെടുത്തും.'

പക്ഷെ പുതിയ ക്ലേശങ്ങളും ഉൽക്കണ്ഠകളുമായിട്ടാണ് പുതിയ ദിവസം പിറന്നത്. സെര്യോഷയുടെ ജീവൻ മിനിട്ടുകളിൽ തിട്ടപ്പെടുത്താൻ കഴിയുമെന്ന് ചിലപ്പോൾ തോന്നി. പക്ഷെ അയാളുടെ കരുത്തുറ്റ, ആരോഗ്യമുള്ള ജൈവഘടന മരണത്തോടു മല്ലിട്ടു. അതിനെ പുറകോട്ടോടിച്ചു. മരണത്തിന് അതിന്റെ വിജയം വീണ്ടും വീണ്ടും നീട്ടിവയ്ക്കേണ്ടിവന്നു.

ഏപ്രിൽ 30ന് വൈകുന്നേരം പൊടിയിൽ കുളിച്ച ഒരു പച്ചക്കാർ പട്ടണത്തിലേക്കു പാഞ്ഞു. ഒരു മനുഷ്യൻ മറ്റൊരു മനുഷ്യന്റെ സഹായാർത്ഥം പാഞ്ഞെത്തുകയായിരുന്നു.

രോഗവിവരറിക്കാർഡു പരിശോധിച്ചശേഷം സ്കൂക്കാലൊ ഒരു സംഘം ഡോക്ടറന്മാരുടെ അകമ്പടിയോടെ വാർഡിൽ പ്രവേശിച്ചു.

'ഖനിത്തൊഴിലാളി, എങ്ങിനെയുണ്ട്?'

'വീമ്പടിക്കാനൊന്നുമില്ല, ഡോക്ടർ.'

'ഓഹൊ. നിങ്ങൾ മനസ്സു പുണ്ണാക്കുകയാണോ. അതു നല്ലതല്ല, ഒട്ടും നല്ലതല്ല. ഒരു നീണ്ട ജീവിതം നിങ്ങളുടെ മുമ്പിലുണ്ട്. അന്ന് ഇതോർത്ത് നിങ്ങൾക്ക് നിങ്ങളുടെ ദൗർബ്ബല്യത്തെപ്പറ്റി ലജ്ജതോന്നും.'

സ്കൂക്കാലൊ ഡോക്ടറന്മാരുടെ നേരെ തിരിഞ്ഞു.

'പെത്രോവിനെ മാറ്റാനുള്ള ഒരുക്കങ്ങൾ ചെയ്യൂ!' അദ്ദേഹം പറഞ്ഞു. 'മനുഷ്യൻ ജനിക്കുന്നത് ജീവിക്കാനാണ്! ആരും അത് നിമിഷനേരത്തേക്കുപോലും മറക്കരുത്!'

പുറത്തേക്കിറങ്ങുമ്പോൾ വാതുക്കൽവച്ച് സ്കൂക്കാലൊ താന്യയെ കണ്ടു.

'ഡോക്ടർ,അദ്ദേഹം ജീവിക്കുമോ?'

'അയാൾക്ക് എത്ര വയസ്സുണ്ട്?'

പെട്ടെന്നുള്ള ആ ചോദ്യം കേട്ടപ്പോൾ താന്യയുടെ മുഖം വിളറി. കഷ്ട#ം! എന്തു ചെയ്യാം... എന്ന് അദ്ദേഹം അടുത്തതായി പറയുമെന്ന ചിന്തയാണ് അവളുടെ മനസ്സിലൂടെ പാഞ്ഞുപോയത്. ആത്മരക്ഷാർത്ഥം കൈ നീട്ടിക്കൊണ്ട് അവൾ പുറകോട്ടു വലിഞ്ഞു.

'വേണ്ട, ഡോക്ടർ. എനിക്കു കേൾക്കണ്ട്.

'കുഞ്ഞേ, എന്താണിത്? നീ അത് ആലോചിക്കുകയേ വേണ്ട! നൂറു വയസ്സു തികയുന്നതിനുമുമ്പ് അയാൾ എത്ര വർഷംകൂടി

ജീവിച്ചിരിക്കുമെന്നു പറയാമെന്നേ ഞാൻ വിചാരിച്ചുള്ളൂ.'

'അദ്ദേഹത്തിന് ഇരുപത്തഞ്ചു വയസ്സായി.'

'ശരി. അങ്ങിനെയാണെങ്കിൽ എഴുപത്തഞ്ചു വർഷമുണ്ട്. ഞങ്ങൾ അയാളെ മാറ്റുകയാണ്. പക്ഷെ ഒരു കാര്യം ഇപ്പോൾത്തന്നെ പറയാം. ഇതു ഭേദപ്പെടാൻ വളരെക്കാലമെടുക്കും. തീപ്പൊള്ളലുകൾ എളുപ്പം കരിയുകയില്ല. അതുകൊണ്ട് തന്റേടമായിരിക്കൂ!'

രണ്ടാം ഭാഗം

1

കൊയ്ത്തരിവാൾപോലെ തോന്നിച്ച ചന്ദ്രക്കല ഇരുൾമൂടിയ ജനാലയിലൂടെ എത്തിനോക്കി. കാർമേഘങ്ങൾ അതിന്റെ മുമ്പിലൂടെ കടന്നുപോയപ്പോൾ വാർഡിൽ ഈർപ്പവും വിമ്മിഷ്ടവും തോന്നി. അകലേനിന്നു കേട്ട് മർമ്മരശബ്ദം ക്രമേണ കൂടിക്കൂടി വ്യക്തമായ കടകടശബ്ദമാവുകയും കുറേശ്ശെക്കുറേശ്ശെ കുറഞ്ഞുവന്ന് കേൾക്കാതാവുകയും ചെയ്തു.

ലോറികൾ പോകുന്നതാണ്. റോഡ് അടുത്തുതന്നെയാണ്, ഉറങ്ങാൻ ശ്രമിക്കുന്നതിനിടയിൽ സെർഗേയ് വിചാരിച്ചു. സമയമെന്തായിരിക്കാണും? തന്റെ കൈകൾക്ക് എന്തൊരു വേദന. തീപോലെ പൊള്ളുകയാണ്. അവ പോയിട്ടും വേദന മാറുന്നില്ല. ഇവിടെയുള്ളവർ തനിക്ക് മോർഫീൻ തരാതിരുന്നതെന്താണ്? നേരം ഒന്നു വെളുത്താൽ മതിയായിരുന്നു. അച്ഛൻപോയി. അച്ഛൻ അമ്മയോട് എന്തു പറയും?

അടുത്തുള്ള കട്ടിൽ ഞരങ്ങി. ഉറക്കം തൂങ്ങുന്ന ശബ്ദത്തിൽ ആരോ പറഞ്ഞു:

'യെഗോറിച്ച്, നിങ്ങൾക്ക് ഉറങ്ങാൻ കഴിയുന്നില്ലേ?.... എന്റെ തലയിലൂടെ വീണ്ടും വീണ്ടും പോകുന്ന ആലോചന എന്താണെന്നറിയാമോ? നമ്മൾ വീട്ടിലും ജോലിസ്ഥലത്തുമെല്ലാം സാധാരണമട്ടിൽ ജീവിതം നയിക്കുന്നു. രോഗം, വേദന തുടങ്ങിയ കാര്യങ്ങളെപ്പറ്റി ചിന്തിക്കുന്നില്ല. എല്ലാം ഭംഗിയായി നടന്നുപോകുന്നു.... പക്ഷെ ഇവിടെ വന്ന് ചുറ്റും കണ്ണോടിക്കുമ്പോൾ എന്താണു കാണുന്നത്? ദൈവമേ, ഒരു മനുഷ്യന് എന്തെല്ലാം വന്നു പിണയാം! നിങ്ങൾക്കെന്തു തോന്നുന്നു? നമ്മൾ കമ്മ്യൂണിസത്തിലെത്തിയാലും ഇങ്ങനെയൊക്കെത്തന്നെയായിരിക്കുമോ?'

'ഇതിൽ നിന്നെല്ലാം എങ്ങിനെ രക്ഷപ്പെടാനാണ്?' ഇരുട്ടിൽനിന്നും ഒരു ശബ്ദം മറുപടി പറഞ്ഞു. 'ഇന്നത്തേക്കാൾ കുറവായിരിക്കും.

പക്ഷേ അതില്ലാതാവുകയില്ല. ഒരുപക്ഷെ പഴയ രോഗങ്ങൾ ഇല്ലാതാക്കാൻ കഴിയുമായിരിക്കും. പക്ഷേ പുതിയ രോഗങ്ങളുണ്ടാവും. രോഗം ജീവിതത്തിന്റെ ഭാഗമാണ്.'

'അതു കുറെ കട്ടപ്പമാണല്ലൊ.'

'നമ്മെപ്പോലുള്ള രോഗികൾ കാണുകയില്ല. അതായത്, ശയ്യാവലംബികളായ രോഗികൾ. രോഗനിവാരണം കൂടുതൽ മെച്ചപ്പെട്ടിരിക്കും. രോഗാരംഭത്തിൽത്തന്നെ അതു കണ്ടുപിടിച്ച് ചികിത്സിച്ചു ഭേദപ്പെടുത്തും. ഒരുപക്ഷെ അതു വരാതെ തടയാനും മതി.'

നിശ്ശബ്ദത.

'ഈ ജീവിതമെന്നു പറയുന്നത് വിചിത്രമായ ഒരു സംഗതിയാണ്' ആദ്യത്തെ ശബ്ദം പറഞ്ഞു. 'അതിന്റെ മാന്തും കടിയും ഏൽക്കുന്നതുവരെ നമ്മൾ അതിനെ ഗൗനിക്കുന്നില്ല. നമ്മൾ അങ്ങ് കഴിഞ്ഞുകൂടുന്നു. ശമ്പളം കിട്ടുമ്പോൾ സന്തോഷിക്കുന്നു. മദ്യപിക്കുമ്പോൾ ഉത്സാഹം തോന്നുന്നു. ഭാര്യയോടു കലഹിക്കുമ്പോൾ മനസ്സിനു വിഷമം തോന്നുന്നു. നമ്മൾ ജീവിതം ചെലവഴിക്കുകമാത്രമല്ല ധൂർത്തടിച്ചുകളയുകയാണു ചെയ്യുന്നത്. വാസ്തവത്തിൽ അത് അമൂല്യമാണ്. പക്ഷെ വൈകിയ വേളയിലാണ് നമ്മൾ അത് മനസ്സിലാക്കുന്നത്. ഒരു സ്നേഹിതനെ വണ്ടിക്ക് യാത്രയാക്കാൻ പോകുന്നതുപോലെയാണത്. സമയമുള്ളപ്പോൾ ഓരോ വിഡ്ഢിത്തങ്ങൾ പറഞ്ഞുകൊണ്ടിരിക്കും. അപ്പോഴേക്കും വണ്ടി പുറപ്പെട്ടു കഴിയും. അവസാനത്തെ ബോഗിയും പൊയ്ക്കഴിയും. അപ്പോഴാണ് പെട്ടന്നോർമ്മ വരുന്നത് സർവ്വപ്രധാനമായ കാര്യം പറഞ്ഞില്ലല്ലൊ എന്ന്. പക്ഷെ സമയം വൈകിപ്പോയി. വണ്ടി ചൂളം വിളിച്ച് മറഞ്ഞുകഴിഞ്ഞിരിക്കുന്നു. എനിക്ക് എന്റെ ജീവിതം മുഴുവൻ എനിക്കിഷ്ടപ്പെട്ടപോലെ നയിക്കാൻ കഴിഞ്ഞിട്ടില്ല. ഞാൻ കളവു പറഞ്ഞിട്ടുണ്ട്. ഭീരുത്വം കാട്ടിയിട്ടുണ്ട്. അതുപോലെ പലതും. ഇപ്പോൾ മാത്രമാണ് ഞാൻ അതെല്ലാം കാണുന്നത്. ഹാ! എനിക്ക് മറ്റൊരു ജീവിതം ലഭിച്ചിരുന്നെങ്കിൽ!

'മാറ്റിവയ്ക്കാവുന്ന മോട്ടോർ കാറെഞ്ചിനല്ല ജീവിതം,' യെഗോറിച്ച് നെടുവീർപ്പിട്ടുകൊണ്ടു പറഞ്ഞു. 'പുറംചട്ട പഴയതുതന്നെ. അകത്ത് പുതിയ എഞ്ചിനും. ഏതോ ഒരു സരൻ പറഞ്ഞ ഫലിതം ഓർത്തുപോകുനനു. കുരങ്ങൻ മനുഷ്യനാകുന്നതിനുമുമ്പ് പൊട്ടിച്ചിരിച്ചുകൊണ്ട് തലയുയർത്തി നിവർന്നുനിന്നുവത്രെ. പിന്നീടവൻ കരഞ്ഞു. കണ്ണുനീർ തുടച്ചു.അപ്പോഴാണ് തനിക്കു കയ്യുള്ള കാര്യം അവനറിഞ്ഞത്. അതോടെ അവൻ മനുഷ്യനായി.'

'അതെ, കണ്ണുനീർ..... യെഗോറിച്ച്, നിങ്ങൾക്കെന്തു തോന്നുന്നു? ഭാര്യ അയാളുടെ കൂടെ താമസിക്കുമോ?'

'ഏതർത്ഥത്തിൽ?'

ശരിയായ അർത്ഥത്തിൽത്തന്നെ. ഭാര്യയായി താമസിക്കുമോ എന്നാണു ചോദിച്ചത്.

'ഒസ്താപ് യോസിഫൊവിച്ച്, നിങ്ങൾ പറയുന്നത് എനിക്കു മനസ്സിലാകുന്നില്ല. നിങ്ങൾ അന്തസ്സുള്ള ഒരുത്തനാണെന്നാണല്ലോ ഞാൻ വിചാരിച്ചത്....'

'ഓ, ഞാൻ ഒന്നും ഉദ്ദേശിച്ചു പറഞ്ഞതല്ല.'

നിശ്ശബ്ദത

യെഗോറിച്ച് കോപത്തോടെ തിരിഞ്ഞും മറിഞ്ഞും കിടന്നു. കട്ടിൽ ഞരങ്ങി.

2

ഇപ്പോൾ സെർഗേയുടെ ചുമതല വഹിച്ചിരുന്ന ഗ്രിഗോറിയ് വസ്സീല്യെവിച്ച് കുസ്തെത്സോവിനി പ്രഥമപരിശോധനയിൽത്തന്നെ മനസ്സിലായി, ഉടൻ ശസ്ത്രക്രിയ ആവശ്യമാണെന്ന്. അല്പംപോലും നീട്ടിവച്ചാൽ രോഗിയുടെ ജീവൻ അപകടത്തിലാവും. അക്ഷകാസ്ഥിക്കു താഴെയുള്ള ധമനിയിലെ രക്തവാഹിനികൾ സോപ്പുകുമിളകൾപോലെ പൊട്ടിക്കൊണ്ടിരുന്നു. തുടർന്നുണ്ടായ ഇടവിടാതുള്ള രക്തസ്രാവം ഗുരുതരമായിരുന്നു. ഹൃദയത്തിനടുത്തുള്ള ധമനി കെട്ടിവച്ചാൽ മാത്രമേ ഇതു തടഞ്ഞുനിർത്താൻ കഴിയൂ.

മേദി ഒഴിവിന്റെ തലേന്നാണ് ഇതു നടന്നത്. രണ്ടു ദിവസം വച്ചു താമസിപ്പിക്കുന്നത് അപകടകരമായിരിക്കും. പിറ്റേന്ന്, മേയ് ഒന്നാം തീയതി, ശസ്ത്രക്രിയ നടത്താൻ കുസ്നെത്സോവ് തീരുമാനിച്ചു.

മറ്റു പലപ്പോഴുമെന്നപോലെ, സർജൻ വീട്ടിലേക്കു നടന്നാണു പോയത്. ജോലി കഴിഞ്ഞുള്ള ആ നടപ്പ് അദ്ദേഹം ഇഷ്ടപ്പെട്ടു. ശബ്ദമുഖരിതമായ തെരുവുകളിലെ ഉത്സാഹത്തിമിർപ്പ് അദ്ദേഹത്തിന് ഉന്മേഷമരുളി. ആശുപത്രിയിലെ അന്തരീക്ഷത്തിനും ആശുപത്രിയിലെ ക്ലേശങ്ങൾക്കും വിഷമകരമായ കേസുകൾക്കും ശേഷം ഈ നടപ്പ് ആശ്വാസപ്രദമായി തോന്നി. ഈ സായാഹ്നത്തിലാകട്ടെ

3

സുഖകരവുമായ ഒരു കുടുംബജീവിതത്തിന്റെ അന്തരീക്ഷം അവിടമാകെ അനുഭവപ്പെട്ടു. മേശപ്പുറത്ത് ഇരുന്നിരുന്ന പൂക്കല

വസന്തത്തിന്റെ നിശ്വാസം പരത്തി. ആ യുവദമ്പതികൾ തിട്ടുക്കത്തിൽ അത്താഴം വിളമ്പാൻ തുടങ്ങി.

ഞങ്ങളും ഇതുപോലെതന്നെയായിരുന്നു, കണ്ണുനീർ അടക്കാൻ ശ്രമിച്ചുകൊണ്ട് താന്യ ചിന്തിച്ചു.

'താന്യ, ഇതു കഴിക്കൂ', മിഹൈൽ നിർബന്ധിച്ചു.

സെര്യോഷയെപ്പോലെതന്നെ... ഒരു റൊട്ടിക്കഷണം അവളുടെ തൊണ്ടയിൽ തങ്ങി. സ്പൂൺ നിലത്തു വീണു. അതെടുക്കാൻ താന്യ കുനിഞ്ഞു. പിന്നീട് മേശപ്പുറത്തു തല ചായ്ച്ച് പൊട്ടിക്കരഞ്ഞു.

അവർ അവളെ സമാശ്വസിപ്പിക്കാൻ മുതിർന്നില്ല. മിഹൈൽ തല താഴ്ത്തിയിട്ടുകൊണ്ട് മൗനം പൂണ്ടിരുന്നു. ആന്ന കണ്ണു തുടച്ചു. ആശ്വാസവാക്കുകൾ പറഞ്ഞിട്ടു പ്രയോജനമില്ല. തീ പിടിക്കുമ്പോൾ അടിക്കുന്ന കാറ്റുപോലെയാണവ. അതു തീ ആളിക്കത്തിക്കുകയേയുള്ളൂ.

താന്യ വളരെ നേരം ഉണർന്നു കിടന്നു. കണ്ണുമിഴിച്ച് അന്ധകാരത്തിലേക്കു നോക്കിക്കൊണ്ട് അവൾ കഴിഞ്ഞയാണ്ടിലെ മേദിനാഘോഷം ഓർക്കാൻ ശ്രമിക്കുകയായിരുന്നു. പക്ഷേ അവളുടെ ചിന്തകൾ അടുത്ത ദിവസത്തിലേക്ക്, വരാൻ പോകുന്ന ശസ്ത്രക്രിയയിലേയ്ക്ക്, വഴുതിപ്പൊയ്ക്കൊണ്ടിരുന്നു.

നേരം പുലർന്നതേയുള്ളൂ. അപ്പോഴേയ്ക്ക് താന്യ എഴുന്നേറ്റു. ട്രാമുകളും ബസ്സുകളും ഓടിത്തുടങ്ങാറായിട്ടില്ല. അതുകൊണ്ട് അവൾ ആശുപത്രിയിലേക്ക് കാൽനടയായി തിരിച്ചു.

4

അതിരാവിലെതൊട്ട് ഉല്ലാസഭരിതമായ ഘോഷയാത്രകൾ റോഡുകളിലൂടെ നീങ്ങിത്തുടങ്ങി. അവ പെരുകിവന്നു. ശബ്ദം കൂടിവന്നു. പാട്ടുകൾ കൂടുതൽ ഉച്ചത്തിൽ കേട്ടു. ഗാനശകലങ്ങൾ കാറ്റടിച്ച് ആശുപത്രിയുടെ തുറന്ന ജനാലകളിലൂടെ അകത്തുകടന്നു. അടച്ചിട്ടിരുന്ന ജനാലകൾ സൂര്യപ്രകാശത്തിൽ വിറകൊണ്ടു.

തൂവെള്ളനിറത്തിലുള്ള പുതിയൊരു കോട്ടുമിട്ടുകൊണ്ട് ഗ്രിഗോറിയ് വസ്സീല്യെവിച്ച് കുസ്നെത്സോവ് വേഗം വാർഡിൽ പ്രവേശിച്ചു.

'സ്നേഹിതരേ, മെയ്ദിനാശംസകൾ! സെര്യോഷ, പുതിയ സ്ഥലത്ത് എന്തു സ്വപ്നങ്ങളാണു നിങ്ങൾ കണ്ടത്? ശരി, ശരി... ഞങ്ങൾ ഇന്ന് ചെറിയൊരു ശസ്ത്രക്രിയ നടത്തും. അതു കഴിയുമ്പോൾ കാര്യങ്ങൾ വളരെയേറെ മെച്ചപ്പെടും. മോർഫീൻ തരാത്തതുകൊണ്ട്

ഞങ്ങളോട് കോപിച്ചിരിക്കുകയാണോ? നിങ്ങൾക്കു തെറ്റു പറ്റി. വളരെക്കാലമായി ഇവിടുള്ള ഇവാൻ യെഗോറിച്ച് ലാരിനോടു ചോദിച്ചുനോക്കൂ. അദ്ദേഹം പറഞ്ഞുതരും. അദ്ദേഹത്തിന് അനുഭവത്തിൽനിന്നും അറിയാം. അല്ലേ, യെഗോറിച്ച്?' കുസ്നെത്സോവ് പുഞ്ചിരിച്ചു.

'നിങ്ങൾ പറഞ്ഞത് ശരിയാണ്. നിങ്ങൾക്ക് എന്റെ നന്ദി... എങ്കിലും ഞാൻ പല്ലുകടിച്ചിട്ടുള്ള അവസരങ്ങളുണ്ടായിട്ടുണ്ട്.'

'എങ്ങിനെയാണ് കാര്യങ്ങൾ നേരിടേണ്ടതെന്ന് അടുത്തു കിടക്കുന്ന ഇയാൾക്കു പറഞ്ഞുകൊടുക്കൂ. പല്ലു കടിക്കണമെന്നല്ല.'

വാർഡിലെ അന്തരീക്ഷമാകെ മാറി. അത് കൂടുതൽ ഊഷ്മളമായി. ഗുരുതരമായ അവസ്ഥയിൽ ഈ പുതിയ രോഗിയെ തലേ ദിവസം വാർഡിൽ കൊണ്ടുവന്നപ്പോൾ അവിടെ നിറഞ്ഞുനിന്ന വിമ്മിഷ്ടം ഇപ്പോൾ പാടേ മാറിയിരുന്നു.

സർജന്റെ സന്ദർശനം ഒരു പൊതുസംസാരത്തിനുള്ള അടയാളം പോലെ തോന്നി. അദ്ദേഹം പോയ ഉടനെ അവിടെ കിടന്നിരുന്നവർ തങ്ങളുടെ അറിവിൽ പെട്ട ഗുരുതരമായ ചില കേസുകൾ വിവരിക്കാൻ തുടങ്ങി. 'ശസ്ത്രക്രിയാശാല' എന്ന ഉൾക്കിടിലമുണ്ടാക്കുന്ന ബോർഡടിച്ചിട്ടുള്ള അമർത്തിയടച്ച കതകിന്റെ പിന്നിൽ കിടക്കുമ്പോൾ വേണ്ടത്ര ധൈര്യവും ശക്തിയും സംഭരിക്കാൻ സെർഗേയെ സഹായിച്ചേക്കുമെന്നു കരുതിയാണ് അവർ ധീരതയുടെ ആ ദൃഷ്ടാന്തങ്ങൾ വിവരിച്ചത്.

'ബർലിനിനടുത്തുള്ള ഒരു പട്ടാളാശുപത്രിയിൽ എന്റെ അടുത്ത് ഒരു പീരങ്കിപ്പടയാളി കിടന്നിരുന്നു,' മച്ചിൽ ദൃഷ്ടി തറപ്പിച്ചുകൊണ്ട് യെഗോറിച്ച് പറഞ്ഞു. നിങ്ങളെപ്പോലെ എന്റെ തൊട്ടടുത്തുള്ള കട്ടിലിലാണു കിടന്നിരുന്നത്. കോസ്ത്യ എന്നായിരുന്നു അയാളുടെ പേര്. സുമുഖനായ ഒരു ചെറുപ്പക്കാരൻ. അയാൾ എത്ര ഭംഗിയായി അക്കോർഡിയൺ വായിക്കുമായിരുന്നു! പക്ഷെ യുദ്ധത്തിൽ അയാൾക്കു ഭാഗ്യമില്ലാതായിപ്പോയി. യുദ്ധം അവസാനിക്കുന്നതിനു തൊട്ടുമുമ്പ് നാസികളുടെ മോർട്ടർ ഷെല്ലിൽ നിന്നുമുള്ള പൊട്ടിത്തെറിയേറ്റ് അയാളുടെ കാലും കണ്ണുകളും പോയി. വെളിച്ചമണഞ്ഞു. എങ്കിലും നമ്മുടെ ഭാഗത്ത് തിരിച്ചെത്താൻ നാലു പകലും രാത്രിയും അയാൾ കാട്ടിലൂടെ നിരങ്ങി. വിശപ്പും തണുപ്പും മുറിവിന്റെ വേദനയും സഹിച്ച് അയാൾ വിശ്രമമില്ലാതെ ഇഴഞ്ഞുനീങ്ങിക്കൊണ്ടിരുന്നു. അയാൾ തന്നത്താൻ വെടിവച്ചു മരിക്കാൻ പോയതാണ്. കൈത്തോക്കു പുറത്തെടുക്കുകപോലും ചെയ്തു. പക്ഷേ അപ്പോൾ,

അയാൾ പറയുകയാണ്, എനിക്കു ഭയങ്കരമായ ദേഷ്യം വന്നു. സ്റ്റാലിൻഗ്രാഡിൽനിന്നും അവരുടെ മാളംവരെ വന്നിട്ട് ഇപ്പോൾ മരിക്കുകയോ! ഇല്ല, നാസിപ്പരിഷകളേ, ഞാൻ മരിച്ചിട്ട് നിങ്ങൾ സംതൃപ്തിപ്പെടേണ്ട! അയാൾ വീണ്ടും ഇഴഞ്ഞു മുന്നോട്ടു പോയി. അവസാനം നമ്മുടെ ചില പട്ടാളക്കാർ അയാളെ കണ്ടെത്തി. അവരയാളെ ചികിത്സയ്ക്കായി ഒദേസ്സയിലേക്കയച്ചു. അവിടെവച്ച് അയാൾക്ക് ഒരു കണ്ണ് തിരിച്ചുകിട്ടി. കാഴ്ച മുഴുവനും കിട്ടിയില്ല. നാല്പതുശതമാനം കിട്ടി. യുദ്ധം തീർന്നതിനുശേഷമാണ് ഞാൻ അതറിഞ്ഞത്. ഒരു ഗ്രാമത്തിൽവച്ച് ഞാൻ അയാളെ കണ്ടുമുട്ടാനിടയായി. എന്റെ ശബ്ദത്തിൽനിന്നും അയാളെന്നെ തിരിച്ചറിഞ്ഞു. അയാൾ അവിടെ ഒരു ക്ലബ്ബ് നടത്തുകയാണ്. വിവാഹം കഴിച്ച് രണ്ടു കുട്ടികളുണ്ട്. മൂത്തവൻ,സ്തെപ്പാൻ, കോളേജിൽനിന്ന് ഈ വർഷം പാസ്സാകും. മറ്റവൻ, ഇവാൻ, ഇപ്പോഴും സ്കൂളിലാണ്. ഞാൻ അവന്റെ തലതൊട്ടപ്പനാണ്. കോസ്ത്യ അക്കോർഡിയൺ വായിക്കുന്നതു കേൾക്കാൻ ചുറ്റുപാടുനിന്നും ആളുകൾ വരാറുണ്ട്.'

'വോൾഖൊവ് യുദ്ധമുന്നണിയിൽ ഞങ്ങളുടെ കൂടെ ഒരാളുണ്ടായിരുന്നു.......' ഒസ്താപ് യോസിഫൊവിച്ച് പറഞ്ഞുതുടങ്ങി.

സെർഗേയ് അതെല്ലാംഅലക്ഷ്യമായിട്ടാണ് കേട്ടുകൊണ്ടിരുന്നത്. എങ്കിലും സ്റ്റാലിൻഗ്രാഡു മുതൽ ബെർലിൻ വരെയുള്ള യുദ്ധമുന്നണിയിലെ തിരക്കുള്ള പ്രഥമശുശ്രൂഷാകേന്ദ്രങ്ങളും ഒരായിരം മരണങ്ങളെ പരാജയപ്പെടുത്തിയ നിർഭയയോദ്ധാക്കളെക്കൊണ്ടു നിറഞ്ഞ സൈനികാശുപത്രികളും അയാൾ കൺമുമ്പിൽ തെളിഞ്ഞു കണ്ടു.

സെർഗേയ് കൂടെക്കൂടെ അക്ഷമയോടെ വാതുക്കലേക്കു നോക്കി. അയാൾ താന്യ വരാൻ കാത്തിരിക്കുകയാണ്. ശസ്ത്രക്രിയയെക്കുറിച്ച് അയാൾക്കു ഭയം തോന്നിയില്ല. അത് അപകടകരമായ ഒന്നായിരിക്കുമെന്ന് അയാൾക്കറിയാമായിരുന്നു. എങ്കിലും അതേപ്പററിയോ അതിന്റെ അനന്തരഫലത്തെപ്പറ്റിയോ അയാൾ ചിന്തിച്ചില്ല. താനല്ല, ജീവിതം എന്തുകൊണ്ടോ ദുർഭരമായിത്തീർന്ന അജ്ഞാതനായ മറ്റാരോ ആണ് മൂന്നാമത്തെ തവണ ശസ്ത്രക്രിയയ്ക്കു വിധേയനാകാൻ പോകുന്നതെന്ന ഭാവമായിരുന്നു അയാൾക്ക്.

'മകനേ, ഒന്നോർക്കണം. ജീവിതത്തെ സ്നേഹിക്കുന്നയാൾ അതിനുവേണ്ടി പൊരുതും.' യെഗോറിച്ച് ചുമച്ചുകൊണ്ട് കട്ടിലിൽ എഴുന്നേറ്റിരുന്ന് കാലുകൾ തൂക്കിയിട്ടു. 'തലയിൽ കല്ലു വന്നു വീഴുന്നതു പോലെ ഓർക്കാപ്പുറത്ത് കഷ്ടകാലം വരുന്നത് കടുപ്പമാണെന്നതിനു

സംശയമില്ല. സൂര്യൻ പ്രകാശിക്കാതായി എന്നു തോന്നും. എല്ലാവരുടേയും കാര്യം ഇതുതന്നെയാണ്. നമ്മൾ ഇപ്പോൾ ചിലരെപ്പറ്റി സംസാരിച്ചല്ലൊ. അവർ അതിമാനുഷരാണെന്നാണോ വിചാരം? അല്ലേയല്ല! നിങ്ങളേയും എന്നേയും പോലുള്ള സാധാരണക്കാരാണവർ. പക്ഷെ അവർ ജീവിതത്തെ ഗാഢമായി സ്നേഹിച്ചു. അതിനുവേണ്ടി പല്ലും നഖവുമുപയോഗിച്ചു പൊരുതാൻ തയ്യാറായിരുന്നു. അവസാനശ്വാസംവരെ പൊരുതാൻ മാത്രം വിലപ്പെട്ടതാണ് ജീവിതം.

എവിടെയോ മണിയടിച്ചു. വാർഡ് നിശ്ശബ്ദമായി. ഉല്ലാസഭരിതമായ തെരുവിൽനിന്ന് ഒരു ഗാനമുയർന്ന് ജനാലയിലൂടെ അകത്തു കടന്നു. കതക് തുറങ്ങി. രോഗിയെ ശസ്ത്രക്രിയാശാലയിലേക്കു കൊണ്ടുപോകാൻ ഒരു ട്രോളി ഉരുട്ടിക്കൊണ്ടുവന്നു.

താന്യ സമയത്തെത്തിയില്ല, സെർഗേയ് വിചാരിച്ചു. അവൾ വരും, തീർച്ചയായും വരും, അയാൾ സ്വയം പറഞ്ഞു.

ശസ്ത്രക്രിയാശാലയിലേയ്ക്കു കൊണ്ടുപോകുന്നതിനിടയിൽ സെർഗേയ് ആ ഗാനം വീണ്ടും കേട്ടു. അയാൾ ശ്രദ്ധിച്ചു. തുറന്നുകിടന്ന ജനാലയിലൂടെ അതിലെ വാക്കുകൾ അയാളുടെ ചെവിയിലെത്തി.

'അപസ്വരങ്ങളെ ദൂരീകരിച്ചു

കൊണ്ട് അടിവച്ചു മുന്നേറുക.

നിന്റെ പ്രേമഗാനം ലോകത്തെ

പുളകം കൊള്ളിക്കുന്നു.

ജീവിതമേ, ഞാൻ നിന്നെ സ്നേഹിക്കുന്നു.

എന്റെ പ്രേമം സഫലമാകുമെന്ന്

ഞാൻ ആശിക്കുന്നു.'

ആ വാക്കുകൾ അയാളുടെ ഹൃദയത്തിൽ തറച്ചുകൊണ്ടു.

'എന്നെ അകത്തേക്കു കൊണ്ടുപോകൂ! വേഗം!' സെർഗേയ് വിളിച്ചുകൂവി.

അതുകേട്ട് പരിഭ്രമിച്ച നേഴ്സ് അയാളെ വേഗം അകത്തേക്കു കൊണ്ടുപോയി.

താന്യ വൈകിയാണു വന്നത്. അവൾ കിതച്ചുകൊണ്ട് വാർഡിലേക്ക് ഓടിവന്നു. നീട്ടിപ്പിടിച്ച കയ്യിൽ പൂക്കളുണ്ടായിരുന്നു. പെട്ടെന്ന് അവൾ നിന്നു. സെർഗേയുടെ കട്ടിൽ ശൂന്യമായിരുന്നു.

പൂക്കൾ നിലത്തു വീണു.

'എത്ര നേരമായി?' അവളുടെ ശബ്ദം വിറച്ചു.

'അര മണിക്കൂറോളം,' യെഗോറിച്ച് സാന്ത്വനരൂപത്തിൽ പറഞ്ഞു. 'വിഷമിക്കണ്ട. എല്ലാം ശരിയാകും. ശസ്ത്രക്രിയ ഇതേവരെ വിജയപ്രദമാണെന്ന് നേഴ്സ് വന്നു പറഞ്ഞു. അയാൾ ഇന്നലെ രാത്രി ഉറങ്ങി. അയാൾക്ക് ആശ്വാസം തോന്നി.'

താന്യ പൂക്കൾ പെറുക്കിയെടുത്തുകൊണ്ട് കട്ടിലിന്റെ നേരെ വേച്ചുവേച്ചു നടന്നു. വിയർപ്പിന്റെ നനവു പറ്റി ചുക്കിച്ചുളിഞ്ഞിരുന്ന തലയിണയിൽ അവ വച്ചു.

'ശസ്ത്രക്രിയാശാല എവിടെയാണ്?'

'ഇടനാഴിയിലൂടെ നേരെ പോയാൽ മതി. പക്ഷെ നിങ്ങൾ ഇവിടെ കാത്തിരിക്കുകയാണു നല്ലത്. എന്തായാലും നിങ്ങളെ അതിനകത്തേക്ക് കടത്തിവിടുകയില്ല.'

'ഞാൻ അങ്ങോട്ട്...' അവൾ ധൃതിയിൽ പുറത്തിറങ്ങി.

സെർഗേയ് രണ്ടുവരെ എണ്ണി. കുറ്റൻ വിളക്കിന്റെ വക്കിലൂടെ ഒരു വളരെച്ചെറിയ മനുഷ്യൻ തലകുത്തനെ ഓടിനടക്കുന്നു. പക്ഷെ അതു ഞാനാണല്ലൊ, അയാൾ അത്ഭുതത്തോടെ വിചാരിച്ചു. ചിലന്തിനൂലുപോലുള്ള കൈകൾ വീശിക്കൊണ്ട് ആ കൊച്ചു മനുഷ്യൻ വിളക്കിൽനിന്നും എടുത്തുചാടി കരണം മറിഞ്ഞ് ശൂന്യതയിലേക്കു പറന്നുപോയി. തന്റെ കൈകാലുകൾ ശരീരത്തിൽനിന്നു വേർപെട്ടുപോകുന്നതുപോലെ ഒരു നിമിഷത്തേയ്ക്ക് സെർഗേയ്ക്കുതോന്നി. പിന്നീടവ തിരിച്ചുവന്നു. തന്റെ കൈകളെക്കുറിച്ച് അയാൾ അങ്ങേയറ്റം ബോധവാനായിരുന്നു.

എന്റെ കൈകൾ! ആ ചിന്ത അയാളുടെ മനസ്സിലൂടെ പാഞ്ഞു. എനിക്കു കൈകൾ കിട്ടി! സെർഗേയ് മുഷ്ടി ചുരുട്ടി. വിരലുകളിലെ ഞൊട്ടയൊട്ടുച്ചു. അയാളുടെ കൈകൾ വീണ്ടും ശരീരത്തിൽനിന്നു വേർപെട്ട് വായുവിലൂടെ പറന്നുനടന്നു. 'എനിക്ക്....' സെർഗേയ് കിതച്ചുകൊണ്ടു പറഞ്ഞു. പക്ഷെ പറയാൻ വന്നതു മുഴുമിക്കാൻ അയാൾക്കു സമയം കിട്ടിയില്ല. ചുവട്ടിൽനിന്ന് മേശ വഴുതിപ്പോയി. അടികാണാത്ത ഒരു കയത്തിലേയ്ക്ക് അയാൾ വീണു.

ഇതാണവസാനം! ഒരു നിമിഷത്തേക്ക് ആ ചിന്ത അയാളുടെ മനസ്സിലൂടെ മിന്നി. പക്ഷെ അയാൾക്ക് ഭയമോ ഖേദമോ തോന്നിയില്ല. പിന്നീട് എല്ലാം മറഞ്ഞു.

5

ഇത്തവണ മേദിനം ഇങ്ങനെയാണ്, ശസ്ത്രക്രിയയുടെ തലേന്നു വൈകിട്ട് വീട്ടിലേക്കു പോകുന്ന വഴി കുസ്നെത്സോവ് ആലോചിച്ചു. അയാൾ ശസ്ത്രക്രിയയ്ക്കിടയിൽ മരിച്ചുപോയാലോ? ശസ്ത്രക്രിയ മാറ്റിവച്ചാലെന്താ?.....പക്ഷെ താൻ രസിച്ചുകൊണ്ടിരിക്കുമ്പോൾ അയാൾക്കു രക്തസ്രാവം ഉണ്ടായാലോ? തനിക്കൊരിക്കലും സ്വയം മാപ്പു നൽകാൻ കഴിയുകയില്ല.

രാവിലെ ആശുപത്രിയിലേക്കു പോകുമ്പോൾ തന്റെ നീണ്ട ശസ്ത്രക്രിയാജീവിതത്തിനിടയ്ക്ക് ഒരിക്കലും തോന്നാത്ത ഒരു സിരാകമ്പവും സംഭ്രമവും കുസ്നെത്സോവിന് അനുഭവപ്പെട്ടു.

ഒന്നു പയറ്റിനോക്കാം, ഭാരിച്ച കതകു തുറക്കുമ്പോൾ അദ്ദേഹം സ്വയം സമാധാനിച്ചു. തന്നെ സ്വാഗതം ചെയ്തു. ആശുപത്രിയിലെ സുപരിചിതമായ ഗന്ധം അനുഭവപ്പെട്ടതോടെ അദ്ദേഹത്തിന് ആത്മവിശ്വാസം വീണ്ടുകിട്ടി. സിരാകമ്പം അകന്നു.

ശസ്ത്രക്രിയാശാലയ്ക്കു പിന്നിലുള്ള മുറിയിൽവച്ച് ജീവാണുനാശനം ചെയ്ത ഉറകളിട്ട തന്റെ കൈകളിലേക്കു നോക്കിയപ്പോൾ അദ്ദേഹത്തിനു വീണ്ടും തെല്ലൊരു ആശങ്ക തോന്നി.

കുസ്നെത്സോവ് ജനാലയുടെ അടുത്തേക്കു നടന്ന് പുറത്തേക്കു നോക്കി. പ്രകടനക്കാരുടെ നിരകൾ തെരുവു നിറഞ്ഞ് ഒരു നദിപോലെ ഒഴുകുകയാണ്. ആളുകളുടെ തലയ്ക്കു മുകളിൽ കൊടിതോരണങ്ങളും പൂങ്കുലകളും ഒരു മഴവില്ലുപോലെ വെട്ടിത്തിളങ്ങി.

'ഗ്രിഗോറിയ് വസ്സീല്യെവിച്ച്,' അദ്ദേഹത്തിന്റെ അസിസ്റ്റന്റായ കന്ദേലിസ് വിളിച്ചു. 'രോഗിയെ മേശപ്പുറത്തു കിടത്തിക്കഴിഞ്ഞു.'

കുസ്നെത്സോവ് പെട്ടെന്ന് ജനാലയില്നിന്നു തിരിഞ്ഞ് ശസ്ത്രക്രിയാശാലയിലേക്കു പോയി. തെരുവിൽ കണ്ട വർണ്ണപ്പകിട്ട് അപ്പോഴും അദ്ദേഹത്തിന്റെ കൺമുമ്പിലുണ്ടായിരുന്നു. പക്ഷേ അദ്ദേഹത്തിന്റെ ചിന്തകൾ രോഗിയിലേക്കു മാറിക്കഴിഞ്ഞിരുന്നു. 'സ്കാൽപ്പൽ!' എന്ന് അദ്ദേഹം പറഞ്ഞപ്പോൾ മറ്റെല്ലാം അപ്രത്യക്ഷമായി. നിഴൽ വീഴാതെ ഉജ്ജ്വലമായി പ്രകാശിക്കുന്ന വിളക്കിനു കീഴിൽ മയമില്ലാത്ത മേശപ്പുറത്ത് കിടന്നിരുന്ന മനുഷ്യനേയും അയാളുടെ നാഡിമിടിപ്പും ശ്വാസഗതിയും പൊതി സ്ഥിതിയും മാത്രമേ അദ്ദേഹം കണ്ടുള്ളു.

തുടക്കത്തിൽ ചെറിയൊരു തടസ്സം വന്നു. അക്ഷകാസ്ഥിയ്ക്കു കീഴിൽ

ആഴത്തിലല്ലാത്ത ഒരു മുറിവുണ്ടാക്കുന്നതിനിടയിൽ കുസ്നെത്സോവ് തന്റെ കയ്യിലുള്ള സ്കാൽപ്പൽ കൊണ്ടു തൃപ്തിപ്പെടാതെ മറ്റൊരെണ്ണം ആവശ്യപ്പെട്ടു. കന്ദേലിസ് അത്ഭുതത്തോടെ പുരികമുയർത്തി. . എങ്കിലും തന്റെ സഹപ്രവർത്തകന്റെ മനോവികാരങ്ങൾ മനസ്സിലാക്കിക്കൊണ്ട് അയാൾ പ്രോത്സാഹനാർത്ഥം മന്ദഹസിച്ചതേയുള്ളൂ. 'വേഗസ് നാഡിയുടെ കാര്യം മറക്കരുത്,' അയാൾ പറഞ്ഞു.

ആ നശിച്ച വേഗസ് നാഡി! ധമനിയുടെ തൊട്ടടുത്ത് പതുങ്ങിക്കിടക്കുകയാണ്! അതൊന്നു തൊട്ടാൽ.....! ഇല്ലില്ല, അതുണ്ടാവില്ല. ജാഗ്രതയും സൂക്ഷ്മതയുമാണാവശ്യം. ഒരു മില്ലിമീറ്ററിന്റെ പിശകുണ്ടായാൽ ഒരു ജീവൻ നഷ്ടപ്പെട്ടെന്നു വരും. കന്ദേലിസ്സിന് അതറിയാം. അതുകൊണ്ടാണ് അയാൾ ഓർമ്മിപ്പിച്ചത്. എന്റെ സംഭ്രമം അയാൾ കാണുന്നുണ്ട്. അയാൾ എന്നെ പ്രോത്സാഹിപ്പിക്കാൻ ശ്രമിക്കുകയാണ്.... അയാളുടെ കൂടെ ജോലി ചെയ്യാൻ സുഖമാണ്. പക്ഷെ അയാൾക്ക് എന്നിൽ വിശ്വാസമുണ്ടോ?ഉണ്ടായിരിക്കും. അല്ലെങ്കിൽ എന്നെ സഹായിക്കാൻ വരികയില്ലല്ലൊ. ആദ്യം സിര കണ്ടെത്തണം. അതിന്റെ പിന്നിലാണ് ധമനി. കുറച്ചുകൂടി വേഗം ചെയ്യാം...

ഗ്രിഗോറിയ് വസ്സീല്യെവിച്ച് ഒരു നിമിഷത്തേക്കു നടു നിവർത്തി. നേഴ്സ് അദ്ദേഹത്തിന്റെ മുഖത്തെ വിയർപ്പ് ഒപ്പിക്കളഞ്ഞു.

ഇനിയുള്ളതാണു പ്രധാനം. അനേകം രക്തവാഹിനികളും നാഡികളുമുള്ളതിൽ ഒന്നിനുപോലും കേടു വരുത്താതെ അവയുടെ ചുവട്ടിലുള്ള ധമനി കണ്ടെത്തി അതിനുചുറ്റും ഒരു പട്ടുനൂൽകൊണ്ട് കെട്ടിടണം.

ശസ്ത്രക്രിയാശാലയിൽ ചൂടു തോന്നിത്തുടങ്ങി.മയക്കുമരുന്നു കൊടുത്ത സെർഗേയ് ഗാഢനിദ്രയിലാണ്.

'നാഡിമിടിപ്പ് എങ്ങിനെയുണ്ട്?' സർജൻ ധമനിയിലേക്കുള്ള അപകടകരമായ പോക്ക് തുടർന്നുകൊണ്ടിരുന്നു.

'സാധാരണ ഗതിയിലാണ്.'

ഇനിആ സിരയേയും നാഢീതന്തുക്കളുടെ കൂട്ടത്തേയും ചുറ്റി പോകേണ്ടിയിരിക്കുന്നു...

'സിരയെ അധികം പുറത്തു കാട്ടാതിരിക്കുകയാണു നല്ലത്. അത് പൊട്ടാനിടയുണ്ട്, കന്ദേലിസ് മുന്നറിയിപ്പു കൊടുത്തു. '

സ്കാൽപ്പൽ ഓരോ മില്ലിമീറ്റർതോറും ധമനിയോടടുത്തു വന്നു. ഒരു മനുഷ്യന്റെ ജീവനാണ് അതിന്റെ തുമ്പിലുള്ളത്.

സിര പുറത്തു കാട്ടാതെ ധമനിയിലെത്താൻ സാദ്ധ്യമല്ല,

കുസ്നെത്സോവ് വിചാരിച്ചു. അക്കാര്യം അസിസ്റ്റന്റിനോടു പറയുകയും ചെയ്തു.

'ഞാൻ കാണുന്നുണ്ട്. അവ ഏതാണ്ട് ഒന്നായി കിടക്കുകയാണ്.'

സിര വാസ്തവത്തിൽ പൊട്ടാനിടയുണ്ട്. വൈദ്യുതാഘാതമേറ്റ് അതിന്റെ ഭിത്തികൾക്കു കേടു പറ്റിയിട്ടുണ്ട്. വഴക്കം നഷ്ടപ്പെട്ട അവയ്ക്ക് രക്തസമ്മർദ്ദം താങ്ങാൻ കഴിഞ്ഞില്ലെന്നു വരാം.

എന്താണു ചെയ്യേണ്ടത്?

'തുറക്കുകതന്നെ,' കന്ദേലിസ് ഉപദേശിച്ചു. 'വേറൊന്നും ചെയ്യാനില്ല. ഉണ്ടോ?

കഴിഞ്ഞ ഒരു മണിക്കൂറായി സാവധാനത്തിൽ ജാഗ്രതയോടെ താൻ തിരക്കിക്കൊണ്ടിരുന്നത് കുസ്നെത്സോവ് കണ്ടു. കണ്ടില്ല, അദ്ദേഹത്തിന് അത് അനുഭവപ്പെട്ടു. സ്കാൽപ്പലിന്റെ മുന ധമനിയുടെ ഭിത്തിയിൽ മെല്ലെ സ്പർശിച്ചു. ഉടൻതന്നെ അതിന്റെ സ്പന്ദനത്തിന്റെ ശക്തികൊണ്ട് പുറകോട്ടു തെറിച്ചു. നാഡീതന്തുക്കൾ ഒരു ചിലന്തി വലപോലെ അതിനെ പൊതിഞ്ഞിരിക്കുകയാണ്. അവയിലൊന്നിനെ തൊട്ടാൽ.... അവയെ അകറ്റേണ്ടിയിരിക്കുന്നു. നാഡിക്കോ ധമനിക്കോ കേടുവരുത്താതെ ജീവകലകളെ ഒന്നൊന്നായ് വേർതിരിക്കേണ്ടിയിരിക്കുന്നു.

ഒരു നിമിഷശകലത്തേയ്ക്ക് കുസ്നെത്സോവിന് ആത്മവിശ്വാസം നഷ്ടപ്പെട്ടു. ഇതു സാദ്ധ്യമല്ല, സാദ്ധ്യമേയല്ല!

ശസ്ത്രക്രിയാശാലയിലെ നിശ്ശേഷനിശ്ശബ്ദതയിൽ ഭിത്തിയിലെ ഘടികാരത്തിന്റെ ശബ്ദം ചുറ്റികയടിപോലെ മുഴങ്ങി.

'കാറ്റ്ഗട്ട്!' കുസ്നെത്സോവ് പറഞ്ഞു. പെട്ടെന്ന് തീപ്പൊള്ളിയതുപോലെ അദ്ദേഹം മേശയുടെ അടുത്തുനിന്നു ഞെട്ടി പുറകോട്ടു മാറി.

ഇരുണ്ട രക്തം അദ്ദേഹത്തിന്റെ മുഖത്തേക്കു ചീറ്റിത്തെറിച്ചു. മുറിവു നിറച്ചുകൊണ്ട് അത് രോഗിയുടെ മാറിലേക്ക് കവിഞ്ഞൊഴുകി.

'സിര!' കുസ്നെത്സോവ് വിളിച്ചുപറഞ്ഞു.

'അത് ഞെക്കിപ്പിടിച്ചിട്ടും ഫലമില്ല.'

'നാഡിമിടിപ്പ് എങ്ങിനെ?'

'ദുർബ്ബലമായി വരുന്നു. മുറതെറ്റിവരുന്നു.'

താൻ ഇതു ചെയ്യേണ്ടിവന്നല്ലോ! താൻ എങ്ങിനെ അയാളുടെ ഭാര്യയുടെ മുഖത്തു നോക്കും?

'കന്ദേലിസ്, രക്തസ്രാവം നിർത്താനുള്ള പ്ലഗ്ഗ് തരൂ! ചോര മാറ്റൂ. ഞാൻ നൂലുകെട്ടാം.'

താൻ ചെയ്തത് തെറ്റിപ്പോയോ? അതോ അത് അനിവാര്യമായിരുന്നോ? ഈ താറുമാറിനിടയിൽ നാഡി തൊട്ടാൽ തീർന്നു.... ദൈവമേ, ഞാനതു ചെയ്തെന്നു തോന്നുന്നു. കെട്ടി!

അടുത്ത നിമിഷത്തിൽ നേഴ്സു കണ്ണു മിഴിക്കുന്നത് ഡോക്ടർ കണ്ടു. അവൾ മന്ത്രിച്ചു:

'നാഡി മിടിക്കുന്നില്ല. കൃഷ്ണമണി ചലിക്കുന്നില്ല.'

'അഡ്രിനലിൻ! കന്ദേലിസ് ആജ്ഞാപിച്ചു.

ഹൃദയം തിരുമ്മൂ!

എന്നെന്നേക്കുമായി വിശ്രമിക്കാൻ തയ്യാറായിരുന്ന ഹൃദയം ഏതാനും തിരുമ്മലുകൾക്കുശേഷം പതുക്കെ മിടിച്ചു തുടങ്ങിയപ്പോൾ, താൻ അന്നു ശസ്ത്രക്രിയ നടത്താൻ തീരുമാനിച്ചത് തികച്ചും ശരിയായിരുന്നുവെന്ന് അദ്ദേഹത്തിനു മനസ്സിലായി. വാർഡിൽവച്ച് രക്തസ്രാവം തുടങ്ങിയിരുന്നെങ്കിൽ ഉടൻ ശസ്ത്രക്രിയ നടത്തിയാൽപ്പോലും ഫലമുണ്ടാകുമായിരുന്നില്ല.

കുസ്നെത്സോവ് ഇടനാഴിയിലേക്ക് ഇറങ്ങി. തുറന്നു കിടന്നിരുന്ന ഒരു ജനാലയുടെ സമീപം ചെന്ന് അദ്ദേഹം ഒരു സിഗററ്റു കൊളുത്തി ആർത്തിയോടെ പുകവലിച്ചു. അദ്ദേഹം അങ്ങേയറ്റം തളർന്നിരുന്നു. ദേഹമാകെ അടിയേറ്റതുപോലെ തോന്നി. പുറവും കയ്യും കാലുമെല്ലാം വേദനിച്ചു. ചെന്നിയിൽ വേദന തോന്നി.

കന്ദേലിസ് പിന്നിൽ വന്നു നിന്നത് അദ്ദേഹം അറിഞ്ഞില്ല.

'ഗ്രീഷ, നിങ്ങൾക്കാവശ്യം കുറച്ചു വോഡ്ക്കയാണ്. നിങ്ങൾ തീർച്ചയായും അതർഹിക്കുന്നുണ്ട്!'

മരവിച്ചു കനത്തിരുന്നിരുന്ന കാലുകൾ ഇളക്കിക്കൊണ്ട് കസ്നെത്സോവ് ഇടനാഴിയിലൂടെ നടന്നു.ഒരു നിമിഷത്തേക്ക് ശസ്ത്രക്രിയാശാലയിൽ നോക്കി. അറിയാതെതന്നെ അദ്ദേഹം നടന്നത് സെർഗേയുടെ വാർഡിലേക്കാണ്.

താന്യ ഭർത്താവിന്റെ ശയ്യയ്ക്കരികിൽ ഇരിപ്പുണ്ട്. മറ്റു മെത്തകളെല്ലാം ഒഴിഞ്ഞിരുന്നു. വസന്തം അവരെയെല്ലാവരേയും പുറത്തിറക്കിയിരിക്കുകയാണ്, അദ്ദേഹം വിചാരിച്ചു. പക്ഷെ അതിൽ അവൾക്കാനന്ദിക്കാൻ ഒന്നുമില്ല... ആ ശൂന്യമായ വാർഡു കണ്ടിട്ടോ ബോധമറ്റു കിടക്കുന്ന ഭർത്താവിന്റെ നേരെ കുനിഞ്ഞിരിക്കുന്ന ആ യുവതിയുടെ

സഹതാപകരമായ രൂപം കണ്ടിട്ടോ അതോ ഇതുപോലുള്ള അനേക ദിവസങ്ങൾ അവൾക്കു പിന്നിടേണ്ടിവരുമെന്നും അവളുടെ യുവസഹ ജമായ മുഴുവൻ കരുത്തും ധൈര്യവും അതിനാവശ്യമായിവരുമെന്നും കണ്ടിട്ടോ എന്തോ കസ്നെത്സോവിന്റെ ഹൃദയം വേദനയോടെ വലിഞ്ഞു.

അദ്ദേഹം അവളുടെ അടുത്ത് ഒരു കസേരയിലിരുന്നു. ശസ്ത്രക്രി യയ്ക്കിടയിൽ ഒരു നിമിഷം ക്ലിനിക്കൽ മരണമുണ്ടായ കാര്യം താൻ അവളോടു പറയണമോ?

താന്യ അദ്ദേഹത്തെ കണ്ടതേയില്ലെന്നു തോന്നി. ഇടയ്ക്കിടെ അവൾ കൈ നീട്ടി ഭർത്താവിന്റെ മുടി മെല്ലെ തലോടും. അയാളുടെ മുഖത്തുനിന്ന് അവൾ കണ്ണെടുത്തില്ല.

'നിങ്ങൾക്ക് വലിയ ഉൽക്കണ്ഠയായിരുന്നോ?' കസ്നെത്സോവ് മൃദുസ്വരത്തിൽ ചോദിച്ചു.

താന്യ തലയുയർത്തി അദ്ദേഹത്തെ നോക്കി. അവളുടെ കണ്ണുകൾ നിറഞ്ഞൊഴുകി.

'അയ്യോ, എന്താണിത്? അയാൾ സുഖപ്പെടുന്നതിലേക്കുള്ള ഒരു പ്രധാനചുവടു വച്ചുകഴിഞ്ഞു. എന്നിട്ടാണ് നിങ്ങൾ കരയുന്നത്.'

'പറയൂ- അദ്ദേഹം ജീവിക്കുമോ?'

'രണ്ടു മണിക്കൂർ മുമ്പ് അതിന് ഉത്തരം പറയാൻ ഞാൻ വിഷ മിക്കുമായിരുന്നു. എന്നാലിപ്പോൾ ഞാൻ പറയുന്നു: ഉവ്വ്, അയാൾ ജീവിക്കും. ജീവിക്കണം. അവിടെ മേശപ്പുറത്തു കിടക്കുമ്പോൾ അയാൾ നിങ്ങളെ അന്വേഷിച്ചു. അയാൾക്കു നിങ്ങളെ വളരെയേറെ ആവശ്യമുണ്ട്.

'എനിക്കറിയാം.... പക്ഷെ ഈ വിവരം കെട്ട മനുഷ്യൻ എന്നെ ഓടിക്കാനാണ് ആഗ്രഹിക്കുന്നത്. അദ്ദേഹത്തിന്റെ ജീവിതം കഴിഞ്ഞെന്നും എനിക്കെല്ലാം വീണ്ടും തുടങ്ങാനൊക്കുമെന്നുമാണ് അദ്ദേഹത്തിന്റെ വിചാരം. പക്ഷെ എനിക്കതു സാദ്ധ്യമല്ല! അദ്ദേഹ ത്തെക്കൂടാതെ ജീവിക്കാൻ എനിക്കു സാദ്ധ്യമല്ല! എന്നെ ഓർത്ത് അദ്ദേഹം സഹതപിക്കുകയാണ്. പക്ഷെ എനിക്ക് അതു വേണ്ട.

ശസ്ത്രക്രിയാശാലയുടെ തണുത്ത കതകിനു പുറത്തുവച്ച് കെട്ടിനി ന്ന കണ്ണുനീർ കുറെ ആശ്വാസം നൽകുകയുണ്ടായി. പക്ഷെ വേദന അവശേഷിച്ചു. സെർഗേയ് എത്രത്തോളം യാതനയാണ് അനുഭവി ക്കുന്നതെന്നു കണ്ടപ്പോൾ തന്റെ നിസ്സഹായതയോർത്ത് താന്യയുടെ മനം നൊന്തു. ശസ്ത്രക്രിയ കുഴപ്പം കൂടാതെ നടക്കുന്നുവെന്ന് നേഴ്സ്

ഉറപ്പ പറഞ്ഞപ്പോൾ ആശ്വാസം തോന്നിയെങ്കിലും ആ കതകിന്റെ പിന്നിൽ എല്ലാം വേണ്ടപോലെ നടക്കുന്നില്ലെന്ന് അവളുടെ ഹൃദയം അവളോട്ടു പറഞ്ഞു. സെര്യോഷ എത്രമാത്രം കഷ്ടപ്പെട്ടുന്നു! അവൾക്ക് അയാളെ സഹായിക്കാൻ കഴിയുന്നില്ലല്ലൊ എന്ന ബോധം അവൾക്കും എത്രമാത്രം മനോവേദനയുണ്ടാക്കുന്നു!

'കഠിനമായൊരു ജോലിയാണ് നിങ്ങളുടെ മുമ്പിലുള്ളത്.' കസ്നെത്സോവ് എഴുന്നേറ്റ് മുറിയിൽ ഉലാത്താൻ തുടങ്ങി. 'നിങ്ങൾക്കു മനക്കരുത്തുണ്ടായിരിക്കണം. നിങ്ങൾ കരയുന്നത് അയാൾ കാണരുത്. അയാളെ ഓർത്ത് സഹതപിക്കുകയും വേണ്ട. സഹതാപം ദൗർബ്ബല്യമുളവാക്കുന്നു. ഒരു മനുഷ്യന്റെ ഇച്ഛാശക്തിയെ കെടുത്തുന്നു. അയാളോടൊപ്പമിരിക്കുമ്പോൾ അത്ര ഭയങ്കരമായിട്ടൊന്നും സംഭവിച്ചിട്ടില്ലെന്ന മട്ടിലായിരിക്കണം നിങ്ങളുടെ പെരുമാറ്റം. അത് എളുപ്പമല്ലെന്ന് എനിക്കറിയാം. പക്ഷെ ശരിയായ ഒരേയൊരു വഴി അതാണ്. മറ്റേ ആശുപത്രിയിൽ അവർ അയാൾക്ക് നന്നാലു മണിക്കൂർ കൂടുമ്പോൾ മോർഫീൻ കൊടുക്കുമായിരുന്നു. അയാൾ ആസന്നമരണനാണെന്നു ധരിച്ച് അവർ അയാളുടെ അന്ത്യനിമിഷങ്ങൾ വേദനാരഹിതമാക്കാൻ ആഗ്രഹിച്ചു. മോർഫീൻ ഒരു ശീലമായിക്കഴിഞ്ഞാൽ വരാവുന്നത് എന്താണെന്നറിയാമോ?'

താന്യ തലകുലുക്കി.

'ഏറ്റവും ശക്തിയുള്ള നാർക്കോട്ടിക്കുകളിലൊന്നാണ് മോർഫീൻ. ഒരു രോഗിക്ക് സഹിക്കാൻ കഴിയുന്നതിലുമപ്പുറം ശാരീരികവേദനയുണ്ടാകുമ്പോഴാണ് അതു കൊടുക്കുന്നത്. മോർഫീൻ ശരീരത്തികനകത്തു കടത്തുമ്പോൾ വേദന തൽക്കാലം കുറയുന്നു. പക്ഷെ ആളുകൾക്ക് നാർക്കോട്ടിക്കുകൾ താമസിയാതെ ശീലമായിത്തീരുന്നു. കുത്തിവയ്പുകൾ തക്ക സമയത്ത് നിർത്തിയില്ലെങ്കിൽ ഫലം ഭയങ്കരമായിരിക്കും. കൈ രണ്ടും നഷ്ടപ്പെടുന്നത് വലിയൊരു അത്യാഹിതം തന്നെയാണ്. മോർഫീനിന്റെ അടിമയാകുന്നതും അത്രതന്നെ വലിയ അത്യാഹിതമാണ്. രണ്ടും കൂടിയായാൽ....' കസ്നെത്സോവ് അർത്ഥസൂചകമായി കൈ മലർത്തി. 'കുത്തിവയ്പുകൾ തുടർന്നാൽ ആപത്താകുന്ന ഘട്ടം സെർഗേയെ സംബന്ധിച്ചിടത്തോളം പണ്ടെ കഴിഞ്ഞിരിക്കുന്നു. മൂന്നു ദിവസം കഴിഞ്ഞാൽ അയാൾക്കു മോർഫീൻ കൊടുക്കുന്നത് ഞാൻ പാടേ വിലക്കാൻ പോവുകയാണ്. അയാൾ വളരെയധികം വിഷമിക്കും. അയാൾ യാചിക്കും. കോപിച്ചട്ടഹസിക്കും. പക്ഷെ അതെല്ലാം സഹിച്ചേ പറ്റൂ. നിങ്ങളും അയാളും. ഇത് അയാളുടെ നന്മയ്ക്കുവേണ്ടിയാണ്. അല്ലെങ്കിൽ വൈകിപ്പോകും.'

കൈ പുറകിൽ കെട്ടിക്കൊണ്ട് സർജൻ മുറിയിൽ അങ്ങോട്ടുമിങ്ങോട്ടും ഉലാത്തി. കതകു മുതൽ ജനാലവരെ ആറു ചുവട്. തിരിച്ചും ആറു ചുവട്. അദ്ദേഹം കതകിനടുത്തെത്തിയപ്പോൾ താന്യ അദ്ദേഹത്തിന്റെ കയ്യിലേക്ക് ഭയാശങ്കകളോടെ നോക്കി. ഇപ്പോൾ അദ്ദേഹം കതകിന്റെ പിടിയുടെ നേരെ കൈ നീട്ടും; ഇപ്പോൾ അദ്ദേഹം പുറത്തു പോകും, അവൾ വിചാരിച്ചു. സെര്യോഷ ഉണർന്ന് വേദനിക്കുമ്പോൾ അടുത്താരുമില്ലെങ്കിലോ? ചാടിയെണീറ്റ് 'പോകരുത്! ദയവുചെയ്ത് പോകരുത്!' എന്നു പറയാൻ താന്യ ആഗ്രഹിച്ചു. പക്ഷെ ഓരോ തവണയും കുസ്നെത്സോവ് സാവധാനം തിരിഞ്ഞ് ജനാലയുടെ നേരെ നടന്നു.

അദ്ദേഹം പോയില്ല. കഴിഞ്ഞ ഏതാനും മണിക്കൂറുകൾ അദ്ദേഹം വീണ്ടും വീണ്ടും ഓർക്കുകയായിരുന്നു തനിക്ക് ഇതേവരെ അജ്ഞാതമായിരുന്ന പുതിയൊരു കോണിലൂടെ താൻ ജീവിതത്തെ കാണുകയാണെന്ന് അദ്ദേഹത്തിനു തോന്നി.

ഇതിനുമുമ്പും അദ്ദേഹം വിഷമകരമായ ശസ്ത്രക്രിയകൾ നടത്തിയിട്ടുണ്ട്. ശസ്ത്രക്രിയയ്ക്കു ശേഷമുള്ള ക്ലേശകരമായ ദിവസങ്ങൾ പിന്നിട്ടിട്ടുണ്ട്. പക്ഷെ അപ്പോഴെല്ലാം അദ്ദേഹം ഏതെങ്കിലും രോഗത്തിനോ പരുക്കിനോ എതിരായി പൊരുതുകയായിരുന്നു. തന്റെ രോഗികളുടെ ഭാവി വ്യക്തമായി കണ്ടിരുന്നു. ഭാവി ശൂന്യമാണെന്ന ഒരു ബോധം അദ്ദേഹത്തിന് ഇതിനുമുമ്പ് ആരെക്കുറിച്ചും തോന്നിയിട്ടില്ല. അദ്ദേഹത്തിന്റെ എല്ലാ വൈദഗ്ധ്യവും പരിചയസമ്പത്തും ആ ബോധത്തിന്റെ മുമ്പിൽ നിസ്സഹായമാണ്. അദ്ദേഹത്തിന് മുറിവുണക്കാൻ കഴിയും. കരുത്തും ആത്മശാന്തിയും വീണ്ടും നൽകാൻ കഴിയും. പക്ഷെ ഒരു മനുഷ്യന്റെ കൈകൾ.... അവ വീണ്ടും നൽകാൻ അദ്ദേഹത്തിനു സാദ്ധ്യമല്ല.

സർജൻ ജി.വി. കുസ്നെത്സോവിന്റെ ഡയറിയിൽ നിന്ന്

മേയ് 13. വസന്തം ശരിക്കും വന്നെത്തി. പട്ടണത്തിന് എന്തൊരു ഭംഗിയാണ്! വർഷങ്ങൾ, നമ്മുടെ വർഷങ്ങൾ, പറവകളെപ്പോലെ പറന്നകലുന്നു... ഇന്ന് സന്ദർശകരുടെ ദിവസമാണ്. ഒരു ബാലിക പെത്രോവിന്റെ മെത്തയ്ക്കരികിലുള്ള മേശപ്പുറത്ത് ഒരു പൂങ്കുല വച്ചിട്ടു പോയി. അയാൾ ഉറക്കമായിരുന്നു. ഉണർന്നപ്പോൾ അവിടെ വന്നതാരാണെന്നു ചോദിച്ചു. താന്യ പറഞ്ഞു. കണ്ടില്ലേ,

അപരിചിതർപോലും നമുക്ക് സന്തോഷം നേരുന്നു എന്ന് അവൾ എടുത്തു പറഞ്ഞു. പക്ഷെ സെർഗേയ്ക്കു ദേഷ്യമാണു വന്നത്. അന്ന് മുഴുവൻ അയാൾ മുഖം വീർപ്പിച്ച് മൗനം പൂണ്ട് ഇരുന്നു. എന്തുകൊണ്ട്? അയാൾ പൊട്ടിക്കരയാൻ ആഗ്രഹിച്ചെന്ന് എനിക്കു തോന്നി. വളരെ പണിപ്പെട്ടാണ് സ്വയം നിയന്ത്രിച്ചത്. വൈകുന്നേരമാകുമ്പോഴേയ്ക്ക് അയാൾക്ക് പണി കൂടും. ഹിമോഗ്ലോബിൻ വീണ്ടും കുറവാണ്. രക്തം മൂന്നാമതും പരിശോധി#്ച്ചു. പക്ഷെ ആ ഹിമോഗ്ലോബിൻ ഒരു ശതമാനംപോലും കൂടിയിട്ടില്ല.

മേയ് 14. ആളുകൾ അംഗഹീനനെക്കുറിച്ച് സഹതപിക്കാൻ തുടങ്ങിയിരിക്കുന്നുവെന്ന് സെർഗേയ് ഭാര്യയോടു പറഞ്ഞു. (ഒരുപക്ഷെ ഇന്നലെ പൂക്കൾ കൊണ്ടുവന്നതുകൊണ്ടായിരിക്കും) അംഗഹീനൻ - ആ വാക്ക് ഉച്ചരിക്കാൻ അയാൾ വളരെ വിഷമിച്ചിരിക്കും. കരുത്തുറ്റ ഒരു ചെറുപ്പക്കാരൻ. എന്നിട്ടിപ്പോൾ.... രാത്രി ഉറങ്ങിയിട്ടേയില്ല. മോർഫീൻ ചോദിച്ചുകൊണ്ടിരുന്നു. സെർഗേയ്, നിങ്ങൾക്കിതു താങ്ങാൻ പ്രയാസം കാണും. പക്ഷെ ഞാൻ മോർഫീൻ തരികയില്ല.

അയാളുടെ വലത്തെ കാലിനെക്കുറിച്ചാണ് എനിക്ക് ഉൽക്കണ്ഠ. ഒന്നും ചെയ്യാനില്ലെന്നാണോ? ഒരു എക്സ്റേ കൂടി എടുക്കണം. ഒരു സമഗ്രമായ പരിശോധനയും കൂടിയാലോചനയും നടത്തണം.

താന്യയ്ക്ക് എഴുന്നേറ്റുനിൽക്കാൻ വയ്യ. പക്ഷെ വിശ്രമിക്കാൻ അവൾ കൂട്ടാക്കുന്നില്ല. ഭർത്താവിന്റെ അടുത്തുനിന്നും ഒരടി മാറുന്നില്ല.

അത്ഭുതം തന്നെ. പെത്രോവിന്റെ വരവിനുശേഷം മറ്റു രോഗികളുടെ സഹനശക്തി കൂടിയിട്ടുണ്ട്. ഭാര്യമാർ മുമ്പത്തേക്കാൾ കൂടുതൽ തവണ ഭർത്താക്കന്മാരെ വന്നു കാണുന്നുണ്ട്. പക്ഷെ വാസ്തവത്തിൽ അതിൽ അത്ഭുതപ്പെടാൻ എന്തിരിക്കുന്നു?

മേയ് 15 . വിഷമകരമായ ഒരു ശസ്ത്രക്രിയയ്ക്കുശേഷം ഒരു രോഗി മേശപ്പുറത്തുനിന്നും എഴുന്നേറ്റ് 'നിങ്ങൾ എന്റെ ജീവൻ രക്ഷിച്ചു ജീവനുള്ള കാലത്തോളം ഞാൻ നിങ്ങളോട് കൃതജ്ഞനായിരിക്കും!' എന്ന് വികാരതരളിതനായി പറയുന്നത് പണ്ട് കോളേജിൽ പഠിച്ചുകൊണ്ടിരുന്നപ്പോൾ ഞാൻ ഭാവനയിൽ കണ്ടിട്ടുണ്ട്. ഞാൻ അതേപ്പറ്റി ചിലപ്പോൾ സ്വപ്നം കണ്ടിട്ടുപോലുമുണ്ട്.

ചെറുപ്പകാലത്തെ സ്വപ്നങ്ങൾ ജീവിതം അത്ര ലളിതമൊന്നുമല്ല. രോഗം ഭേദമായി ആശുപത്രിയിൽനിന്നു പോകുമ്പോൾ യെരോമിൻ എന്റെ അടുത്തു വന്നു പറഞ്ഞു:

'നന്ദി. നിങ്ങൾ ഒന്നാന്തരം ആളുകളാണ്. എങ്കിലും നിങ്ങളുടെ

കയ്യിൽ വീഴാതിരിക്കുന്നതാണു നല്ലത്.'

മേയ് 17. കാല് മുറിച്ചുകളയേണ്ടിവരുമോ?!!

6

ഡോക്ടർ വൈകുന്നേരം വന്നുപോയതിനുശേഷം സെർഗേയ് പെട്ടെന്നു സംസാരിച്ചു.

'പറയൂ, യെഗോറിച്ച്. നിങ്ങൾ വിധിയിൽ വിശ്വസിക്കുന്നുണ്ടോ?'

യെഗോറിച്ച് അയാളെ സഗൗരവം നോക്കി.

'ഞാൻ എന്തു പറയാനാണ്?... ഞാനൊരു പുരോഹിതനോ തത്വചിന്തകനോ അല്ല. പക്ഷെ ഓരോരുത്തർക്കും അവരവരുടേതായ വിധി ഉണ്ടായിരിക്കുമെന്നാണ് എന്റെ ബുദ്ധിയിൽ തോന്നുന്നത്. അത് അവരുടേതു മാത്രമാണ്! മറ്റാരുടേതിൽനിന്നും വിഭിന്നമാണ്! ഞാൻ ഉദ്ദേശിക്കുന്നതെന്താണെന്നു മനസ്സിലായോ? ഒരു മനുഷ്യൻ ഇച്ഛയ്ക്കോ അഭീഷ്ടത്തിനോ അതീതമായി നിൽക്കുന്ന ചിലതുണ്ട്. അതേസമയം തന്നെ അവയ്ക്ക് ഒരാളുടെ വിധിയെ ഇട്ടു പന്താടാൻ സാദ്ധ്യമല്ല. എല്ലാം തലയിലെഴുത്താണെന്നു പറഞ്ഞ് കയ്യും കെട്ടി ഇരിക്കാൻ സാദ്ധ്യമല്ല. അതായത്, അയാൾതന്നെ അതിനു കീഴ്പ്പെടുന്നില്ലെങ്കിൽ.'

'അതല്ല ഞാനുദ്ദേശിച്ചത്,' സെർഗേയ് നെറ്റി ചുളിച്ചുകൊണ്ടു പറഞ്ഞു.

'അതായാലും അല്ലെങ്കിലും, സെര്യോഷ, ഇതാണ് കാര്യത്തിന്റെ കാതൽ. 'മനുഷ്യൻ അവന്റെ വിധിയുടെ യജമാനനാണ്' എന്നു നിങ്ങൾ പറയുമ്പോൾ എല്ലാം പറഞ്ഞുകഴിഞ്ഞു.അതെളുപ്പമാണെന്ന് ആരും അവകാശപ്പെടുന്നില്ല. അത് പ്രയാസകരമാണ്. ചിലപ്പോൾ വളരെയേറെ പ്രയാസകരമാണ്. പക്ഷെ നിങ്ങൾക്കു ജീവിതത്തിൽ വിശ്വാസം നശിച്ചാൽ അത് അതിലും കഷ്ടമാണ്.'

സെർഗേയ് മറുപടി പറഞ്ഞില്ല. അയാളെ സംബന്ധിച്ചിടത്തോളം നിസ്സാരമല്ലാത്ത ഒരു ചോദ്യത്തിനുള്ള ഉത്തരം വേദനാകരമായി തിരയുകയാണയാൾ എന്ന് യെഗോറിച്ച് ഊഹിച്ചു. 'ഇതു വിധിയാണ്,' 'വിധിയോടു മല്ലിട്ടിട്ടു കാര്യമില്ല'- എന്നിങ്ങനെ കഷ്ടകാലത്ത് ആളുകൾ പറഞ്ഞുവരാറുള്ള പഴമൊഴികളെല്ലാം സെർഗേയെ സംബന്ധിച്ചിടത്തോളം അസ്ഥാനത്താണ്. അയാൾ തന്റെ വിധിയെ പഴിച്ചില്ല. അയാൾ നിശ്ശബ്ദം സഹിക്കുകയാണ്. മുമ്പു ചെയ്തിരുന്ന കാര്യങ്ങൾ മേലിൽ ഒരിക്കലും ചെയ്യാൻ കഴിയാത്ത ഒരാൾക്കേ ഇങ്ങനെ സഹിക്കാനൊക്കൂ. ഭാവിയെ കുറേക്കൂടി നല്ല

വെളിച്ചത്തിൽ - ജീവിതത്തിന്റെ ഒഴുക്കിൽത്തന്നെ നിന്നുകൊണ്ട് മറ്റുള്ളവർക്കു പ്രയോജനപ്രദമായിട്ട് എന്തെങ്കിലും ചെയ്യാൻ പ്രാപ്തമാക്കുന്ന ഒന്നായി - കാണാനുള്ള ശ്രമത്തിലായിരിക്കാം സെർഗേയ് ഒരുപക്ഷെ വിധിയെക്കുറിച്ചുള്ള ചോദ്യമുന്നയിച്ചത്. മറ്റുള്ളവരെ സഹായിക്കാനുള്ള, നിർഭാഗ്യത്തിൽനിന്നും മരണത്തിൽനിന്നും രക്ഷിക്കാനുള്ള, ശ്രമത്തിലാണല്ലോ അയാൾക്ക് ഇങ്ങനെയൊക്കെ വന്നു പിണഞ്ഞത്.

'നിങ്ങൾക്ക് ആത്മവിശ്വാസം വേണം,' യെഗോറിച്ച് പറഞ്ഞു. അയാൾ കൂടുതലൊന്നും പറഞ്ഞില്ല.

അയാൾ മൗനം പൂണ്ടത് മനപ്പൂർവ്വമാണ്. സെർഗേയ് സംസാരം തുടരുമെന്ന് അയാൾ പ്രതീക്ഷിച്ചു. സെർഗേയ് വർത്തമാനം പറഞ്ഞു തുടങ്ങിയതുതന്നെ നല്ലൊരു ലക്ഷണമാണ്. ഈ ദിവസങ്ങളത്രയും അയാൾ ഒരക്ഷരം പോലും മിണ്ടാതെ കിടക്കുകയായിരുന്നു ഇപ്പോഴാണയാൾ വാ തുറക്കുന്നത്.

'ഞാൻ ശീലിച്ചിട്ടില്ലാത്ത ഒന്നാണ ് ഈ അവസ്ഥ. ഒരു കഷണം റൊട്ടി തിന്നാൻപോലും ആരുടെയെങ്കിലും സഹായം വേണം...'

'നിങ്ങളുടെ ജീവിതം മുഴുവൻ അവസാനിച്ചുവെന്നു കരുതാൻ തിരക്കുകൂട്ടേണ്ട. ആളുകൾക്കു മനസ്സിലാകും. ആളുകൾ വാസ്തവത്തിൽ നല്ലവരാണ്, അന്തസ്സുള്ളവരാണ്.'

'അതെ. ഞാനാണ് കൊള്ളരുതാത്തവൻ.'

വാർഡ് നിശ്ശബ്ദമായിരുന്നു. ആർക്കും ഇതേവരെ അറിഞ്ഞുകൂടാത്ത, ജീവിതത്തിലെ സർവ്വപ്രധാനമായ കാര്യങ്ങളെക്കുറിച്ചുള്ള സംസാരമാണു നടക്കുന്നതെന്ന മട്ടിൽ ആരും അതിനെ വിഘ്നപ്പെടുത്തിയില്ല.

'സെര്യോഷ, ഒരു വയസ്സൻ ഇങ്ങനെയെല്ലാം പറയുന്നതുകൊണ്ട് പരിഭവം തോന്നരുത്, യെഗോറിച്ച് പറഞ്ഞു. ഞാൻ ജീവിതത്തിൽ എന്തെല്ലാം കണ്ടിരിക്കുന്നു. എല്ലാത്തരത്തിലുമുള്ള ജീവിതവും മരണവും ഞാൻ കണ്ടിട്ടുണ്ട്... അർത്ഥമുള്ളതും ഇല്ലാത്തതും അങ്ങേയറ്റം ബുദ്ധിശൂന്യമായതുപോലും. നമ്മൾ പലതും കാണും. ഞാൻ പറയാമല്ലൊ. കുറച്ചു കാലം മുമ്പ്.... മൂന്ന് വർഷമായിക്കാണും.........'

യെഗോറിച്ച് സാവധാനം തലയിണയിലേക്കു തല ചായ്ച്ചു. ജലദോഷം പിടിപെട്ടതുപോലെ ഇടറിയ സ്വരത്തിൽ അയാൾ തന്റെ കഥ പറഞ്ഞുതുടങ്ങി.

'ഉച്ചൂറിലേക്ക് ഞങ്ങൾ മൂന്നുപേർ നടന്നുപോവുകയായിരുന്നു.

യക്കുത്തിയയിലാണത്. ജനുവരി മാസം. കൊടും മഞ്ഞ്. ശരിക്കും സൈബീരിയൻ തണുപ്പ്. തൈഗാവനമാണ് ചുറ്റും. മൂടുപടമിട്ട ഒരു നവോഢയെപ്പോലെ അത് അണിഞ്ഞൊരുങ്ങി നിൽക്കുകയാണ്. ഒരു മരത്തിൽ ഒന്നു തൊട്ടാൽമതി, തലയിൽ മഞ്ഞുമഴ പെയ്യും. രാത്രി കാലങ്ങളിൽ ചെന്നായ്ക്കൾ ഓരിയിട്ടു നടക്കുന്നു. എത്ര ഭയാനകമായ ശബ്ദമാണത്. അതു കേൾക്കുമ്പോൾ നമുക്കുതന്നെ ഓരിയിടാൻ തോന്നിപ്പോകും. ഞങ്ങൾ അവിടെ എത്തിയെങ്കിലും കാണുമെന്നുദ്ദേശിച്ചതു കണ്ടില്ല. ഞങ്ങൾ അവിടെയെല്ലാം പരിശോധിച്ചു. വെറുംകയ്യോടെ മടങ്ങുന്നതെങ്ങിനെയാണ്. അതുകൊണ്ട് രണ്ടു ദിവസം മുഴുവനും ഞങ്ങൾ കാട്ടിൽ ചുറ്റിനടന്നു. ഏറ്റവും അടുത്തുള്ള സെറ്റിൽമെന്റിൽനിന്ന് നൂറ്റമ്പതു കിലോമീറ്ററോളം ദൂരെ ഞങ്ങൾ പോയി. കയ്യിലെ ഭക്ഷണം തീർന്നുവരുന്നതുകണ്ടപ്പോൾ ഞങ്ങൾ കൂടിയാലോചിച്ച് മടങ്ങാൻ തീരുമാനിച്ചു. കൃത്യം ആ സമയത്ത് ഒരു കൊടുങ്കാറ്റ് തുടങ്ങ്ഹി. അതിനു വരാൻ കണ്ട ഒരു സമയം! രാത്രി ചെന്നായ്ക്കളുടെ ഓരിയിടൽ കേട്ട് ഞങ്ങളുടെ റെയിൻഡിയറുകൾ വിരണ്ടോടിപ്പോയി. പിന്നെ ഞങ്ങൾക്കാകെയുള്ളത് ഞങ്ങളുടെ കാലുകളാണ്. ഞങ്ങൾ നടന്നുതുടങ്ങി. ദിവസം ഒന്നു കഴിഞ്ഞു. രണ്ടു കഴിഞ്ഞു. കൊടുങ്കാറ്റു ശമിക്കുന്ന ലക്ഷണമില്ല. മൂന്നാമത്തെ ദിവസം എനിക്കു മനസ്സിലായി ഞങ്ങൾക്കു വഴി തെറ്റിയെന്ന്. കുഴപ്പം തുടങ്ങുന്നത് അപ്പോഴാണ്. ഞങ്ങളുടെ കൂട്ടത്തിൽ ഒരു ചെറുപ്പക്കാരനുണ്ടായിരുന്നു. നല്ല കരുത്തും ആരോഗ്യവുമുണ്ട്. അയാളുടെ മെയ്യിനുള്ള കരുത്ത് തലച്ചോറിൽ കണ്ടില്ലെന്നു മാത്രം. അയാൾ മണ്ടനായിരുന്നില്ല. അതല്ല ഞാനുദ്ദേശിച്ചത്. മെയ്യനക്കാതെ സുഖമായി ജീവിക്കണം. അതാണയാൾ ഇഷ്ടപ്പെട്ടത്. മോടിയുള്ള റെസ്റ്റോറന്റുകളിൽ പോയി മദ്യപിക്കുക, പെൺകുട്ടികളുടെ തല തിരിക്കുക, ചിലപ്പോൾ കുടിച്ചു ബഹളം കൂട്ടുക അത്തരം കാര്യങ്ങളിൽ അയാളേക്കാൾ ധൈര്യവാനായിട്ട് ഒരാളെ കാണാൻ പറ്റുകയില്ല. പക്ഷെ അങ്ങ് കാട്ടിൽ സ്ഥിതി പരുങ്ങലിലായപ്പോൾ അയാളുടെ ധൈര്യമൊന്നും കണ്ടില്ല. 'ഞാൻ ഇനി വരുന്നില്ല', അയാൾ വിളിച്ചുകൂവി. അത്രയേയുള്ളൂ. ഏതായാലും നമ്മുടെ അവസാനമായി. ഈ ദണ്ഡന അനുഭവിക്കുന്നതിലും നല്ലത് വേഗമങ്ങു മരിക്കുകയാണ്. നിങ്ങൾ വീരന്മാരാണെന്നായിരിക്കും വിചാരം. എന്തായാലും നിങ്ങൾ കോഴിക്കുഞ്ഞുങ്ങളെപ്പോലെ പിടഞ്ഞുചാവുകയേയുള്ളൂ. ഇവിടെ കാത്തിരിക്കുകയാണു നല്ലത്. ഒരുപക്ഷെ അവർ നമ്മെ തിരക്കി വരുമായിരിക്കും. ഞങ്ങളിൽ ആരെങ്കിലും വീരനായിരുന്നോ? അയാളെപ്പോലെതന്നെ ഞങ്ങളും ഭയന്നിരിക്കുകയായിരുന്നു.

എങ്കിലും ഞങ്ങൾ ആശ വെടിഞ്ഞില്ല. വെറുതെ കിടന്നു ചാകുന്നതിൽ എന്താണർത്ഥം? യുദ്ധത്തിലെപ്പോലെ പെരുമാറിയേ പറ്റൂ. ഞങ്ങൾ അയാളോടു സംസാരിച്ചുനോക്കി. അയാൾക്കു ലജ്ജ തോന്നിക്കാൻ ശ്രമിച്ചു. അയാളെ ചുമന്നു കൊണ്ടുപോകാൻ നോക്കി. പക്ഷെ ഫലമുണ്ടായില്ല. അയാൾ കുതറിമാറി. എന്തു ചെയ്യാൻ കഴിയും? കയ്യിലുള്ള ഭക്ഷണം കുറഞ്ഞുവരികയാണ്. എത്ര ദൂരം കൂടി പോകണമെന്ന് ഞങ്ങൾക്കു യാതൊരു രൂപവുമില്ലായിരുന്നു. അയാളുടെ മോങ്ങൽ കേട്ടുകൊണ്ട് ഞങ്ങൾ അവിടെ ഇരുന്നു. അയാൾ കരഞ്ഞു. സകലതിനേയും ശപിച്ചു. കാടിനേയും മഞ്ഞിനേയും തന്നെ പെറ്റതിന് അമ്മയേയുമെല്ലാം. ഞങ്ങൾ അവസാനം തെന്നുവണ്ടി പോലെ ഒന്നുണ്ടാക്കി. അയാളെ കെട്ടി അതിനകത്തിട്ട് വലിച്ചു. അയാൾ ഉറക്കെ നിലവിളിക്കുകയും അലറുകയും ചെയ്തു. അതിൽനിന്ന് ഉരുണ്ടു താഴെവീണു. തനിഭ്രാന്ത്. അയാൾക്കു തീർച്ചയായും അയാൾ ചെയ്യുന്നതെന്താണെന്ന് അറിയാമായിരുന്നു. വണ്ടിയിൽ കയറി പോകുന്നത് നടക്കുന്നതിലും എളുപ്പമാണല്ലൊ. പക്ഷെ മനുഷ്യന് കുറെ അന്തസ്സൊക്കെ വേണ്ടെ. ഞങ്ങളുടെ അത്രതന്നെ ശക്തി അയാൾക്കുമുണ്ട്. പക്ഷെ............ എങ്ങിനെയുമാവട്ടെ, അയാളേയും കൊണ്ട് മടങ്ങിപ്പോകാൻ സാദ്ധ്യമല്ലെന്ന് ഞങ്ങൾക്കു ബോധ്യമായി. എല്ലാവരും പോക്കാകും. അതുകൊണ്ട് അയാൾ ആവശ്യപ്പെട്ടതു പോലെ ചെയ്യാൻ ഞങ്ങൾ തീരുമാനിച്ചു-അയാളെ അവിടെവിട്ടിട്ട് പോകാനുള്ള വഴി കണ്ടുപിടിക്കുക. ഞങ്ങൾ ഒരു മാടം വച്ചുകെട്ടി ഭക്ഷണത്തിന്റെ ഒരു പങ്ക് അയാൾക്കു കൊടുത്തിട്ട് പുറപ്പെട്ടു. ചുറുചുറുക്കും കരുത്തുമുള്ള ആരെയെങ്കിലും അയാളുടെയടുത്തേക്ക് അയയ്ക്കണമെന്ന ഉദ്ദേശത്തോടെ വഴി അടയാളപ്പെടുത്തിക്കൊണ്ടാണ് ഞങ്ങൾ പോയത്. നാലു ദിവസം ഞങ്ങൾ നടന്നു. അഞ്ചാം ദിവസം ചില നായാട്ടുകാർ വിശന്നു വലഞ്ഞ് പാതി തണുത്തുകോച്ചിയ അവസ്ഥയിൽ ഞങ്ങളെ കണ്ടെത്തി. അതിന്റെ പിറ്റേന്ന് ഞങ്ങളുടെ അടയാളങ്ങളുടെ സഹായത്തോടെ അവർ അയാളെ കണ്ടുപിടിച്ചു. പക്ഷെ അവർ വൈകിപ്പോയി. അയാൾ മരവിച്ചു മരിച്ചുകഴിഞ്ഞിരുന്നു. ഉറക്കത്തിൽ മരവിച്ചുപോയതാണ്. സ്വന്തം ഭീരുത്വം കൊണ്ട് മരിച്ചു. മുന്നിലുള്ള വൈഷമ്യങ്ങളെ ഭയന്നു. ഫലമോ? ഒരു ജീവിതം അങ്ങിനെ പോയി. അതോർക്കുമ്പോൾ സങ്കടം മാത്രമല്ല ദേഷ്യവും തോന്നുന്നു. ജീവിതം എറിഞ്ഞു കളയാൻ അയാൾക്ക് എങ്ങിനെ തോന്നി? വിഡ്ഢിത്തം!'

കുറച്ചു സമയത്തേക്ക് യെഗോറിച്ച് മച്ചിലേക്ക് വെറുതെ

നോക്കിക്കൊണ്ടു കിടന്നു. പിന്നീട് ഒരു നെടുവീർപ്പോടെ അയാൾ പറഞ്ഞു: 'ഒരുപക്ഷെ ഞങ്ങൾ അയാളെ ഒറ്റയ്ക്ക് വിട്ടിട്ടു പോകരുതായിരുന്നു. പക്ഷെ അയാൾക്കു നല്ല കരുത്തും ആരോഗ്യവുമുണ്ടായിരുന്നു. ഞങ്ങൾ രണ്ടുപേർക്ക് എന്തു ചെയ്യാൻ കഴിയും? അയാളോടൊപ്പം വിലാപഗാനം പാടിക്കൊണ്ട് അവസാനവും കാത്ത് ഇരിക്കുകയോ?'

'നിങ്ങൾ ചെയ്തത് തികച്ചും ശരിയാണ്,' രോഗികളിലൊരാൾ പറഞ്ഞു.

'അയാൾ വിവാഹിതനായിരുന്നോ?' മറ്റൊരാൾ ചോദിച്ചു.

'അല്ല. അവിവാഹിതനായിരുന്നു. ഏതാണ്ട് സെര്യോഷയുടെ പ്രായം വരും.'

വാർഡ് നിശ്ശബ്ദമായി.

'നിങ്ങൾ ആരെയാണ് താരതമ്യപ്പെടുത്തുന്നത്- ആരോട്?" സെർഗേയ് ചോദിച്ചു.

'ഞാൻ ആരേയും താരതമ്യപ്പെടുത്തുകയല്ല, സെര്യോഷ. ഞാൻ അതോർത്തുപോയെന്നേയുള്ളു.'

7

ഗ്രിഗോറിയ് വസ്സീല്യെവിച്ച് കുസ്നെത്സോവ് വാർഡിൽ വന്നു.

'സെർഗേയ്, നിങ്ങൾക്ക് പുറത്തിറങ്ങണമെന്നുണ്ടോ?'

മറുപടിക്കു കാക്കാതെ അദ്ദേഹം താന്യയെ വിളിച്ചു.

അല്പസമയം കഴിഞ്ഞ് സെർഗേയെ ഒരു ഉന്തുകസേരയിലിരുത്തി പുറത്തിറക്കി.

ഖനിയപകടത്തിനുശേഷം ആദ്യമായി പുറത്തിറങ്ങുകയാണ്.

കുട്ടിക്കാലത്തിനുശേഷം ആദ്യമായി അയാൾ പ്രാമിലിരിക്കുന്ന ഒരു കുഞ്ഞിനെപ്പോലെ നിസ്സഹായനാണ്.

അവസാനത്തെ കതകു തുറക്കുന്നത് സെർഗേയ് ശ്രദ്ധിച്ചില്ല. ശക്തിയായ സൂര്യപ്രകാശം കണ്ണിലടിച്ചപ്പോൾ ഒന്നും കാണാൻ കഴഞ്ഞില്ല. വീര്യമുള്ള വായുവിന്റെ ദംശനമേറ്റ് മൂക്കു നീറി. തല കറങ്ങി. ആനന്ദപാരവശ്യത്തോടെ അയാൾ വിളിച്ചു പറഞ്ഞു:

'ആകാശം കണ്ടോ! താന്യ, ആകാശത്തേക്കു നോക്ക്! മേഘങ്ങൾ കണ്ടോ!'

അയാൾക്ക് കൂടുതൽ പറയണമെന്നുണ്ടായിരുന്നു. പക്ഷെ

ഭാര്യയെ നോക്കിയതോടെ അയാൾ മൗനം പൂണ്ടു.

താന്യ പുഞ്ചിരിക്കുന്നുണ്ടായിരുന്നു. എങ്കിലും അവളറിയാതെതന്നെ അവളുടെ കണ്ണുകൾ നിറഞ്ഞൊഴുകി.

'നിർത്തു!' കുസ്നെത്സോവ് അടക്കിപ്പറഞ്ഞു.

ത'നിയെ വന്നതാണ്. സത്യം. എനിക്കതു തടഞ്ഞുനിർത്താൻ കഴിഞ്ഞില്ല,' താന്യ പറഞ്ഞു.

പക്ഷെ സെർഗേയ് കണ്ണുകൾ വിടർത്തി ആകാശത്തേയും വൃക്ഷങ്ങളേയും ബെഞ്ചുകളേയും വയിലിരുന്നിരുന്ന ആളുകളേയും നോക്കുകയായിരുന്നു. പുതിയൊരു ഗ്രഹത്തിൽ വന്നിറങ്ങി എല്ലാം ആദ്യമായി കാണുന്നതുപോലെ അയാൾ നോക്കുകയാണ്. തിളച്ചുമറിയുന്ന ജീവിതവും വിചിത്രാകൃതിപൂണ്ട് ഒഴുകിനടക്കുന്ന മേഘസമൂഹങ്ഹളും മർമ്മരധ്വനിയുയർത്തുന്ന വൃക്ഷങ്ങളും മുഴങ്ങുകും ഇരമ്പുകയും ആർത്തുവിളിക്കുകയും ചെയ്യുന്ന ശബ്ദസമുച്ചയവുമായി മഹത്തായൊരു ലോകം ഒരു കുഞ്ഞിന്റേതെന്നപോലെ അയാളുടെ കൺമുമ്പിൽ തുറന്നു. ഇതാണു ജീവിതം. ചോരയും നൈരാശ്യവും വേദനയും മരണവും പതിയിരിക്കുന്ന മറുവശത്തെപ്പറ്റി ഓർമ്മപ്പെടുത്തുന്ന യാതൊന്നും അവിടെ ഇല്ലായിരുന്നു.

ഒരു അക്കേഷ്യാമരത്തിൽനിന്ന് ഒരില പറിക്കാൻ സെർഗേയ് ആഗ്രഹിച്ചു. പെട്ടെന്ന്, മരവിപ്പിക്കുന്ന ചിന്ത അയാളുടെ മനസ്സിൽ തള്ളിവന്നു- എങ്ങിനെ പറിക്കും? എന്തുകൊണ്ടു പറിക്കും?

ഒരു നിമിഷം മുമ്പ് അയാളുടെ കണ്ണുകൾക്ക് ആനന്ദം നൽകിയ വർണ്ണങ്ങൾ മങ്ങി. സെർഗേയ് കണ്ണിറുക്കാതെ സൂര്യന്റെ നേരെ തുറുച്ചുനോക്കി. വീണ്ടും വീണ്ടും ഒരു ചോദ്യം അയാളിൽ തിക്കിത്തള്ളി വന്നു: സൂര്യന്റ കറുപ്പാണെന്ന് ഞാൻ എവിടെയാണു കേട്ടിട്ടുള്ളത്? ഞാനതു വിശ്വസിച്ചില്ല. കേവലം വാക്കുകൾകൊണ്ടുള്ള കസർത്താണെന്നാണു വിചാരിച്ചത്. പക്ഷെ ഇത് വെറും കറുപ്പല്ല. ഈ കറുപ്പ് രക്തമയമാണ്, ബീഭത്സമാണ്.

'എനിക്കു പുക വലിക്കണം,' പതിഞ്ഞ ശബ്ദത്തിൽ സെർഗേയ്പ്പറഞ്ഞു.

കുസ്നെത്സോവ് പോക്കറ്റിൽനിന്നും ഒരു പാക്കറ്റ് പുറത്തെടുത്തു. ഒരു സിഗറട്ടെടുത്ത് അയാളുടെ ചുണ്ടിൽ വച്ചു കൊടുത്തു.

'നിങ്ങൾ ഒരുപാടു പുക വലിക്കരുത്. വല്ലപ്പോഴും വലിക്കുന്നതുകൊണ്ട് കുഴപ്പമില്ല.' കുസ്നെത്സോവ് തീപ്പെട്ടി ഉരച്ചു. 'നിങ്ങളും യെഗോറിച്ചും രഹസ്യപ്രവർത്തനത്തിൽ വിരുതന്മാരാണെന്നൊന്നും

കരുതേണ്ട. നിങ്ങൾ വാർഡിൽ പുക വലിക്കുന്നുണ്ടെന്നും ഡോക്ടറന്മാരെ പറ്റിക്കാൻ കഴിവുള്ള സമർത്ഥന്മാരാണെന്നു സ്വയം അഭിമാനിക്കുന്നുണ്ടെന്നും എനിക്കറിയാം.'

സെർഗേയ് ഒന്നും പറഞ്ഞില്ല. അയാൾ ആർത്തിയോടെ പുക വലിച്ചുകൊണ്ടിരുന്നു. അയാളുടെ തല കറങ്ങി. രൂപങ്ങൾ മങ്ങി വികൃതമായി കാണപ്പെട്ടു.

താന്യ ഒരു പൂത്തടത്തിന്റെ അടുത്തേക്ക് നടന്ന് ചിന്താധീനയായി കുറെ പൂക്കൾ അടർത്തിയെടുത്തു.

സർജൻ ആകാശത്തേക്കു നോക്കി. പിന്നീട് തന്റെ കൈകളിൽ നോക്കി നെറ്റിചുളിച്ചു.

'സെര്യോഷ, മൂന്നു ദിവസത്തിനകം നിങ്ങളുടെ കാലിൽ ശസ്ത്രക്രിയ നടത്തും.'

സെർഗേയ് സർജനെ ഒരു നിമിഷം നോക്കിയിട്ട് തല തിരിച്ചു.

'സെര്യോഷ, നിങ്ങൾക്ക് ഒരൊന്നാന്തരം സുഹൃത്തുണ്ട്. നിങ്ങളുടെ ഭാര്യ. അവളടുത്തുള്ളപ്പോൾ നിങ്ങൾക്കു ജീവിതം സമ്പുഷ്ടമാക്കാൻ തീർച്ചയായും പ്രയാസം കാണുകയില്ല. നിങ്ങൾക്കറിയാമോ - സുഖമെന്നത് പിടികിട്ടാത്ത ഒരു സ്വപ്നമല്ല. ജീവിതത്തിൽ അത് ധാരാളമുണ്ട്. നിങ്ങൾക്കും അതു വേണ്ടുവോളം അനുഭവിക്കാൻ കഴിയും. സ്വന്തം വേദനയുടെ കാഠിന്യം കുറയ്ക്കാൻ പഠിച്ചാൽ മാത്രം മതി.'

'ഇനി നിങ്ങൾ മരേസ്യെവിന്റെയും കൊർച്ചാഗിന്റേയും* (* അലക്സേയ് മരേസ്യെവ് - കാലുകൾ രണ്ടും മുറിച്ചുമാറ്റപ്പെട്ടിട്ടും യുദ്ധവിമാനങ്ങൾ ഓടിച്ചുകൊണ്ടിരുന്ന, രണ്ടാം ലോകമഹായുദ്ധത്തിലെ ഒരു വൈമാനികൻ. അദ്ദേഹത്തിന്റെ വീരപരാക്രമങ്ങൾ ഒരു യഥാർത്ഥ മനുഷ്യന്റെ കഥ എന്ന നോവലിൽ ബോറീസ് പൊലെവോയ് വിവരിക്കുന്നുണ്ട്.

പാവെൽ കൊർച്ചാഗിൻ - സ്വജീവിതത്തെ ആസ്പദമാക്കി വീണ്ടും ജീവിതത്തിലേക്ക് എന്ന പേരിൽ നിക്കൊലായ് ഒസ്ത്രോവ്സ്ക്കിയ് എഴുതിയ നോവലിലെ കഥാനായകൻ. മുറിവുകളും രോഗവും മൂലം തളർവാതം പിടിപെടുകയും കാഴ്ച നഷ്ടപ്പെടുകയും ചെയ്തശേഷം അദ്ദേഹം തന്റെ അനുഭവങ്ങളെക്കുറിച്ച് എഴുതാൻ തുടങ്ങി.) കാര്യം പറഞ്ഞുതുടങ്ങും. സുഖംപോലും... പണിയെടുക്കാതെ, നിങ്ങൾ ഇഷ്ടപ്പെടുന്ന പണിയെടുക്കാതെ, എങ്ങിനെ സുഖമുണ്ടാവും? സംസാരിച്ചിട്ടെന്തു കാര്യം! സെർഗേയ് കയർത്തു. ഞാനൊരു കൊച്ചുകുഞ്ഞാണെന്ന മട്ടിൽ എന്നെ ഉത്സാഹിപ്പിക്കാൻ

ശ്രമിക്കുകയാണ നിങ്ങൾ സുഖത്തേയും സമരത്തേയും ധൈര്യത്തേയം കുറിച്ചുള്ള നെടുനെടുങ്കൻ വാക്കുകളെല്ലാം എനിക്കുമറിയാം... വിധിയെക്കുറിച്ച് യെഗോറിച്ച് എന്നോടു പറഞ്ഞു- വിവേകപൂർവ്വമായ വാക്കുകൾ. ബുദ്ധിപൂർവ്വമായ വാക്കുകൾ. എനിക്ക് എന്റെ വിധിയിൽ താല്പര്യമില്ല. അത് കത്തിയെരിഞ്ഞുകഴിഞ്ഞു. പക്ഷെ അവളോ-' സെർഗേയ് തന്റെ ഭാര്യയുടെ നേരെ തല വെട്ടിച്ചുകൊണ്ടു പറഞ്ഞു, 'അവളെന്തിന് എന്നോടൊപ്പം ഈ ദണ്ഡന സഹിക്കണം? മറ്റൊരാളിന്റെ ജീവിതം നശിപ്പിക്കാൻ എനിക്ക് എന്തവകാശമാണുള്ളത്?"

'ഉറക്കെ വിളിച്ചുകൂവല്ലെ. സ്നേഹിക്കാനുള്ള അവകാശം മറ്റൊരാൾക്കു നിഷേധിക്കാൻ നിങ്ങൾക്ക് എന്തവകാശമാണുള്ളത്? നിങ്ങൾക്കു നിങ്ങളെപ്പറ്റി മാത്രമേ വിചാരമുള്ളൂ. എത്തരത്തിലുള്ള ഒരാളെയാണ് അടുത്ത് കിട്ടിയിരിക്കുന്നതെന്ന് നിങ്ങൾ മനസ്സിലാക്കാനുള്ള സമയമായി!'

'നിങ്ങളത് സമർത്ഥമായി വളച്ചുതിരിച്ചു. പുസ്തകങ്ങളിൽ ചെയ്യാറുള്ളതുപോലെ,സെർഗേയ് മൃദുസ്വരത്തിൽ പറഞ്ഞു. എനിക്കിതു സഹിക്കാൻ വയ്യ. ഞാൻ ആലോചിച്ചുപോവുകയാണ്... എന്തുകൊണ്ട് ഞാൻ തൽക്ഷണം കൊല്ലപ്പെട്ടില്ല! എല്ലാംകൊണ്ടും അതായിരുന്നു നല്ലത്.'

ശരി, നിങ്ങളത് അവളോടു പറയൂ. നിങ്ങളോടൊപ്പം ഇത്രയെല്ലാം അവൾ സഹിച്ചിട്ട് അങ്ങിനെ വേണം പറയാൻ. പറയൂ അവളോട്. അവൾ സന്തോഷിക്കട്ടെ. താന്യ, ഇവിടെ വരൂ! സെർഗേയ്ക്ക് നിങ്ങളോട് എന്തോ പറയാനുണ്ട്.'

താന്യ വന്നു. അവൾ രണ്ടു പേരേയും സംശയത്തോടെ നോക്കി.

'എന്താണ്, സെര്യോഷ?' അവൾ ചോദിച്ചു.

'ഓ, ഒന്നുമില്ല....'

സർജൻ ജി.വി. കുസ്നെത്സോവിന്റെ ഡയറിയിൽനിന്ന്

മേയ് 25. അതു തുടങ്ങി. ഞാൻ ഇന്ന് ആശുപത്രിയിൽ വന്നപ്പോൾ ഡ്യൂട്ടിയിലുള്ള നേഴ്സ് എന്നെ വന്നു കണ്ടു. പെത്രോവ് കെട്ടഴിക്കാൻ സമ്മതിക്കുന്നില്ല. ഭക്ഷണം കഴിക്കുന്നില്ല. മരുന്നു കഴിക്കുന്നില്ല. മൂന്നു രാത്രിയായി ഉറങ്ങിയിട്ടില്ല. മച്ചിലേക്കു തുറിച്ചുനോക്കിക്കൊണ്ടു കിടക്കുകയാണ്. ഒരക്ഷരം മിണ്ടുന്നില്ല. അയാൾ ഊഹിച്ചുകാണും. കാലു മുറിച്ചുകളയുമോ എന്നാണു പേടി.

മേയ് 26. കന്ദേലിസ് അപ്പറഞ്ഞത് നല്ലൊരു ബുദ്ധിയായിരുന്നു- ഖനിയിൽ പോയി അയാളുടെ കൂട്ടുകാരോടെല്ലാവരോടും വരാൻ പറയുക. അവർ അവരുടെ വഴിക്ക് അയാളോടു സംസാരിക്കട്ടെ. അയാൾക്ക് കുറച്ചൊരു താങ്ങു കൊടുക്കട്ടെ.

സെർഗേയുടെ ചുമതല എനിക്കാണെന്ന് ഖനിയിലുള്ളവർ അറിഞ്ഞപ്പോൾ ഷിഫ്റ്റിലുള്ള മുഴുവൻ പേരും ഓടിവന്നു. അയാളെപ്പറ്റി അവർ പറഞ്ഞ കാര്യങ്ങൾ എനിക്ക് ഇഷ്ടപ്പെട്ടു. ഞാറാഴ്ച വരാമെന്ന് ഏറ്റിരിക്കുകയാണ്. മാനേജരേയും കൂടെ കൊണ്ടുവരാമെന്ന് പറഞ്ഞു. അക്കൂട്ടത്തിൽ ഒരു വൃദ്ധൻ വളരെയേറെ വ്യാകുലപ്പെട്ടിരുന്നു. 'നിങ്ങൾ എന്തിനാണ് ഞങ്ങളുടെ സേർഗേയെ ഇങ്ങനെ കഷ്ടപ്പെടുത്തുന്നത്?' അപ്പൂപ്പാ, ജീവിതം ഒരു രണ്ടാനമ്മയായി മാറുമ്പോൾ അതിന്റെ ചാട്ടയടി നിർദ്ദയമാണ്. ആ ചാട്ടയടിയേറ്റ് മനോവീര്യം പൊയ്പോകരുതെന്നതാണു പ്രധാനം. ഇതുപോലുള്ള ഒരു കാര്യത്തിൽ അതു പ്രയാസമാണ്. എങ്കിലും എനിക്ക് സെർഗേയിൽ വിശ്വാസമുണ്ട്! എന്തുകൊണ്ടാണെന്ന് അറിഞ്ഞുകൂടാ, ഞാൻ അയാളിൽ വിശ്വസിക്കുന്നു! അയാളുടെ ഈ മനോവൈഷമ്യം മാറും!

മേയ് 27. സെർഗേയുടെ കട്ടിലിനടുത്ത് ഇരിക്കുമ്പോൾ താന്യ മോഹാലസ്യപ്പെട്ടു വീണു. നാഢീക്ഷയമാണു കാരണം. സെർഗേയ്, നിങ്ങൾക്ക് അവളോടെങ്കിലും അനുകമ്പ തോന്നേണ്ടതാണ്. ഞങ്ങൾ അവളെ മെത്തയിൽ കിടത്തി. പത്തു മിനിട്ടുനേരം കിടന്നശേഷം അവൾ വീണ്ടും അയാളുടെ അടുത്തു ചെന്ന് ഇരുന്നു.

'താന്യ,' ഞാൻ പറഞ്ഞു. 'നിങ്ങൾ കുറച്ചു വിശ്രമിക്കണം.'

'എനിക്ക് എങ്ങിനെ വിശ്രമിക്കാൻ കഴിയും?' അവൾ പറഞ്ഞു. 'അദ്ദേഹം മരിച്ചുപോയേക്കും.'

എത്രമാത്രം ഉൽക്കടമായ വേദനയാണ് അവളുടെ വാക്കുകളിൽ അടങ്ങിയിരുന്നത്! അവളുടെ ഉള്ള് ഉരുകുകയാണ്. പക്ഷെ അവൾ അതൊന്നും പുറത്തു കാട്ടുന്നില്ല. പുഞ്ചിരിയാണ് അവളുടെ മുഖത്ത് കാണുന്നത്. കടുത്ത ദുഃഖം കടുത്ത ധൈര്യമുളവാക്കുന്നുവെന്നു പറയുന്നത് ശരിയാണ്. പക്ഷെ അതെല്ലാവർക്കും കഴിയുകയില്ല. അവൾക്കാണെങ്കിൽ വയസ്സ് ഇരുപതേ ആയിട്ടുള്ളൂ.

മേയ് 30. ഖനിത്തൊഴിലാളികൾ അവരുടെ വാക്കു പാലിച്ചു. ഇരുപതാളുകൾ വന്നു. എനിക്ക് ആശുപത്രിച്ചട്ടങ്ങൾ ലംഘിക്കേണ്ടിവന്നു. എല്ലാവരേയും ഒരേസമയം കടത്തിവിട്ടു. അതും ആശുപത്രിക്കുപ്പായം ധരിക്കാതെ. മേലധികാരിയുടെ ശകാരം നാളെ കിട്ടും.

എങ്കിലും സെർഗേയ് ഉന്മേഷവാനായി. അയാളെ കാണാൻ ഒരു സമയത്ത് ഒന്നോ രണ്ടോ പേരെ വീതം വിട്ടാൽ ഒരുപാടു സമയമെടുക്കും. അത്ര ഫലപ്രദമായിരിക്കുകയുമില്ല. ഇപ്പോഴാകട്ടെ അയാൾ തന്റെ പഴയ ജീവിതത്തിന്റെ നടുവിലേക്ക് പൊടുന്നനെ ചാടിവീഴുകയാണുണ്ടായത്. കുറഞ്ഞത് ഒരു മണിക്കൂർ നേരത്തേക്കെങ്കിലും അയാൾ എല്ലാം മറന്ന് അവരുടെ സംസാരം കേട്ടുകൊണ്ടു കിടന്നു. ഖനിയിലെ പണിയെക്കുറിച്ച് എനിക്കു വലുതായൊന്നും അറിഞ്ഞുകൂടാ. പോരെങ്കിൽ അവരുടേതായ പ്രത്യേകശൈലിയിലായിരുന്നു സംസാരം. എനിക്കതിന്റെ വാലും മൂട്ടും തിരിഞ്ഞില്ല. അവർ തമാശ പറയുകയും വളരെയധികം ചിരിക്കുകയും ചെയ്തു. പതിനൊന്നാം വാർഡിൽ ഇത്രയേറെ ചിരിയും ബഹളവും ഇതിനുമുമ്പു കേട്ടതായി ഞാൻ ഓർക്കുന്നില്ല.

പക്ഷെ വാർഡിൽനിന്നു പുറത്തു കടന്ന നിമിഷത്തിൽ അവർ മൗനം പൂണ്ടു. എല്ലാവരും സിഗററ്റെടുക്കാൻ യാന്ത്രികമായി പോക്കറ്റിൽ കയ്യിട്ടു.

ജ്ജൂൺ 6. പെത്രോവിന്റെ കാര്യത്തിൽ എന്താണു ചെയ്യേണ്ടത്? കാല് മുറിച്ചുകളയുകയോ? ഏറ്റവും എളുപ്പമായ പോംവഴി അതാണ്. ഏറ്റവും സുരക്ഷിതവും അതാണ്. പക്ഷെ ഒട്ടും നല്ലതല്ല.

ജ്ജൂൺ 8 . ഹുറാ! എനിക്ക് ഒരു കുട്ടിയെപ്പോലെ തുള്ളിച്ചാടാൻ തോന്നുന്നു. അസ്ഥിക്ക് കേടു പറ്റിയിട്ടില്ലെന്നാണ് അവസാനത്തെ എക്സ്റേയിൽനിന്നും വ്യക്തമായി കാണാവുന്നത്. സെര്യോഷ. നിങ്ങൾ നടക്കും! കുറച്ചു ക്ഷമിക്കണമെന്നുമാത്രം. സുഖപ്രാപ്തിയിലേക്കുള്ള പാതയുടെ ദൈർഘ്യം കണ്ട് നിങ്ങൾ തളരരുത്.

8

ജൂലൈമാസത്തിലെ ഹ്രസ്വരാത്രികളിലൂടെ കൊള്ളിമീനുകൾ മിന്നിമറഞ്ഞു. അസ്തമനസൂര്യൻ ചക്രവാളത്തിൽ മറഞ്ഞു കഴിഞ്ഞാലുടനെ ഉദയസൂര്യന്റെ ആദ്യകിരണങ്ങൾ നേരിയ ഇരുട്ടിനെ ഭേദിച്ചുകൊണ്ട് പുറത്തു വരികയായി. പക്ഷേ രാത്രികൾ ഹ്രസ്വമായിരുന്നെങ്കിലും യെഗോറിച്ചും സെർഗേയും പലതിനെക്കുറിച്ചും സംസാരിക്കാനും സ്വപ്നം കാണാനും പല സങ്കല്പയാത്രകളും നടത്താനും സമയം കണ്ടു. യെഗോറിച്ച് സെർഗേയോടൊപ്പം ഖനിയുടെ ചുവട്ടിലേക്ക് പോയി. ഇടനാഴികളിലൂടെ നടന്നു. കൽക്കരിപ്പാളികളുടെ മുമ്പിൽ ഒപ്പം നിന്നു. അയാളുടെ കൂട്ടുകാരുമായി പരിചയപ്പെട്ടു. സെർഗേയാകട്ടെ, വിലപ്പെട്ട ധാതുക്കൾ തേടി യെഗോറിച്ചിനോടൊപ്പം തൈഗാവനത്തിന്റെ വിശാലതയിലേക്കു പോയി. അയിരിന്റേയും

സ്വർണ്ണത്തിന്റേയും പുതിയ പുതിയ നിക്ഷേപങ്ങൾ കണ്ടെത്തി.

സെർഗേയുടെ ശസ്ത്രക്രിയയ്ക്കുമുമ്പുള്ള രാത്രിയും അവർ ചെലവ ഴിച്ചത് ഇങ്ങനെയാണ്. സെർഗേയോട് ഉറങ്ങാൻ യെഗോറിച്ച് പല പ്രാവശ്യം പറഞ്ഞുനോക്കി. അയാൾ കുറച്ചുനേരം മിണ്ടാതെ കിടക്കും. പക്ഷെ വണ്ടും ആരുമാരുമറിയാതെ സംസാരം തുട ങ്ങുകയായി. പുലർച്ചയ്ക്ക് അലപം മുമ്പ് യെഗോറിച്ച് പെട്ടെന്ന് സെർഗേയോടു ചോദിച്ചു: 'സെർഗേയ്, നിങ്ങൾ ഏതുവരെ പഠിച്ചു?'

'പത്തു ക്ലാസുവരെ പഠിച്ചു. അതുകഴിഞ്ഞ് ഖനനം സംബന്ധിച്ച സാങ്കേതികവിദ്യാലയത്തിൽ ചേർന്ന് പാസ്സായി.'

'എഴുതാൻ എപ്പോഴെങ്കിലും തോന്നിയിട്ടുണ്ടോ?'

'ഇല്ല... ഞങ്ങളുടെ കുടുംബത്തിൽ എഴുത്തുകാരായിട്ട് ആരും തന്നെയില്ല. എന്തിനാണ് ചോദിച്ചത്?'

'നിങ്ങൾക്കു പററിയ ഒരു ജോലിയായിരിക്കും അത്.

'എഴുത്ത് ഒരു ജോലിയല്ല. അതിന് വാസന വേണം.'

'ഒരുപക്ഷെ നിങ്ങൾക്കതു കാണും. എന്തുകൊണ്ടു പാടില്ല?'

'സ്ക്കൂളിൽ പഠിച്ചുകൊണ്ടിരുന്നപ്പോൾ ഞാൻ ചില കവിതകളെ ല്ലാം എഴുതുമായിരുന്നു.'

ഡ്യൂട്ടിയിലുള്ള നേഴ്സ് രാവിലെ വന്നപ്പോൾ വാതുക്കൽ പകച്ചു നിന്നുപോയി.

'സെർഗേയ്! നിങ്ങൾ രാത്രി ഒരു പോള കണ്ണടച്ചിട്ടില്ല! എനിക്കതു കാണാൻ കഴിയുന്നുണ്ട്! ഇന്നു നിങ്ങളുടെ ശസ്ത്രക്രിയയാണ്. എന്നിട്ടാ ണിങ്ങനെ! ദൈവമേ! ഇതിന് ഞങ്ങൾക്ക് സർജന്റെയടുക്കൽനിന്നു കിട്ടാൻ പോകുന്നത് എന്താണെന്ന് അറിയാമോ?'

'നേഴ്സ്, വിഷമിക്കാതെ,' സെർഗേയ് പറഞ്ഞു.

'ഞങ്ങൾ ഒരക്ഷരം മിണ്ടുകയില്ല. നിങ്ങളും അങ്ങിനെ ചെയ്താൽ മതി. അപ്പോൾ ആർക്കും അടി കിട്ടുകയില്ല.'

'കൊള്ളാമല്ലൊ', നേഴ്സു പറഞ്ഞു. 'നിങ്ങൾക്കപ്പോൾ ഫലിതം പറയാനും അറിയാം, അല്ലെ. ഞാൻ വിചാരിച്ചു....'

'ഹും, എന്റെ കഴിവുകളെപ്പററി നിങ്ങളെന്തറിഞ്ഞു!'

'കഴിവുകളില്ലാതെവിടെപ്പോകുന്നു! അതുപോലൊരു ഭാര്യയെ യല്ലെ കിട്ടിയിരിക്കുന്നത്! അവളൊരുത്തി കാരണം നിങ്ങൾ ഒരു നൂറു വയസ്സുവരെ ജീവിക്കും. അവളെപ്പോലൊരുത്തിയെ എവിടുന്നു

കിട്ടി നിങ്ങൾക്ക്? ഇന്നലെ താന്യ കുസ്നെത്സോവിന്റെ അടുത്തു ചെന്ന് അവളുടെ കുറച്ചു തൊലിയെടുത്ത് നിങ്ങളുടെ ദേഹത്ത് വച്ചു പിടിപ്പിക്കാൻ പറഞ്ഞു. അന്യരുടെ തൊലി കാലിൽ ഒട്ടുകയില്ലെന്ന് അദ്ദേഹം വിശദീകരിച്ചു. പക്ഷെ അവൾ പറയുകയാണ്: 'ഞാൻ അന്യയല്ല.'

9

പ്രകൃതിയുടെ വരുതിയനുസരിച്ച് ദിവസങ്ങളുടെ അനന്തമായ ഘോഷയാത്ര മുന്നോട്ടു നീങ്ങിക്കൊണ്ടിരുന്നു. ശസ്ത്രക്രിയ ഉജ്ജ്വലമായ ഒരു വിജയമായിരുന്നു. ഒരു മാസത്തിനകം സെർഗേയ് എഴുന്നേറ്റ് ആദ്യത്തെ ചുവടുകൾ വച്ചുതുടങ്ങുമെന്ന് കുസ്നെത്സോവ് പ്രതീക്ഷിച്ചു. ആ മഹൽദിനത്തിനുവേണ്ടി അദ്ദേഹം അക്ഷമയോടെ കാത്തിരുന്നു.

ഈ ദിവസങ്ങളിൽ പെത്രോവ് കുടുംബത്തിന്റെ മുമ്പിൽ പുതിയൊരു പ്രശ്നം ഉയർന്നുവന്നു- ഇനി എങ്ങിനെയാണ് തങ്ങളുടെ ജീവിതം ക്രമപ്പെടുത്തേണ്ടത്? അവർ തല പുകഞ്ഞാലോചിച്ചു. എല്ലാ സാദ്ധ്യതകളും ചുഴിഞ്ഞുനോക്കി. ഉത്തരം കണ്ടെത്തിയെന്ന് ചിലപ്പോൾ സെർഗേയ് വിശ്വസിച്ചു. ഇതാ പോംവഴി! പക്ഷെ അതിന്റെ വിശദാംശങ്ങൾ ആലോചിച്ച നിമിഷത്തിൽ ഒരു കനത്ത കുന്മതിൽ വീണ്ടും തന്റെ മുമ്പിൽ ഉയർന്നുനിൽക്കുന്നതാണ് അയാൾ കണ്ടത്: തനിക്കു കയ്യില്ല. താൻ നിസ്സഹായനാണ്. അതോടെ എല്ലാ പദ്ധതികളും പൊളിഞ്ഞു. കടുത്ത നിരാശാബോധം അയാളുടെ ചെവിയിൽ ഓതിക്കൊണ്ടിരുന്നു: 'നിന്റെ പാട്ട് പാടിത്തീർന്നു!' 'എടാ തെമ്മാടി, നീ കളവു പറയുകയാണ്! എന്റെ പാട്ട് ഞാൻ ഇനിയും പാടും!' എന്ന് ചാടിയെണീറ്റുനിന്ന് വിളിച്ചു പറയാൻ അയാൾ ആഗ്രഹിച്ചു. പക്ഷെ വീണ്ടും സ്വാനുകമ്പ ഹൃദയത്തിലേക്ക് ഇഴഞ്ഞുവന്നു. സംശയം തലയുയർത്തി- ജീവിതമെന്നു പറയുന്ന തന്റെ പാട്ട് ഒരുപക്ഷെ പാടിക്കഴിഞ്ഞിരിക്കുമോ?

തന്റെ ഭാര്യയുടെ കണ്ണുകളിൽ തുണ തേടിക്കൊണ്ട് അയാൾ അവളെ നോക്കി. കൂർത്ത മൂക്കും കുഴിഞ്ഞ കണ്ണുകളുമായി അവളുടെ ലോലമായ കൃശരൂപം അതാ അവിടെ ഇരിക്കുന്നു. കുറ്റമൊന്നും ചെയ്യാതെ ശിക്ഷിക്കപ്പെട്ട ഒരു കൊച്ചു വിദ്യാർത്ഥിനിയാണെന്നു തോന്നും അവളെ കണ്ടാൽ. പക്ഷെ ആ മുഖത്ത് കുറെക്കൂടി സൂക്ഷിച്ചുനോക്കിയപ്പോൾ സെർഗേയ് പെട്ടെന്ന് പുതുതായൊന്നു കണ്ടുപിടിച്ചു. ദുഃഖിതയായ ഒരു വിദ്യാർത്ഥിനിയായിട്ടല്ല അയാൾ ഇപ്പോൾ തന്റെ ഭാര്യയെ കണ്ടത്, ഉന്മേഷദായകമായ ഏതോ

ആത്മീയബലമുള്ള, പക്വതവന്ന ഒരു സ്ത്രീയായിട്ടാണ്.

ആഗസ്റ്റാരംഭത്തിൽ യെഗോറിച്ചിന്റെ സ്ഥിതി മോശമായി. തനിക്ക് എത്രത്തോളം വിഷമം തോന്നുന്നുണ്ടെന്ന വസ്തുത മറച്ചുവയ്ക്കാൻ ആ വൃദ്ധൻ ശ്രമിച്ചു. എങ്കിലും ഓരോ ദിവസം ചെല്ലുന്തോറും അയാൾക്കത് കൂടുതൽ പ്രയാസമായിവന്നു. ആ മുഴങ്ങുന്ന ചിരി കേൾക്കാതായി. കണ്ണിലെ തിളക്കം മങ്ങിവന്നു. വിരസമായ ആശുപത്രി ജീവിതത്തിലെ പലതിനെപ്പറ്റിയുമുള്ള അയാളുടെ ഫലിതങ്ങൾ ഇപ്പോൾ അപൂർവ്വമായേ കേൾക്കാറുള്ളൂ.

രോഗിയെ ആശ്വസിപ്പിക്കാൻ കുസ്നെത്സോവ് ശ്രമിച്ചെങ്കിലും വാർഡിൽനിന്നു പുറത്തു കടന്നയുടനെ അദ്ദേഹം നെറ്റിചുളിച്ചു. അദ്ദേഹത്തിന്റെ തോളുകൾ താഴോട്ടു തൂങ്ങി.

'ഗ്രിഗോറിയ് വസ്സീല്യെവിച്ച്, യെഗോറിച്ചിന് എന്തുപറ്റി?' സെർഗേയ് സർജനോട് അടക്കിയ സ്വരത്തിൽ ചോദിച്ചു. 'അയാൾ ഉറങ്ങുന്നേയില്ലെന്നു പറയാം. അയാൾക്കു വല്ലാതെ വേദനിക്കുന്നുണ്ട്. അതു കാണുന്നില്ലേ?'

'വിഷമിക്കണ്ട, സെര്യോഷ, വിഷമിക്കണ്ട. ഞാൻ കാണുന്നുണ്ട്, കുസ്നെത്സോവ് വിഷാദത്തോടെ പറഞ്ഞു.

'യെഗോറിച്ച്, നിങ്ങൾക്ക് പഴയ ഉഷാറില്ലല്ലോ,' സെർഗേയ് തമാശയായി ഒരു ദിവസം പറഞ്ഞു. 'ഞാനിതാ എണീറ്റു നിൽക്കാൻ തയ്യാറെടുക്കുകയാണ്. നിങ്ങളൊന്നിച്ച് തോട്ടത്തിൽ നടക്കാൻ പോകണമെന്നായിരുന്നു എന്റെ ആഗ്രഹം. എന്നിട്ട് നിങ്ങളെ കണ്ടില്ലേ!'

'സെര്യോഷ, രോഗത്തിന്റെ പിടി വിട്ടാലുടനെ നമ്മൾ പുനർജ്ജന്മം കിട്ടിയവരെപ്പോലെ മറ്റുള്ളവരോടൊപ്പം നടക്കാൻ പോകും. പുറത്തിറങ്ങി ശുദ്ധവായു ശ്വസിക്കാതെ ഒരു മനുഷ്യനു ജീവിക്കാൻ സാദ്ധ്യമല്ല. മച്ചിന് എത്ര ഉയരമുണ്ടെങ്കിലും അതു നിങ്ങളെ ഞെരുക്കുന്നു. വീർപ്പുമുട്ടിക്കുന്നു. കുപ്പായം വലിച്ചെറിഞ്ഞ് ആകാശത്തേക്കു നോക്കാനും മരങ്ങളുടെ മർമ്മരശബ്ദം കേൾക്കാനും ചിലപ്പോൾ തോന്നിപ്പോകുന്നു.' യെഗോറിച്ച് സംസാരം നിർത്തി, ദീർഘനേരം മച്ചിലേക്കു വെറുതെ തുറിച്ചുനോക്കിക്കൊണ്ടു കിടന്നശേഷം അയാൾ പതിഞ്ഞ ശബ്ദത്തിൽ പറഞ്ഞു, 'സെർഗേയ്,നമ്മൾ പുറത്തിറങ്ങും, തീർച്ചയാണത്.'

തിരക്കുകൂട്ടാതെ നടക്കുന്ന ശാന്തപ്രകൃതയായ പരിചാരികയെ ക്ലാവ അമ്മായി എന്നാണ് എല്ലാവരും വിളിക്കുന്നത്. ഒരു ദിവസം പെട്ടെന്ന് അവർ ആളാകെ മാറി.

'ഡോക്ടർ! ഡോക്ടർ!' അവർ വിളിച്ചുപറഞ്ഞു. 'സെര്യോഷ എണീറ്റു നിൽക്കുന്നു!' അവർ ഡോക്ടറന്മാരുടെ മുറിയിലേക്ക് ഓടിക്കയറി. കുസ്നെത്സോവിന്റെ ദേഹത്ത് അലച്ചുവീഴാൻ പോയി. അദ്ദേഹത്തിന്റെ കോട്ടിൽ പിടിച്ചുവലിച്ചുകൊണ്ട് അവർ പറഞ്ഞു: സെർഗേയ് എണീറ്റുനിൽക്കുകയാണ്! ദൈവമേ! വേഗം വരൂ! അയാൾ എണീറ്റു! ദൈവം അയാളെ അനുഗ്രഹിക്കട്ടെ!'

നെഞ്ചിലാകെ വിലങ്ങനെയുള്ള കെട്ടുകളുമായി, കടുംനീലനിറത്തിലുള്ള ഡ്രായറിട്ടുകൊണ്ട്, സെർഗേയ് വെറും കാലിൽ കട്ടിലിനരികിൽ നിൽക്കുകയായിരുന്നു. ശോഷിച്ചുവിളറിയുന്ന അയാളുടെ മുഖത്ത് ശിശുസഹജമായ ഒരു പുഞ്ചിരി പരന്നിരുന്നു. പുറകിൽ താങ്ങിക്കൊണ്ട് താന്യ അടുത്തു നിൽപ്പുണ്ട്. തുറന്ന വാതുക്കൽ രോഗികളും നേഴ്സുമാരും പരിചാരികമാരും ഡോക്ടന്മാരും തിങ്ങിക്കൂടി. അവർക്ക് അവരുടെ കണ്ണുകളെ വിശ്വസിക്കാൻ കഴിഞ്ഞില്ല- ഒരു മനുഷ്യൻ മരണത്തിൽനിന്നും ഉയർത്തെഴുന്നേറ്റിരിക്കുന്നു. യെഗോറിച്ച് മെത്തയിൽ ഇരിക്കുന്നുണ്ടായിരുന്നു.

'മിടുക്കൻ!' മുഖം വേദനകൊണ്ടു പിടയുന്നുണ്ടെങ്കിലും അയാൾ പറഞ്ഞു. 'കണ്ടോ ഞങ്ങളുടെ സെര്യോഷയെ! ഒരു വീരപുരുഷൻ! ശരിക്കുമൊരു കഴുകൻ! വിട്ടുകളയരുത്!'

'കഴുകന്റെ'ൻ' തല പമ്പരംപോലെ കറങ്ങി. കറുത്ത പൊട്ടുകൾ കൺമുമ്പിലൂടെ ഒഴുകി നടന്നു. കാൽമുട്ടുകൾ മടങ്ങി. തിരമാലകളിൽപ്പെട്ട ഒരു കൊതുമ്പുവള്ളംപോലെ നിലം കാൽച്ചുവട്ടിൽനിന്നു വഴുതിപ്പോയി.

ആ ദിവസം സെർഗേയ് രണ്ടുതവണ എഴുന്നേറ്റുനിന്നു. രണ്ടാമത്തെ തവണ ഒരു നിമിഷം നിന്നശേഷം അയാൾ ഒരു ചുവടു വയ്ക്കാൻ ശ്രമിച്ചു. മുന്നോട്ടു വയ്ക്കാനായി ഒരു കാൽ പൊക്കി. അപ്പോഴേക്കും അയാൾ ആടി മെത്തയിലേക്കു നിസ്സഹായനായി വീണു.

'തുലയാനായി,' അയാൾ പ്രാകി. 'ഞാൻ നടക്കാൻ മറന്നു! എന്റെ കാലുകൾ മരത്തടികൾപോലെയാണ്. എന്നെ അനുസരിക്കുന്നില്ല....' അയാൾ താന്യയെ നോക്കി. തനിക്കു നടക്കാൻ കഴിയാത്തതിൽ മാപ്പു ചോദിക്കുന്ന മട്ടിൽ അയാൾ പറഞ്ഞു: 'എനിക്കെന്റെ ബാലൻസു

നിലനിർത്താൻ കഴിയുന്നില്ല. നാലുവശത്തേക്കും ആടുകയാണ്. ഉറച്ചു നിൽക്കാൻ കൈ നീട്ടണമെന്നുണ്ട്, പക്ഷെ..... എന്നാലും എന്റെ കാല് ഒട്ടും വേദനിക്കുന്നില്ല! ഞാൻ പറയുന്നത് വിശ്വസിക്കുന്നില്ലേ? കുറച്ചൊന്നു സഹായിച്ചാൽ എനിക്കു നടക്കാൻ കഴിയും.'

'വേണ്ട, സെര്യോഷ. നിങ്ങൾ പറയുന്നത് ഞാൻ വിശ്വസിക്കുന്നു. പക്ഷെ ഇപ്പോൾ നിങ്ങൾ ക്ഷീണിച്ചു. ഇന്നത്തേയ്ക്ക് ഇതു മതി.'

അന്നു രാത്രിയും സെർഗേയും യെഗോറിച്ചും ഉറങ്ങിയില്ല. അർദ്ധ രാത്രിവരെ വാർഡിൽ നീലവെളിച്ചം പരത്തിക്കൊണ്ട് ചന്ദ്രബിംബം ജനാലയിലൂടെ എത്തിനോക്കി. വിദൂരമായ, അതിവിദൂരമായ, ഏതോ ചില ഓർമ്മകൾ അത് രോഗികളിൽ തട്ടിയുണർത്തിയെന്നു തോന്നി. ആത്മാവിന്റെ വേദന ശരീരത്തിന്റെ വേദനയുമായി കൂടിക്കലർന്ന പ്പോൾ ദുസ്സഹമായിത്തീർന്നു. പരിചിതമല്ലാത്ത ഒരു വലിവ് അനുഭ വപ്പെട്ടതുകൊണ്ട് സെർഗേയ്ക്ക് കാൽ വേദനിച്ചു. അയാൾ വിയർത്തു. തിരിഞ്ഞും മറിഞ്ഞും കിടന്നു. എന്നിട്ടും കിടപ്പു സുഖമായില്ല. യെഗോ റിച്ചാകട്ടെ, മരുന്നുപൊടികൾ കഴിച്ചുകൊണ്ടിരുന്നെങ്കിലും അവ ആശ്വാസം നൽകിയില്ല.

അവസാനം സെർഗേയ് ഒന്നു മയങ്ങി. പക്ഷെ ഉച്ചത്തിലുള്ള ഒരു നിലവിളി കേട്ട് ഉണർന്നു. വാർഡിൽ വിളക്കു കത്തുന്നുണ്ടായിരുന്നു. തലയിളക്കിക്കൊണ്ട് പിച്ചും പേയും പറഞ്ഞുകൊണ്ടിരുന്ന യെഗോ റിച്ചിന്റെ ചുറ്റും നേഴ്സുമാരും ഡോക്ടറും നില്പുണ്ട്.

'കുസ്നെത്സോവിനു ഫോൺ ചെയ്യൂ, സെർഗേയ് കേട്ടു. ശസ്ത്രക്രി യാശാല തയ്യാറാക്കൂ.'

പുലർച്ചയ്ക്ക് ശസ്ത്രക്രിയ നടന്നു. ശസ്ത്രക്രിയ ഇരുപതു മിനിട്ടു നീണ്ടുനിന്നെന്നും ഫലമൊന്നുമുണ്ടായില്ലെന്നും സെർഗേയുടേയും താന്യയുടേയും ചോദ്യങ്ങൾക്കുത്തരമായി കുസ്നെത്സോവ് വൈമന സ്യത്തോടെ പറഞ്ഞു. യെഗോറിച്ചിനെ മറ്റൊരു വാർഡിലേക്കു മാറ്റി.

താന്യ കതകിനടുത്തേക്ക് ഓടി. പക്ഷെ കുസ്നെത്സോവ് അവളെ തടഞ്ഞു.

'അങ്ങോട്ടു പോകേണ്ട. അയാൾക്കു ബോധമില്ല.'

'പക്ഷെ എങ്ങിനെ? എന്തുകൊണ്ട്?' സെർഗേയ് വിക്കി വിക്കി ചോദിച്ചു.

'ഞങ്ങൾ ദൈവങ്ങളല്ല. സെർഗേയ്. അതുതന്നെ കാരണം.

11

ദിവസങ്ങൾക്ക് ഇപ്പോൾ മുമ്പത്തെപ്പോലെ ദൈർഘ്യമില്ലെന്ന് സെർഗേയ് പെട്ടെന്ന കണ്ടുപിടിച്ചു. രാവിലെ ഒരു തിരുമ്മുകാരൻ വന്ന് അയാളുടെ കാലുകൾക്കു വ്യായാമം കൊടുക്കുകയും സന്ധികൾക്ക് അയവുവരുത്തുകയും ചെയ്തു. അതു കഴിഞ്ഞ് കുറച്ചു മിനിട്ടു നേരത്തേക്ക് സെർഗേയ് എഴുന്നേറ്റു നിന്നു. ഓരോ തവണയും നിലത്തിന് കൂടുതൽ ഉറപ്പു തോന്നി. താന്യ ടൗവ്വലുകൾകൊണ്ട് സ്ലിംഗ് പോലൊന്നുണ്ടാക്കി അറ്റം രണ്ടും പിടിച്ചു. അയാൾ യെഗോറിച്ചിന്റെ കട്ടിലിലേക്ക് മൂന്നു ചുവടുകൾ വച്ചു. അതിലിരുന്ന് വിശ്രമിച്ചശേഷം തിരിച്ചു മൂന്നു ചുവടുകൾ വച്ചു. ഓരോ ചുവടു വയ്ക്കുമ്പോഴും അയാളുടെ ദേഹമാകെ വേദനകൊണ്ടു പുളഞ്ഞു. കറുത്ത വൃത്തങ്ങൾ കൺമുമ്പിൽ നീന്തി നടന്നു. കണ്ണു നിറഞ്ഞു. 'ഒരു ചുവടുകൂടി, ഒന്നുകൂടി'- ഈ വാക്കുകൾ ചുറ്റികയടിപോലെ അയാളുടെ മനസ്സിൽ ആഞ്ഞടിച്ചുകൊണ്ടിരുന്നു.

സെർഗേയ് തളർന്ന് മെത്തയിലേക്കു മറിഞ്ഞു. അയാൾ കണ്ണടച്ചു. കടിച്ചുവീർത്ത ചുണ്ടുകൾ നക്കി. ഞാൻ ഒരു മിനിട്ടു വിശ്രമിക്കട്ടെ, അയാൾ സ്വയം പറഞ്ഞു. ഒരൊറ്റ മിനിട്ട്. വേദന കടിച്ചിറക്കിക്കൊണ്ട് അയാൾ വീണ്ടും എഴുന്നേറ്റ് മൂന്നു ചുവടുകൾ വച്ചു. ദിവസം മുഴുവൻ ഇത് തുടർന്നുകൊണ്ടിരുന്നു. വൈകുന്നേരമായപ്പോഴേക്ക് ചുവടുകളുടെ മൊത്തം എണ്ണം അത്രയധികമുണ്ടായിരുന്നില്ല- നൂറ്റിരുപതോളം വരും. പക്ഷെ തലേന്ന് താൻ അതിന്റെ പകുതിയേ ചെയ്തുള്ളുവെന്ന് ഓർത്തപ്പോൾ സെർഗേയ്ക്ക് സന്തോഷം തോന്നി. ഇക്കണക്കിന് നാളെ തനിക്ക് മുന്നൂറു ചുവടുകളോളം വയ്ക്കാൻ കഴിഞ്ഞേക്കും. നേരം പുലരാൻ കാത്തുകൊണ്ട് അയാൾ ചൂടുള്ള വേനൽരാത്രിയിൽ വേദനയോടെ മയങ്ങി. കർമ്മനിരതനാകാൻ, സമരം ചെയ്യാൻ, അയാൾ അക്ഷമയോടെ കാത്തിരുന്നു. യെഗോറിച്ചിന്റെ അഭാവം അയാൾക്ക് വളരെയേറെ അനുഭവപ്പെട്ടു. എന്തുകൊണ്ടോ അയാളെ കാണാൻ അവർസെർഗേയെ അനുവദിച്ചില്ല.

12

പ്രത്യക്ഷത്തിൽത്തന്നെ നിഷ്പ്രയോജനകരമാണെന്നു കണ്ടതുകൊണ്ട് തുടക്കത്തിലേ വേണ്ടെന്നുവച്ച ആ ശസ്ത്രക്രിയയ്ക്കുശേഷം യെഗോറിച്ചിന് അപൂർവ്വമായേ ബോധം വീണുള്ളു. ആ അവസരങ്ങളിൽ അയാൾ എപ്പോഴും സ്പെഷ്യൽ നേഴ്സിന്റെ നേരെ തിരിഞ്ഞ് തന്നെ കാണാൻ ആരെങ്കിലും വന്നിരുന്നോ എന്ന് പരിക്ഷീണമായ ശബ്ദത്തിൽ ചോദിക്കുമായിരുന്നു. നേഴ്സ്, ആരെങ്കിലും

വരികയാണെങ്കിൽ ആ സമയത്ത് എനിക്കു ബോധം വരാൻ നിങ്ങൾ എന്തെങ്കിലും ചെയ്യണം.

അതുകഴിഞ്ഞ് അയാൾ ജനാലയുടെ നേരെ തിരിഞ്ഞ് പച്ചനിറം പൂണ്ട വൃക്ഷങ്ങളേയും വിശാലമായ നീലാകാശത്തേയും തുറിച്ചുനോക്കിക്കൊണ്ടു കിടക്കും.

ഒരിക്കൽ അയാൾ കുസ്നെത്സോവിനെ കാണണമെന്ന് ആവശ്യപ്പെട്ടു. സർജൻ വന്ന് അടുത്തിരുന്നു.

'ഇവാൻ യെഗോറിച്ച്, എങ്ങിനെയുണ്ട്?'

'നമ്മൾ കുട്ടികളല്ലല്ലോ. എന്തിന് ഒളിച്ചുകളിക്കുന്നു? പറയൂ, ഞാൻ എത്ര നാൾ കൂടി ജീവിക്കും?'

'യെഗോറിച്ച്.....'

'അധികനാളില്ലെന്ന് എനിക്കറിയാം,' യെഗോറിച്ച് ഇടയ്ക്കു കയറി പറഞ്ഞു. 'എനിക്ക് മറ്റൊരു കാര്യം ചോദിക്കാനുണ്ട്.' ഒരു നിമിഷത്തെ മൗനത്തിനുശേഷം അയാൾ വിക്കിവിക്കി തുടർന്നു, 'പലതരം ഒട്ടിപ്പുകളെപ്പറ്റി ഞാൻ കേട്ടിട്ടുണ്ട്.... ഞാനൊരു വിദഗ്ധനല്ല. എനിക്കറിഞ്ഞുകൂടാ. പക്ഷെ അത് ആളുകളുടെ ദേഹത്ത് പരീക്ഷിച്ചുനോക്കിയിട്ടുണ്ടെന്നു കേട്ടിട്ടുണ്ട്. എന്റെ കാലം കഴിഞ്ഞു. എന്നേക്കാൾ ഭംഗിയായി അതു നിങ്ങൾക്കറിയാം. കരുത്തും ആരോഗ്യവുമുള്ള രണ്ടു കൈകൾ എനിക്കുണ്ട്. എന്റേയും അയാളുടേയും രക്തം ഒരേ ഗ്രൂപ്പിൽ പെട്ടതാണ്. ഞാൻ ഉദ്ദേശിക്കുന്നത് ആരെയാണെന്ന് മനസ്സിലായല്ലോ. എന്തും വരട്ടെ! ഒന്നു പരീക്ഷിച്ചുനോക്കൂ! എന്റെ ആഗ്രഹമാണിത്. തന്റെ കൈകളിലേക്കു നോക്കിക്കൊണ്ട് യെഗോറിച്ച് വേഗം തുടർന്നു: ഞാൻ എന്റെ സമ്മതം എഴുതിത്തരാം. ഇതാ എടുത്തോളൂ. സെര്യോഷ ചെറുപ്പമാണ്. അയാൾക്കു ജീവിക്കണം. എന്റെ ദിവസങ്ങളാണെങ്കിൽ എണ്ണപ്പെട്ടതാണ്... രണ്ടും കല്പിച്ച് ഇതു പരീക്ഷിച്ചുനോക്കേണ്ടതാണ്.... ഒട്ടിപ്പ വിജയിച്ചില്ലെങ്കിൽ അയാൾക്കൊന്നും വരാനില്ല. അതു വിജയിച്ചാലോ.. ഗ്രിഗോറിയ് വസ്സീല്യെവിച്ച്, എന്റെ അവസാനത്തെ അപേക്ഷയാണിത്.

'പ്രിയപ്പെട്ട യെഗോറിച്ച്,' കുസ്നെത്സോവ് വികാരതരളിതനായി പറഞ്ഞു. 'എനിക്കു നിങ്ങൾ പറഞ്ഞതു മനസ്സിലായി. പക്ഷെ നിർഭാഗ്യവശാൽ വൈദ്യശാസ്ത്രത്തിൽ കലകളുടെ പൊരുത്തക്കേട് എന്നൊന്നുണ്ട്. ഇതേവരെ തരണം ചെയ്യാൻ കഴിഞ്ഞിട്ടില്ലാത്ത ഒരു പ്രതിബന്ധമാണത്... നിങ്ങളുടെ കൈകൾ പെത്രോവിന്റെ

ദേഹത്തോട് ഒട്ടിച്ചുചേർത്താൽത്തന്നെ അവ യോജിക്കുകയില്ല, ജീവിക്കുകയില്ല. അത്തരം ശസ്ത്രക്രിയകളിലേക്കു ശാസ്ത്രം നീങ്ങുന്നുണ്ട്, പക്ഷെ ഇനിയും അവിടെ എത്തിയിട്ടില്ല.'

'പെട്ടെന്നു വന്ന ഒരു ആവേശംകൊണ്ടു പറയുന്നതാണെന്നു ധരിക്കരുത്.' യെഗോറിച്ച് പറഞ്ഞു. 'വളരെയേറെ ആലോചിച്ചതിനുശേഷമാണ്, എനിക്കിനി പ്രതീക്ഷിക്കാനൊന്നുമില്ലെന്നു കണ്ടതിനുശേഷമാണ്, ഞാൻ ഇങ്ങനെയൊരു തീരുമാനത്തിലെത്തിയത്. എന്റെ കൈകളെങ്കിലും പ്രയോജനപ്പെടുമല്ലോ എന്നു കരുതി ഞാൻ സമാധാനിക്കുകയായിരുന്നു. അപ്പോഴാണ് നിങ്ങൾ പ്രതിബന്ധത്തെപ്പറ്റി പറയുന്നത്... ഹാ! മനുഷ്യന്റെ പാതയിൽ എത്രയെത്ര പ്രതിബന്ധങ്ങളാണുള്ളത്! ഇതാ എന്റെ കൈകൾ! എടുത്തോളൂ! അവ മറ്റൊരാൾക്കു കൊടുക്കണമെന്നാണ് എന്റെ ആഗ്രഹം. ഒരുപക്ഷെ നാളെ ആർക്കും അവ പ്രയോജനപ്പെട്ടില്ലെന്നു വരും. ആർക്കും.'

കുസ്നെത്സോവ് യെഗോറിച്ചിന്റെ കൈ പിടിച്ചമർത്തി.

'നിങ്ങൾ മനസ്സു ദണ്ഡിപ്പിക്കാതെ, എന്നെയും ദണ്ഡിപ്പിക്കാതെ.'

'ശരി. ഞാൻ ദണ്ഡിപ്പിക്കുകയില്ല. എന്റെ രോഗത്തെ സംബന്ധിച്ചാണെങ്കിൽ, അതെന്താണെന്നതിനെപ്പറ്റി എന്നിൽനിന്നും ഒളിച്ചുവയ്ക്കേണ്ട ആവശ്യമില്ല... എനിക്കത് വളരെക്കാലമായി, തുടക്കംതൊട്ടേ, അറിയാം... എനിക്ക് അർബുദമാണ്... ഈ ഒട്ടിപ്പിന്റെ കാര്യം ഞാൻ ആലോചിച്ചു കണ്ടുപിടിച്ചതല്ല. അമേരിക്കക്കാർ അതുപോലെ എന്തോ ചെയ്തെന്ന് ഞാൻ റേഡിയോയിൽ കേട്ടു.'

അത് വെറുമൊരു പ്രചരണക്കസർത്തായിരുന്നു. ഒരു മാസം കഴിഞ്ഞ് ആ കൈ വീണ്ടും മുറിച്ചുകളഞ്ഞു.

'സമയം കിട്ടുന്നതിനുമുമ്പ് മരിച്ചുപോകുമോ എന്നു ഭയന്ന് ഞാൻ എല്ലാം എഴുതിത്തയ്യാറാക്കിയതാണ്. എല്ലാം വെറുതെയായി.'

13

യെഗോറിച്ച് കിടക്കുന്ന വാർഡേതാണെന്ന് സെർഗേയിൽനിന്നു മറച്ചുവയ്ക്കാൻ കുസ്നെത്സോവും താന്യയും എത്ര ശ്രമിച്ചിട്ടും അയാൾ അതു കണ്ടുപിടിച്ചു. ഏതാണ്ട് എഴുപതു ചുവടുകൾ വച്ചാൽ അവിടെ എത്താമെന്ന് തുറന്നുകിടക്കുന്ന കതകിലൂടെ അയാൾ കണ്ടു.

എഴുപതു ചുവടുകൾ! മുപ്പത്തഞ്ചു തവണ തന്റെ ഭാരം മുഴുവൻ കേടുപറ്റിയ കാലിലേക്കു മാറ്റുകയും തൽക്ഷണം തന്നെ മറ്റേ കാൽ

മുന്നോട്ടു വയ്ക്കുകയും ചെയ്യണം. ഒരു താങ്ങുവടി കിട്ടിയെങ്കിൽ! പക്ഷെ അത് എന്തുകൊണ്ടു പിടിക്കും? സാരമില്ല. താൻ ചുമരിൽ തോൾ ചായ്ക്കും. അത് ചായം തേച്ച് മിനുമിനെ ഇരിക്കുകയാണ്. തന്റെ കെട്ടുകൾ മാറ്റുമ്പോൾ കുറേക്കൂടി പഞ്ഞി അകത്തുവച്ചു കെട്ടാൻ താൻ പറയും. താൻ ഇടയ്ക്കു വിശ്രമിക്കാതെ അമ്പതു ചുവടുകൾ വരെ നടന്നിട്ടുണ്ട്. അതു പോരാ. പക്ഷെ ചുമരിൽ ചായാതെയാണു നടന്നത്. ഇടനാഴിയിൽ ഒരു കാർപ്പറ്റു കിടപ്പുണ്ട്. അത് ബുദ്ധിമുട്ടുണ്ടാക്കും. പാതിവഴിക്ക് താഴെ വീഴാൻ താൻ ആഗ്രഹിക്കുന്നില്ല. 'ആരോടു ചോദിച്ചിട്ടാണിത്?' എന്ന് അട്ടഹസിച്ചുകൊണ്ട് കുസ്നെത്സോവ് ഓടിയെത്തും.

യെഗോറിച്ചിന്റെ വാർഡുവരെ നടക്കാനുള്ള പദ്ധതി, ഏറ്റവും ചെറിയ വിശദാംശംവരെ, സമഗ്രമായി തയ്യാറാക്കപ്പെട്ടുകഴിഞ്ഞു. ഇനിയാണ് ഏറ്റവും പ്രയാസമുള്ള ഭാഗം-അതു നടപ്പിലാക്കുകയെന്നത്. തലേന്നു തമ്മിൽ കണ്ടു പിരിഞ്ഞ മട്ടിൽ താൻ യെഗോറിച്ചിന്റെ അടുത്തുചെന്ന്, വിശേഷിച്ചൊന്നും സംഭവിക്കാത്തപോലെ, എന്താ യെഗോറിച്ച്! വന്നൊന്നു കണ്ടുകളയാമെന്നു കരുതി എന്നു പറയുന്നത് സെർഗേയ് ഭാവനയിൽ കണ്ടു. യെഗോറിച്ച് കൈമുട്ടിൽ ഊന്നിക്കൊണ്ടു പറയും: 'ൊകൊള്ളാമല്ലൊ! വളരെ നല്ലത്! അപ്പോൾ നിങ്ങൾ തന്നെ നടക്കുകയാണ്, അല്ലെ. ശരി, ഇരിക്കു. വിശേഷമൊക്കെ പറയൂ. സെർഗേയ് ഇരിക്കും...'

പക്ഷെ- പെട്ടെന്ന് ഒരു ചിന്ത പോയി- സമയം ഏതായിരിക്കണം? ചുറ്റും ആളു കൂടിയാൽ കുസ്നെത്സോവ് അതു കണ്ട് ഓടിവരും. അതോടെ പദ്ധതി മുഴുവൻ പൊളിയും.... തനിക്കറിയാം! ഉച്ചഭക്ഷണം കഴിഞ്ഞുള്ള വിശ്രമസമയത്താണ് പറ്റിയത്! കതകിനു പുറത്തു കടന്നപ്പോൾ ആശുപത്രിയിലെ ഇടനാഴിയുടെ നീളം കണ്ട് സെർഗേയ് ഒന്നറച്ചുനിന്നു. ഇടുങ്ങി, ശൂന്യമായി, കെട്ടിടത്തിന്റെ ഉള്ളിലേക്ക് നീണ്ടുകിടക്കുന്ന ആ ഇടനാഴി അവസാനിക്കുകയേയില്ലെന്നു തോന്നി.

ആ വാതുക്കലേയ്ക്ക് വാസ്തവത്തിൽ എഴുപതു ചുവടുകളേയൊള്ളോ? സെർഗേയ് ഭയാശങ്കകളോടെ ആലോചിച്ചു. അയാൾ സൂക്ഷിച്ച് ആദ്യത്തെ ചുവടു വച്ചു.

പതിനേഴാമത്തെ ചുവടു വച്ചപ്പോൾ ഇടനാഴിയുടെ അങ്ങേത്തലയ്ക്കൽ സെർഗേയ് ഏതാനും പേരെ കണ്ടു. അവർ നാലുപേരുണ്ട്. താഴോട്ടു നോക്കിയപ്പോൾ ഒരു വെള്ള പുതപ്പുകൊണ്ടു മൂടിയ ഒരു സ്ട്രെച്ചർ അവർ പിടിച്ചിരിക്കുന്നത് സെർഗേയ് കണ്ടു.

രോഗികളെ അങ്ങിനെ എടുത്തുകൊണ്ടു പോകാറില്ലല്ലോ, പെട്ടെന്നു വന്ന ഒരു ഉൾക്കിടിലത്തോടെ അയാൾ ആലോചിച്ചു. താൻ എന്തിനു പേടിക്കണം? വെടിയുണ്ടപോലെ ഒരു ചിന്ത അയാളുടെ മനസ്സിൽ തറച്ചുകയറി. അയാൾക്കു തല ചുറ്റി. മനം പുരട്ടി.

താൻ എത്തേണ്ട കതകിന്റെ നേരെ സെർഗേയുടെ കണ്ണുകൾ തിരിഞ്ഞു. അത് മലർന്നു തുറന്നു കിടപ്പുണ്ട്.

'ആരാണ് മരിച്ചത്?' ആളുകൾ അടുത്തെത്തിയപ്പോൾ അയാൾ വിറയാർന്ന സ്വരത്തിൽ ചോദിച്ചു.

'ലാരിൻ,' അവരിലൊരാൾ ഉച്ചത്തിൽ പറഞ്ഞു.

ഭാരിച്ച എന്തോ ഒന്നിൽചെന്നു മുട്ടിയ ഒരു സാമാനക്കൊട്ടപോലെ ഇടനാഴി ഇരുവശത്തേക്കും ആടി. പിന്നീട് നിശ്ചലമായി.

'നിൽക്കൂ!' സെർഗേയ് വിളിച്ചുപറഞ്ഞു. 'നിങ്ങൾ എവിടെ കൊണ്ടു പോകുന്നു?'

'മകനേ, നമ്മളെല്ലാവരും എന്നെങ്കിലും മരിക്കും,' എന്നായിരുന്നു ശാന്തമായ മറുപടി.

താടി മുകളിലേക്കുയർത്തിക്കൊണ്ട് യെഗോറിച്ച് സ്ട്രെച്ചറിൽ കിടന്നിരുന്നു. ജീവിതത്തിൽ മുഴുവൻ തെളിഞ്ഞു നിന്ന ഊർജ്ജസ്വലതയും വിശ്രമമില്ലായ്മയും മരണത്തിൽപ്പോലും അയാളുടെ ചുക്കിച്ചുളിഞ്ഞ മഞ്ഞമുഖത്ത് ദൃശ്യമായിരുന്നു. ചാരനിറത്തിൽ ഇടതൂർന്ന് ഉയർന്നുനിന്നിരുന്ന പുരികങ്ങൾക്കു ജീവനുള്ളതുപോലെ തോന്നി.

'യെഗോറിച്ച്,' സെർഗേയ് ഞരങ്ങി. താടി ചുമരിലൂടെ ഉരുമ്മിക്കൊണ്ട് അയാൾ സാവധാനം നിലത്തേയ്ക്ക് ഊർന്നുവീണു.

14

അന്നു രാത്രിയും സെർഗേയ് ഉറങ്ങിയില്ല.

തന്റെ ജീവിതത്തിലെ ഓരോ കാൽവയ്പും ഓരോ സംഭവവും അയാൾ ഓർത്തു. പുതുതായ, കുറേക്കൂടി വിപുലമായ, ഒരർത്ഥം അതിൽ കണ്ടെത്താൻ അയാൾ വാശിയോടെ ശ്രമിച്ചു. യെഗോറിച്ചിന്റെ പെരുമാറ്റവും പ്രവൃത്തികളും മനോവ്യാപാരങ്ങളും പുതിയൊരു കോണിലൂടെയാണ് അയാളിപ്പോൾ കണ്ടത്. തന്റെ സ്വന്തം പെരുമാറ്റത്തേയും ചിന്തകളേയും പ്രവൃത്തികളേയും തട്ടിച്ചുനോക്കാനുള്ള വ്യക്തമായ മാനദണ്ഡമായിത്തീർന്നു അവ.

നേരം പുലർന്നപ്പോൾ സെർഗേയ് വിഷമിച്ച് തലയിണയിൽനിന്നും തല പൊക്കി. എഴുന്നേറ്റുനിന്നു. വേദന കടിച്ചമർത്തിക്കൊണ്ട്

വാർഡിലൂടെ നടന്നുതുടങ്ങി.

താൻ തളർന്നുകൂടാ! വിട്ടുകൊടുത്തുകൂടാ! ഓരോ ദിവസവും അമ്പതു ചുവടുകൾ കൂടുതൽ വയ്ക്കണം, അയാൾ സ്വയം ആജ്ഞാപിച്ചു.

താന്യ രാവിലെ വന്നപ്പോൾ തന്റെ ഭർത്താവ് നിലത്ത് ബോധംകെട്ടു കിടക്കുന്നതാണു കണ്ടത്.

'മൂന്നു ദിവസം മെത്തയിൽത്തന്നെ കിടക്കണം!' കുസ്നെത്സോവ് ആജ്ഞാപിച്ചു. 'പരിപൂർണ്ണമായ വിശ്രമം! ഞങ്ങളോടു ക്ഷമിക്കണം,' താന്യയുടെ നേരെ തിരിഞ്ഞുകൊണ്ട് അദ്ദേഹം പറഞ്ഞു. 'നിങ്ങൾ ഇവിടെയില്ലാതിരുന്നപ്പോൾ ഞങ്ങൾ അയാളെ വേണ്ടത്ര സൂക്ഷിച്ചില്ല. അയാൾ ഇന്നലെ പുറത്തിറങ്ങി യെഗോറിച്ചിനെ കണ്ടു. യെഗോറിച്ചിന്റെ മൃതദേഹം.'

താന്യയുടെ കണ്ണുകൾ വിടർന്നു. എന്തോ പറയാൻ വന്നെങ്കിലും അവൾക്കു വീർപ്പുമുട്ടി.

'അതെ, യെഗോറിച്ച് നമ്മെ വിട്ടുപിരിഞ്ഞു,' എന്നു പറഞ്ഞുകൊണ്ട് കുസ്നെത്സോവ് ഇറങ്ങിപ്പോയി.

സെർഗേയ്ക്ക് ഏറ്റ ഞെട്ടക്കം എന്തെങ്കിലും ദോഷം വരുത്തിയേക്കുമെന്ന സർജന്റെ ഭയത്തിന് അടിസ്ഥാനമില്ലെന്ന് ഭാഗ്യവശാൽ തെളിഞ്ഞു. യുവത്വമുള്ള ശരീരഘടന പൂർവ്വസ്ഥിതിയിലെത്തുകയും അതിവേഗം ശക്തിപ്രാപിക്കുകയും ചെയ്തു. വൈകുന്നേരമായപ്പോഴേയ്ക്ക് സെർഗേയ് വീണ്ടും എഴുന്നേറ്റുനിന്ന് നടപ്പുപരിശീലനം തുടർന്നു. നിശ്ചലത്വത്തിന്റെ അരോചകമായ ബന്ധനത്തിൽനിന്നു പുറത്തു കടക്കാനായി കഴിയുന്നത്ര വേഗം കാലുറച്ചു നിൽക്കാനുള്ള അയാളുടെ വെമ്പലിനെ ഭൂമുഖത്തൊരു ശക്തിക്കും തടുക്കാൻ കഴിയുമായിരുന്നില്ല.

ആശുപത്രിയിൽനിന്നു വിട്ടയയ്ക്കുനനതിനെപ്പറ്റി സെർഗേയും താന്യയും കൂടെക്കൂടെ സംസാരിച്ചു. ആ ദിവസം എങ്ങിനെയിരിക്കും? ആശുപത്രിയുടെ ഉയർന്ന പടിവാതിലിനു പുറത്ത് അവരെ കാത്തുനിൽക്കുന്നത് എന്തായിരിക്കും? ഇതും ഇതുപോലുള്ളതുമായ പല ചോദ്യങ്ങൾക്കും വ്യക്തമായ ഉത്തരം കണ്ടെത്താൻ അസാദ്ധ്യമായിരുന്നു. ഈ അനിശ്ചിതത്വമൊന്നുകൊണ്ടുതന്നെ ആ സമയമാകാൻ വേണ്ടി അവർ അക്ഷമയോടെ കാത്തു. തങ്ങളെ വീട്ടിൽ കാത്തിരിക്കുന്ന സുഖങ്ങളും പരീക്ഷണങ്ങളും എന്തെല്ലാമാണെന്ന് മുൻകൂട്ടി കാണാൻ കഴിഞ്ഞില്ലെങ്കിലും അവർക്ക് അവിടെയെത്താൻ ധൃതിയായി.

ആശുപത്രിയോടു വിടവാങ്ങുന്നതും കുറെ പ്രയാസമുള്ള കാര്യമാണ്. അവർക്കവിടെ സ്വന്തം വീടുപോലെയാണു തോന്നിയത്. ആ സംവിധാനമാകെ സൗകര്യപ്രദമായിരുന്നു. തന്റെ പുതിയ സ്ഥിതിയിൽ സെർഗേയ്സ്കി അവിടം പഴക്കമായിക്കഴിഞ്ഞു. അതാ ആ പലകയിലാണ് അയാൾ ആദ്യമായി എഴുന്നേറ്റുനിന്നത്. അക്കാണുന്നയിടത്താണ് വീണത്. മുറിച്ചുകളയപ്പെട്ട അയാളുടെ കൈകളിലെ വിരലുകൾ, ഇരുമ്പുകമ്പി ചുട്ടു പഴുപ്പിച്ചുവച്ചാലെന്ന പോലെ വേദനകൊണ്ടു നീറുന്നത് മച്ചിലെ അക്കാണുന്ന വിടവ് തീർച്ചയായും കണ്ടിട്ടുണ്ട്. 'എങ്ങിനെ ഉറങ്ങി?' എന്ന അനിവാര്യമായ ചോദ്യവുമായി കുസ്നെത്സോവ് എന്നും രാവിലെ കയറിവരുന്നത് അതാ ആ കതകിലൂടെയാണ്. രാത്രി ഡ്യൂട്ടി കഴിഞ്ഞ് വീട്ടിൽ പോകുന്നവരും രാവിലെ ജോലിക്കു വരുന്നവരുമായ നേഴ്സുമാരും പരിചാരികമാരും പിന്നീട് അകത്തേക്ക് എത്തിനോക്കും. പക്ഷെ പുറത്ത് എത്തരത്തിലുള്ള ജീവിതമായിരിക്കും? തെരുവിൽ ആളുകൾ എങ്ങിനെയായിരിക്കും അയാളെ നോക്കുക? ജിജ്ഞാസയോടെയോ? അതോ അനുകമ്പയോടെയോ?

ആശുപത്രിപ്പറമ്പിലെ മഞ്ഞച്ച ഇലകളുടെ ചുഴറ്റിക്കറങ്ങുന്ന നൃത്തവുമായി സെപ്തംബർ മാസം വന്നെത്തി. മ്ലാനമായ മഴദിവസങ്ങൾ കൂടെക്കൂടെ ഉണ്ടായി. ആകാശത്ത് കാർമേഘങ്ങളെ ആട്ടിയോടിച്ചുകൊണ്ട് പ്രവാസിപ്പറവക്കൂട്ടങ്ങൾ തെക്കോട്ടു പറന്നു. പുതുജീവിതത്തിലേക്കു പറക്കുകയാണവ. എങ്കിലും അവയുടെ കരച്ചിലിൽ ദുഃഖവും നിരാശയുംനിഴലിച്ചിരുന്നു.

ആ കരച്ചിൽകേട്ട് സെർഗേയ്സ്കി പകൽസമയത്ത് സ്വസ്ഥതയോ രാത്രി വിശ്രമമോ ലഭിച്ചില്ല. മനസ്സിനെ ഞെരുക്കുന്ന ചിന്തകളുമായി അയാൾ രാത്രി ഉണരും. പിന്നീട് വളരെ നേരത്തേക്ക് ഉറങ്ങാൻ കഴിയുകയില്ല. അയാളുടെ കൈക്കുറ്റികൾ വേദനിച്ചു. യാതൊന്നും സംഭവിക്കാത്തപോലെ വ്യക്തമായി അയാൾക്ക് തന്റെ കൈകളും കൈപ്പത്തികളും അനുഭവപ്പെട്ടു. അയാൾ തന്റെ വിരലുകളും കൈമുട്ടുകളും കണങ്കൈകളും ചലിപ്പിച്ചു. അവയുടെ ഓരോ ചലനവും തൊലിയുടെ ഓരോ മടക്കും അയാൾക്ക് അനുഭവപ്പെട്ടു. ആ ഭയങ്കര പേടിസ്വപ്നം അവസാനിച്ചതുപോലെ തോന്നി. താൻ കൈകളുയർത്തി മുഖത്തുകൂടി ഓടിക്കും, തന്റെ വേദനിക്കുന്ന ചെന്നിയിലമർത്തും, മുടിയിലൂടെ വിരലോടിക്കും.... കൈകൾ തലയുടെ നേരെ ഉയർന്ന് ഭാരമില്ലാതെ, അദൃശ്യമായി, താഴോട്ടു വീണു. ദുസ്സഹമായ വേദന അയാളുടെ തോളുകളിലൂടെ തുളഞ്ഞുകയറി.

ശരൽക്കാലരാത്രിയുടെ നിശ്ശബ്ദതയെ ഭേദിച്ചുകൊണ്ടുള്ള ഒരു പറ്റം കൊക്കുകളുടെ നീട്ടിയുള്ള കരച്ചിൽ, പുറത്തു ചാടാൻ തയ്യാറായി നിൽക്കുന്ന ഹൃദയത്തെ അദൃശ്യനഖങ്ങൾകൊണ്ട് രാകിമുറിച്ചു.

'സ്വയം നിയന്ത്രിക്കു!' ഒരു ആന്തരികശബ്ദം ആജ്ഞാപിച്ചു. അതോടെ നിരാശ പിൻവാങ്ങി.

'അംഗഹീനൻ!' അയാളുടെ പെൻഷൻകാർഡിലെ വരികൾ വിളിച്ചുപറഞ്ഞു. വൃദ്ധകൾ നിങ്ങളെ നോക്കി നെടുവീർപ്പിടും

'ചിണുങ്ങരുത്!' ആന്തരികശബ്ദം വീണ്ടും പറഞ്ഞു. സെർഗേയ് ഞെട്ടി. അയാൾ തന്റെ ചിന്തകൾ മറ്റൊരു വഴിക്കു തിരിച്ചു.

കുസ്നെത്സോവ് വാർഡിൽ വന്നു. തന്റെശബ്ദം മനപ്പൂർവ്വം ഉന്മേഷഭരിതമാക്കിക്കൊണ്ടാണ് അദ്ദേഹം സംസാരിച്ചത്.

സെര്യോഷ, നമ്മൾ തമ്മിൽ പിരിയാനുള്ള സമയമായി. ഞങ്ങൾ ഇന്ന് നിങ്ങളുടെ അപേക്ഷ ചർച്ച ചെയ്തു. നിങ്ങളെ വിട്ടയയ്ക്കാമെന്നാണ് ഞങ്ങളുടെ തീരുമാനം. നിങ്ങൾക്കു വീട്ടിൽ പോകാം.' സേർഗേയുടെ നേരെ നോക്കാതെ അദ്ദേഹം വാർഡിൽ അങ്ങോട്ടുമിങ്ങോട്ടും നടന്നു. ജനാലയുടെ അടുത്തേയ്ക്കു നടന്ന് മുറിക്ക് പുറംതിരിഞ്ഞു നിന്നുകൊണ്ട് അദ്ദേഹം സ്പഷ്ടമായ സ്വരത്തിൽ പറഞ്ഞു: 'നിങ്ങൾക്കു രണ്ടുപേർക്കും ഞാൻ ഭാവുകം നേരുന്നു. നിങ്ങൾക്ക് ധൈര്യവും സ്നേഹവും സന്തോഷവും കൈവരട്ടെ.' അദ്ദേഹം പെട്ടെന്നു തിരിഞ്ഞ് സെർഗേയുടെയടുത്തേക്ക് വേഗം നടന്ന് അയാളുടെ ചുമലിൽ പിടിച്ചു. 'വല്ലാത്ത വിഷമം തോന്നുന്നപക്ഷം എഴുതു, സെർഗേയ്. എനിക്കെഴുതു.' അദ്ദേഹം വേഗം വാർഡിനു പുറത്തേക്കു നടന്നു.

തണുപ്പു പരത്തിക്കൊണ്ട് മഴ ചാറി. ശരൽക്കാലമാരുതൻ മരങ്ങളിൽനിന്ന് അവസാനത്തെ മഞ്ഞ ഇലകളെ പറിച്ചുമാറ്റി, നനഞ്ഞ് തിളങ്ങുന്ന നടപ്പാതയിലിട്ടു. നീല ആശുപത്രിമേലങ്കികൾ ധരിച്ച ഒരു സംഘം ആളുകൾ ധൃതിയിൽ തോളിലേക്കെടുത്തിട്ട കോട്ടുകളുമായി വാതുക്കൽ വന്നുനിന്ന് തങ്ങളിൽനിന്നും നടന്നകലുന്ന രണ്ടുപേരെ നിശ്ശബ്ദം നോക്കിനിന്നു.

തല താഴ്ത്തിയിട്ട് തൊങ്കിത്തൊങ്കിയാണ് സെർഗേയ് നടന്നത്. താന്യ തൊട്ടടുത്ത് നടപ്പുണ്ട്. ചടച്ച് വലിപ്പം കുറഞ്ഞ ആ യുവതി ഇടയ്ക്കിടെ അയാളുടെ മുഖത്തേക്ക് നോക്കുന്നുണ്ടായിരുന്നു. മരണശയ്യയിൽനിന്നും ഉയർത്തെഴുന്നേറ്റ് തന്നോടൊപ്പം നടക്കുന്നത് വാസ്തവത്തിൽ തന്റെ ഭർത്താവുതന്നെയാണോ എന്ന് ഉറപ്പുവരുത്തുകയാണവളെന്നു തോന്നി. അയാളുടെ തവിട്ടുനിറത്തിലുള്ള കോട്ടിന്റെ

ഒഴിഞ്ഞ കൈകളെ കാറ്റ് ദേഷ്യത്തോടെ അടിച്ചുപറത്തി.

താന്യ തിരിഞ്ഞുനോക്കി വിടവാങ്ങിക്കൊണ്ട് കൈ വീശി. സെർഗേയ് നടപ്പു നിർത്തി. തന്നെ, യാത്രയയയ്ക്കാനായി പുറത്തിറങ്ങിവന്നവരെ നോക്കി. അയാളുടെ കണ്ണുനിറയുന്നതു കണ്ട് താന്യ മെല്ലെ അയാളുടെ തോളിൽ സ്പർശിച്ചു.

—

മൂന്നാം ഭാഗം

1

ദൊനേത്സ്ക്ക് റെയിൽവെസ്റ്റേഷനിലെ പ്ലാറ്റ്ഫോമിൽ ആദ്യമായി കാലെടുത്തു കുത്തിയപ്പോൾ താനൊരു ദിവസം അതിലൂടെ ഇങ്ങനെ ദുർബ്ബലനും നിസ്സഹായനുമായി നടക്കുമെന്ന് സെർഗേയ് പെത്രോവിന് ഊഹിക്കാൻ കഴിയുമായിരുന്നോ!

സ്റ്റേഷനിൽ യാതൊരു മാറ്റവുമില്ല. തിക്കും തിരക്കും, ഒച്ചപ്പാട്ടും, കൽപ്പടവുകളും, അസ്ഫാൾട്ടിൽ ബന്ധിച്ച നിർത്തിയിരിക്കുന്ന മരങ്ങളും, എഞ്ചിനുകളുടെ ചൂളംവിളിയും, ഉച്ചഭാഷിണികളിൽനിന്നുള്ള അറിയിപ്പുകളുമെല്ലാം പഴയതുതന്നെ. വിദൂരമായ, ഭാവനാതീതമാംവണ്ണം വിദൂരമായ, ആ ദിവസത്തിലെന്നപോലെതന്നെയാണ് ഒറ്റനോട്ടത്തിൽ എല്ലാമിരിക്കുന്നത്. പക്ഷെ അങ്ങിനെയൊരു ദിവസം ഉണ്ടായിരുന്നോ? ഈ മരങ്ങൾ, ഇന്നത്തെപ്പോലെ, തണുത്ത് മ്ലാനമായിക്കിടക്കുന്ന തറയിലേക്ക് പറഞ്ഞറിയിക്കാൻ വയ്യാത്ത വേദനകൊണ്ട് മഞ്ഞ ഇലകൾ അന്നു പൊഴിച്ചിരുന്നില്ലെന്നു വരുമോ? ഉന്മേഷത്തോടെ മർമ്മരശബ്ദം പുറപ്പെടുവിക്കുന്ന പച്ചച്ചില്ലകളുമായി അന്നവ തലകുനിച്ച് സ്വാഗതമരുളുകയുണ്ടായോ? അന്ന് ഒരു യുവവിദഗ്ധനെന്ന കൊംസൊമോളിന്റെ ശുപാർശക്കത്ത് തന്റെ നെഞ്ചിലെ പോക്കറ്റിലൂടെ ഊഷ്മളത പകരുന്നതായി തോന്നിയപ്പോൾ ഉച്ചഭാഷിണിയിൽനിന്നു വന്ന ശബ്ദം ആസന്നവിപത്തിന്റെ സൂചന നൽകുന്ന മട്ടിൽ ഇന്നത്തെപ്പോലെ മനസ്സിനെ നൊമ്പരപ്പെടുത്തിയിരുന്നോ? അതിവിദൂരമായ ഭൂതകാലവും അന്യമായ വർത്തമാനകാലവുമായി തന്റെ ജീവിതത്തെ വേർതിരിച്ചിട്ടുള്ള ഈ ഭിത്തി ഇല്ലാതിരുന്ന ഒരു കാലമുണ്ടായിരുന്നോ?

മുമ്പു പലപ്പോഴുമെന്നപോലെ, താൻ ഉറക്കത്തിൽ സ്വപ്നം കാണുകയാണെന്ന് സെർഗേയ്ക്കു തോന്നി. സ്റ്റേഷനിലെ കൽപ്പടവുകളിൽ കാത്തുനിൽക്കുമ്പോൾ ആളുകൾ അയാളെ കടന്നുപോയി. താന്യ ഇപ്പോൾ വന്ന് തന്നെ വിളിച്ചുണർത്തും. 'നിങ്ങൾ പണിക്കു പോകാൻ വൈകും!' എന്നു പറഞ്ഞുകൊണ്ട് അവൾ തിരക്കിട്ട്

പ്രാതൽ തയ്യാറാക്കും.

താന്യ ആൾക്കൂട്ടത്തിനിടയിൽനിന്ന് ഓടിവന്ന് സെർഗേയുടെ നേരെ ടിക്കറ്റുകൾ വീശി.

'എങ്ങോട്ടേക്കാണ്? അയാൾ ചോദിച്ചു.

'ലുഗാൻസ്ക്കിലേക്ക്'', താന്യ പറഞ്ഞു. ഏകാഗ്രവും പ്രതീക്ഷാനിർഭരവുമായ അയാളുടെ നോട്ടം കണ്ട് ഞെട്ടി അവൾ സംഭ്രമത്തോടെ തല തിരിച്ചു.

'നമുക്കെന്തുകൊണ്ട് വീട്ടിൽ പൊയ്ക്കൂടാ?'

'സെര്യോഷ, നമുക്കു വേണ്ടതെല്ലാം കയ്യിലുണ്ടല്ലൊ. നമ്മൾ എവിടെയായാലും നമ്മുടെ വീടായിരിക്കുമത്.'

'ഏതാണ നമ്മുടെ കമ്പാർട്ടുമെന്റ്?

പതിനൊന്നാമത്തേത്.

വാർഡുപോലെതന്നെ

'പക്ഷെ ഗ്രിഗോറിയ് വസ്സീല്യെവിച്ചില്ല. ഞാൻ അമ്മയ്ക്കു് കമ്പിയടിച്ചിട്ടുണ്ട്. സ്റ്റേഷനിൽ ആളു വരും.'

'നമ്മൾ ഒരു മുറി വാടകയ്ക്കെടുക്കണോ?'

'അതു നമുക്കു പിന്നെ നോക്കാം.'

കമ്പാർട്ടുമെന്റിൽ അവർ തനിച്ചേ ഉണ്ടായിരുന്നുള്ളൂ. സെർഗേയ് തനിക്കഭിമുഖമായി ഇരിക്കുന്ന താന്യയെ നോക്കി. പക്ഷെ ഒന്നും പറഞ്ഞില്ല. വണ്ടി പുറപ്പെട്ടപ്പോൾ അയാൾ കൊച്ചുമേശയിൽ നെഞ്ചമർത്തിക്കൊണ്ട് ജനലിലൂടെ പുറത്തേക്കു നോക്കി.

വീടുകളും മരങ്ങളും കടന്നുപോയി. റെയിൽപ്പാളങ്ങൾ നിലത്തുടെ ഇഴഞ്ഞുപോവുകയും കൂടിപ്പിണയുകയും തീവണ്ടിയുടെ ചുവട്ടിലേക്ക് എടുത്തുചാടുകയും ഭയംകൊണ്ടോ പുനരാലോചനയാലോ ചക്രങ്ങൾക്കു കീഴിൽനിന്നും തെന്നിമാറി ഒരു വശത്തേക്ക് ഓടിപ്പോവുകയും ചെയ്തു. ജനാലയുടെ നേരെ മഴച്ചാറ്റൽ ശക്തിയായി അടിച്ചു. ചരിഞ്ഞ പാളികളായി ജനാലച്ചില്ലിൽ പതിച്ച മഴവെള്ളം ഒന്നിച്ചുചേർന്ന് തുള്ളികളായി താഴോട്ടൊഴുകി. വീടുകൾ അപൂർവ്വമായി. പിന്നീടവ പാടേ മറഞ്ഞു. വണ്ടി പട്ടണം വിട്ടു. തണുത്തുറഞ്ഞു നിൽക്കുന്ന വൃക്ഷനിരകൾ വിരളമായി കാണാം. അവയ്ക്കപ്പുറത്ത് ദൊനേത്സ് പുൽപ്രദേശം ചാരനിറം പൂണ്ടു കിടക്കുന്നു.

വണ്ടി വലത്തോട്ട് വലിയൊരു വളവു തിരിഞ്ഞപ്പോൾ സെർഗേയ് ഖനിയുടെ കൂന കണ്ടു. അത് ആ പുൽപ്രദേശത്ത് ഒരു

ഭീമന്റെ മാന്ത്രികത്തൊപ്പിപോലെ ഇരുണ്ട്, പുക വമിച്ചുകൊണ്ട് ഒരു കൂറ്റൻ കോണസ്തൂപമായി ഉയർന്നുനിന്നു. ഒരു കട്ടവണ്ടി കറുത്തൊരു പൊട്ടുപോലെ അതിന്റെ വശത്തുകൂടി മേലോട്ട് ഇഴഞ്ഞുകയറുന്നുണ്ട്. തനിക്കു തെറ്റു പറ്റിയിട്ടില്ല. താൻ പണിയെടുത്തതിരുന്ന ഖനിയാണിത്.

'ദൈവമേ!' എന്നു മന്ത്രിച്ചുകൊണ്ട് അയാൾ തല താഴ്ത്തിയിട്ടു. തന്റെ സ്വന്തം ഖനി കണ്ടപ്പോൾ അയാൾക്കു സഹിക്കാൻ കഴിഞ്ഞില്ല.

വണ്ടി റെയിൽപ്പാളങ്ങളിലെ സന്ധികളിൽ തട്ടിക്കൊണ്ടിരുന്നു. ആഹ്ലാദഭരിതമായ ഒരു മാർച്ചിംഗ് ട്യൂണിന്റെ കർക്കശശബ്ദം ഉച്ചഭാഷിണിയിലൂടെ കേട്ടു. താന്യ ഭർത്താവിന്റെ തലമുടി മെല്ലെ തലോടി.

'അരുത്, സെര്യോഷ, അരുത്,' അവൾ ഗദ്ഗദത്തോടെ പറഞ്ഞു. 'എല്ലാം നമ്മുടെ മുന്നിലുണ്ട്. നിങ്ങൾ ജീവനോടെ ഇരിക്കുന്നുവെന്നതാണ് പ്രധാനകാര്യം... ബാക്കിയെല്ലാം നമ്മെ ആശ്രയിച്ചിരിക്കും... സുഖവും....'

2

ആളുകൾ രാത്രി പലതരം സ്വപ്നങ്ങൾ കാണും. അവ തിരഞ്ഞെടുക്കാൻ ആർക്കും സാദ്ധ്യമല്ല. അവ തനിയേ വരുന്നു- നല്ല സ്വപ്നങ്ങളും ദുസ്വപ്നങ്ങളും.

ലുഗാൻസ്ക്കിൽ ചുമരിലെ ഘടികാരം ശാന്തമായ അടിച്ചുകൊണ്ടിരിക്കുന്നതു കേട്ടുകൊണ്ട് സാധാരണ ഒരു വീട്ടുമെത്തയിൽ കിടന്ന ആദ്യത്തെ രാത്രിയിലാണ് ഖനിയപകടത്തിനുശേഷം ആദ്യമായി സെർഗേയ് സ്വപ്നം കണ്ടത്.

അയാൾ ഒരു കനത്ത കൽക്കരിക്കട്ടയും ചുമന്നുകൊണ്ട് ഖനിയുടെ ഇടനാഴിയിലൂടെ തന്റെ സെക്ഷനിലേക്ക് നടക്കുകയാണ്. കൽക്കരി അയാളുടെ കൈകളിൽ വേദനയോടെ കുത്തിക്കയറി. കുഴഞ്ഞ ചെളി കാലിനടിയിൽ ഒട്ടിപ്പിടിച്ചു. ഇടയ്ക്കിടെ അയാൾ, വഴിയിൽ നിൽക്കുന്ന വണ്ടികളിൽ തട്ടി വീഴുന്നുണ്ട്. പിടഞ്ഞെഴുന്നേറ്റ് വീണ്ടും നടക്കും. വീണ്ടും വീഴും. ഇടനാഴിയുടെ അന്ധകാരത്തിൽനിന്നും ഒരു ശബ്ദം മാറ്റൊലിക്കൊണ്ടു:

'വേഗം നടക്ക്, പെത്രോവ്, വേഗം നടക്ക്! ഞങ്ങൾ നിങ്ങളേയും കാത്ത് അര വർഷമായി നിൽക്കുന്നു! കൽക്കരി ഇവിടെ കൊണ്ടുവരൂ. ഖനിയുടെ മുഴുവൻ പ്ലാനും നിങ്ങൾ പൊളിക്കുകയാണ്!'

സെർഗേയ് ഓടാൻ ശ്രമിച്ചു. പക്ഷെ ഇരുട്ടിൽ കട്ടിയുള്ള എന്തിലോ തട്ടി വീണ്ടും വീണു.

അവരുടെ അടുത്തെത്താൻ എത്ര ചുവടുകൾ വയ്ക്കണമെന്നു താൻ കണക്കുകൂട്ടിയില്ല. താൻ എന്തിലെങ്കിലും ചാരിയേ തീരൂ, അയാൾ നിശ്ചയിച്ചു. അയാൾ തന്റെ വിയർത്തു കുതിർന്ന ആശുപത്രിമേലങ്കി അഴിച്ച് ദൂരെയെറിഞ്ഞു.

യെഗോറിച്ച് വന്നു. അയാളുടെ മുഖം കണ്ണുനീരിൽ കുതിർന്നിരിക്കുകയാണ്. അയാൾ മന്ത്രിച്ചു: 'സെര്യോഷ, നമുക്കു തമ്മിൽ കാണാനൊത്തില്ല.... എന്നെ വന്നു കാണൂ. ഞാൻ നിങ്ങളെ കാത്ത് ഇരിക്കുകയാണ്. പക്ഷെ ഒരു അപരിചിതനുവേണ്ടി നിങ്ങൾ ഇങ്ങനെ കരയരുത്. നിങ്ങളൊരു പുരുഷനാണ്! എഴുപതു ചുവട് - അതൊരു ദൂരമല്ല.'

'അയാളെ അവിടെ വെട്ടിമുറിച്ചു വച്ചിരിക്കുകയാണ്!' ഖനിത്തൊഴിലാളികളിലൊരാൾ പൊട്ടിച്ചിരിച്ചു. 'എത്തരത്തിലുള്ള ഖനിത്തൊഴിലാളിയാണ് അയാളിപ്പോൾ!'

അതിപ്രധാനമായ എന്തോ ഒന്ന് ഓർക്കാൻ സെർഗേയ് വേദനയോടെ ശ്രമിച്ചെങ്കിലും അയാൾക്കതു കഴിഞ്ഞില്ല.

താൻ മറ്റുള്ളവരെപ്പോലയല്ല, അയാൾ വിചാരിച്ചു. തനിക്ക് എന്തിന്റെ കുറവാണ്?

മറിഞ്ഞുകിടക്കുന്ന ഒരു വണ്ടിയുടെ പിന്നിൽനിന്നും കൊംസൊമോൾ ജില്ലാക്കമ്മിറ്റി സെക്രട്ടറി ക്രമരേൻകൊ വന്നു.

'നിങ്ങൾക്കു കൊംസൊമോളിൽ സ്ഥാനമില്ല! തൊഴിലാളി സെറ്റിൽമെന്റിൽ മരങ്ങൾ നട്ടുപിടിപ്പിക്കുന്ന പരിപാടി നിങ്ങൾ കാരണമാണ് പൊളിഞ്ഞത്. ഒരു കൊംസോമോൾ യുവജന ടീം രൂപീകരിക്കുന്നതിനെപ്പറ്റി നിങ്ങൾ വളരെയേറെ ഒച്ചപ്പാടുണ്ടാക്കി. പക്ഷെ അതു രൂപീകരിച്ചപ്പോൾഎവിടെയായിരുന്നു നിങ്ങൾ? ഖനിയിൽവച്ച് നിങ്ങൾ ആളുകളുടെ ജീവൻ രക്ഷിച്ചതിൽ കാര്യമൊന്നുമില്ല. മറ്റാരാണെങ്കിലും അങ്ങിനെ ചെയ്യുമായിരുന്നു.'

'എന്തെല്ലാം കുറ്റവും കുറവുമുണ്ടെങ്കിലും അയാൾ ഇപ്പോഴും ഒരു മനുഷ്യനാണ്,' ഇരുട്ടിൽനിന്നും ഒരു ദുർബ്ബലശബ്ദം കേട്ടു.

'അയാളുടെ കൊംസൊമോൾ കാർഡ് എടുത്തുമാറ്റുക!' സെക്രട്ടറി ആജ്ഞാപിച്ചു.

'എന്റെ അടുത്തു വന്നാൽ ഞാൻ കൊന്നുകളയും!' എന്നു

നിലവിളിച്ചുകൊണ്ട് സെർഗേയ് ഉണർന്നു.

ഇരുണ്ട ശരൽക്കാലരാത്രിയുടെ നിശ്ശബ്ദത അയാളെ ആവരണം ചെയ്തു.

'ടിക്-ടോക്, ടിക്-ടോക്,' ഘടികാരം അക്ഷീണമായി പറഞ്ഞു.

'ട്ർ-ർ-ർ,' വൈദ്യുതമീറ്റർ ഒരു ചീവീടിനെപ്പോലെ പറഞ്ഞു.

താൻ എവിടെയാണ്? സെർഗേയ് ഓർക്കാൻ ശ്രമിച്ചു. തലേ ദിവസവും അതിനുമുമ്പു പിന്നിട്ട മാസങ്ങളും ഓർമ്മയിൽ വന്നപ്പോൾ അയാൾ ഞെട്ടങ്ങി. ഉറങ്ങൂ, വേഗം ഉറങ്ങൂ,അയാൾ സ്വയം ആജ്ഞാപിച്ചു. പക്ഷെ അല്പം മുമ്പു കണ്ട സ്വപ്നം ഓർമ്മയിൽ വന്നു. അതോടെ ഉറങ്ങാനുള്ള എല്ലാ ആഗ്രഹവും നഷ്ടപ്പെട്ടു. ആ ദിവസം വണ്ടിയിൽനിന്നു കണ്ട ഖനിയുടെ ക്ലന പുകച്ചുരുളുകളിൽ ആവൃതമായി അയാളുടെ കൺമുമ്പിൽ ഒഴുകിവന്നു. അതു മറഞ്ഞപ്പോൾ പുകനിറഞ്ഞ, ശബ്ദമുഖരിതമായ ഖനിമുഖത്തെ ആഫീസ് പ്രത്യക്ഷപ്പെട്ടു. ഖനിവസ്ത്രങ്ങളണിഞ്ഞ തൊഴിലാളികൾ ഉല്ലാസത്തോടെ കുശലം പറഞ്ഞുകൊണ്ട് ഒച്ചവച്ചു നീങ്ങുന്ന ലിഫ്റ്റിന്റെ നേരെ നടക്കുകയാണ്. അവരുടെ ചിരി ഖിമുറ്റത്ത് മാറ്റൊലിക്കൊണ്ടു. ഖനിയുടെ ഇടനാഴിയിലെ കാറ്റോട്ടത്തിനു വേഗതയുണ്ടായിരുന്നു. കൽക്കരിക്കഷണങ്ങൾ കൺവേയറിലൂടെ മർമ്മരശബ്ദത്തോടെ നീങ്ങി തിളക്കത്തോടെ വണ്ടികളിലേക്കു വീണു.

കൽക്കരിയുടെ ഗന്ധം സെപ്തംബർ രാത്രിയിൽ നിറഞ്ഞുനിന്നു. ഷിഫ്റ്റു കഴിഞ്ഞുള്ള ആദ്യത്തെ പുകവലിയുടെ മാധുര്യം അയാളുടെ തല ചുറ്റിച്ചു. അഞ്ഞൂറു മീറ്റർ താഴ്ചയിലേക്ക് ലിഫ്റ്റ് അതിവേഗം നീങ്ങിയപ്പോൾ അയാളുടെ ഹൃദയം പുളകംകൊണ്ടു. കൂട്ടുകാരുടെ പൊട്ടിച്ചിരി കാതിൽ മുഴങ്ങി. ഇപ്പോഴോ- എല്ലാം പോയി. 'കയ്യില്ല, കയ്യില്ല,' ഘടികാരം വിഷണ്ണമായി അടിച്ചുകൊണ്ടിരുന്നു. ഖനിയുടെ ക്ലന വണ്ടിയുടെ ജനാല കടന്നു മറഞ്ഞപ്പോൾ അയാളുടെ ഹൃദയം വേദനകൊണ്ടു പൊട്ടിത്തെറിക്കാറായി.

ഏതോ ഒരു ശക്തി തന്റെ ഓർമ്മയിൽനിന്ന് തനിക്കു പ്രിയംകരമായിരുന്ന സർവ്വതും നിർദ്ദാക്ഷിണ്യം പറിച്ചുമാറ്റുന്നതായും അന്നത്തെ എല്ലാറ്റിൽനിന്നും ഇന്നത്തേതിനെ നിർദ്ദയം വേർതിരിച്ചുകൊണ്ട് ഒരു കർക്കശഹസ്തം തന്റെ തുടിക്കുന്ന ഹൃദയത്തിൽ തരണം ചെയ്യാനാവാത്ത ഒരു ഭിത്തി കെട്ടിപ്പൊക്കുന്നതായും സെർഗേയ്ക്ക് ഏതാണ്ടു കായികമായിത്തന്നെ അനുഭവപ്പെട്ടു.

തന്റെ വേദന കുറയ്ക്കുന്ന, ചുരുങ്ങിയപക്ഷം അതിനെ

മയപ്പെടുത്തുകയെങ്കിലും ചെയ്യുന്നു, എന്തെങ്കിലുമൊന്നിനു വേണ്ടി സെർഗേയ് വ്യർത്ഥമായി തിരഞ്ഞു. താനെങ്ങിനെ ജീവിക്കും വീണ്ടും വീണ്ടും അതേ ചോദ്യംതന്നെ.

അയാളുടെ തോളിന്റെ നേരെ തല തിരിച്ചുകൊണ്ട് താന്യ അടുത്തു കിടന്ന് ഉറങ്ങുകയാണ്. താന്യ, നിന്റെ സ്വപ്നങ്ങളും അത്ര സുഖകരമല്ല, സെർഗേയ് വിചാരിച്ചു.

താന്യ കുട്ടിക്കാലത്ത് കളിച്ച ആ വീട്ടുമുറ്റത്തുകൂടി തങ്ങൾ പകൽസമയത്ത് നടന്ന കാര്യം അയാളോർത്തു. ജിജ്ഞാപൂണ്ട അയൽവാസികൾ കണ്ണു മിഴിച്ചുകൊണ്ട് ചുറ്റും നിന്നു. ചിലർ കരഞ്ഞു. പക്ഷെ അവർ രണ്ടുപേരും അടുത്തടുത്ത് നടന്നുകൊണ്ടിരുന്നു. താൻ എന്തുകൊണ്ടോ കുറ്റക്കാരനാണെന്ന മട്ടിൽ സെർഗേയ് തല കുനിച്ചു പിടിച്ചിരുന്നു. താന്യയാകട്ടെ, തന്റെ സുസ്മേരവദനം അഭിമാനപൂർവ്വം ഉയർത്തിപ്പിടിച്ചുകൊണ്ട് ഉല്ലാസത്തോടെ വിളിച്ചു പറഞ്ഞു: 'ഇതാ ഞങ്ങൾ!ഞങ്ങളെത്തി!'

പടിക്കൽ ഒരു പട്ടി ശക്തിയായി കുരയ്ക്കുകയും പിന്നീട് ദയനീയമായി നീട്ടി മോങ്ങുകയും ചെയ്തു. ഒരു സ്ത്രീ ഓടിവന്ന് താന്യയുടെ രണ്ടു കവിളുകളിലും ആവേശത്തോടെ ചുംബിച്ചു. 'ദൈവം നിങ്ങൾക്ക് സന്തോഷമരുളട്ടെ!'

'അതാരായിരുന്നു?' വീട്ടിനകത്തു കയറിയശേഷം സെർഗേയ് ചോദിച്ചു.

'സെര്യോഷ, പരിഭവിക്കണ്ട. അനുകമ്പകൊണ്ടല്ല അവരങ്ങിനെ ചെയ്തത്. അവരൊരു നല്ല സ്ത്രീയാണ്. ഒരു ശുദ്ധാത്മാവ്. മൂക്കു വലിച്ചുകൊണ്ടു നിന്നവരെ കാര്യമാക്കണ്ട. സ്വന്തം കാര്യം ഓർത്തു അവർ ഭയപ്പെടുകയാണ്....'

സെർഗേയ്, ഉറങ്ങിക്കിടക്കുന്ന തന്റെ ഭാര്യയുടെ നേരെ തിരിഞ്ഞ് അവളുടെ ചൂടുള്ള മൃദുകേശത്തിൽ ചുണ്ടമർത്തി. 'എന്റെ ഓമനേ! പ്രിയേ! എനിക്കുവേണ്ടി നീ പെട്ട പാടിനെല്ലാം, എന്നേക്കാൾ ഒട്ടും കുറവല്ലാതെ നീ സഹിച്ച വേദനയ്ക്ക്, പകരമായി ഞാൻ നിനക്ക് എന്തു നൽകും? നിന്റെ ലോലമായ ചുമലുകളിൽ ഏറ്റെടുത്തിരിക്കുന്ന ഭാരം താങ്ങാൻ ഞാൻ നിന്നെ എങ്ങിനെ സഹായിക്കും? രണ്ടാമതൊന്ന് ആലോചിക്കുകപോലും ചെയ്യാതെ എന്നോടൊപ്പം നീ ഇറങ്ങിത്തിരിച്ചിരിക്കുന്ന ഈ ഭയങ്കരമായി പാതയിൽ എന്നിൽനിന്നു നിനക്ക് എന്തു തുണയാണ് ലഭിക്കുക? നിൻരെ നിസ്സീമവും നിസ്വാർത്ഥവുമായ സ്നേഹമില്ലാതെ ഞാൻ എന്തു ചെയ്യുമായിരുന്നു? ഞാൻ

എങ്ങിനെ ജീവിക്കുമായിരുന്നു?

ആശുപത്രിയിൽനിന്നു പുറത്തിറങ്ങിയതിനുശേഷമുള്ള പുതിയ ദിവസം സെർഗേയ്ക്ക് പുതുതായൊന്നും കാഴ്ച വച്ചില്ല.രാത്രിയിലെ വിഷാദചിന്തകളെ അകറ്റാൻ അതിനു കഴിഞ്ഞില്ല. വീട്ടിലെ ജോലിത്തിരക്കിനിടയിൽ താന്യ അയാളുടെ ശ്രദ്ധ തിരിക്കാനും അയാളെ ഉന്മേഷം കൊള്ളിക്കാനും ശ്രമിച്ചു. ഏററവും വലിയ കഷ്ടകാലം കഴിഞ്ഞെന്നും പുതിയൊരു ജീവിതം ആരംഭിച്ചിരിക്കുകയാണെന്നും നിരാശയ്ക്ക് വഴങ്ങാതെ പുതിയൊരു രീതിയിൽ അതു നയിക്കേണ്ടതാണെന്നും അയാളെ ബോദ്ധ്യപ്പെടുത്താനുള്ള ഒരു ശ്രമം അവളുടെ ഓരോ വാക്കിലും നോട്ടത്തിലും ചലനത്തിലും നിഴലിച്ചിരുന്നു.

അവളുടെ മനസ്സിലുള്ളത് ശരിയാണെന്ന് സെർഗേയ്ക്ക് ഉള്ളിൽ അറിയാമായിരുന്നു. അതുമാത്രമേ ഒരു വഴിയുള്ളു. തന്റെ വിധിയെക്കുറിച്ചു വിലപിച്ചുകൊണ്ട് എന്നും തുടരാൻ സാദ്ധ്യമല്ല. പക്ഷെ വീണ്ടും ആ ചോദ്യമുയർന്നു: തനിക്കെന്തു ചെയ്യാൻ കഴിയും? താൻ എങ്ങിനെ ജീവിക്കും? ഈ പരിപൂർണ്ണമായ നിഷ്ക്രിയത്വം നാളെയും മറ്റന്നാളും എന്നുമെന്നും തുടരുമെന്നോ? ആ ചിന്തതന്നെ ദണ്ഡനയായിരുന്നു. മുറിയിലെ ഓരോ സാധനങ്ങളിലൂടെയും അയാൾ കണ്ണോടിച്ചു. അവ വിരൂപവും തന്നെ സംബന്ധിച്ചിടത്തോളം ഉപയോഗശൂന്യവുമായി അയാൾക്കു തോന്നി.

ഒരു ഷെൽഫിൽ കുറെ പുസ്തകങ്ങൾ കണ്ടു. താന്യയുടെ പഴകിത്തേഞ്ഞ പാഠപുസ്തകങ്ങൾ. സെർഗേയ് അവയുടെ മങ്ങിയ പുറംചട്ടകളിൽ നോക്കി. ഊർജ്ജതന്ത്രം, ബീജഗണിതം, ഫസ്റ്റ് എയിഡ് നഴ്സിംഗ് പാഠപുസ്തകം ഇത്രയുമാണ് ആദ്യത്തെ തട്ടിലുള്ളത്. രണ്ടാമത്തെ തട്ടിൽ അയാൾ ഇളംചുവപ്പുനിറത്തിലുള്ള പരിചിതമായ ഒരു പുറംചട്ട കണ്ടു. താനത് കുറച്ചുനാൾ മുമ്പു കണ്ടതാണ്. എവിടെ വച്ചാണെന്ന് ഓർമ്മയില്ല.

അതെങ്ങിനെ പുറത്തെടുക്കാം? അയാൾ ഷെൽഫിന്റെ മുമ്പിൽ പോയി നിന്ന് ആലോചിച്ചു. തന്റെ വാകൊണ്ട്! അയാൾ മുട്ടുകുത്തിനിന്ന് പുസ്തകത്തിന്റെ നേരെ ചുണ്ടുകൾ നീട്ടി. പക്ഷെ അയാൾ ദൂരം കണക്കുകൂട്ടിയതു തെറ്റിപ്പോയി. വേണ്ടതിലധികം കുനിഞ്ഞപ്പോൾ ബാലൻസു തെറ്റി, നെറ്റി ഷെൽഫിലടിച്ചു. വീണ്ടും മുട്ടിൽ എഴുന്നേറ്റു നിൽക്കാൻ ശ്രമിച്ചെങ്കിലും അയാൾ നിസ്സഹായനായി നിലത്തുരുളുകയാണു ചെയ്തത്. ഭയങ്കരമായ കോപം ഉള്ളിൽ ഇരച്ചുവന്നു. അയാൾ സ്വയം പറഞ്ഞു:

ശാന്തമാക്! ശാന്തമാക്! മുഴുവൻ ലോകത്തിനുമെതിരായി

ഭ്രാന്തെടുത്ത് നിലവിളിക്കാൻ, ഉള്ളിൽ തിങ്ങിനിൽക്കുന്ന നിരാശാബോധം തുറന്നുവിടാൻ, അയാൾ ആഗ്രഹിച്ചു. പക്ഷെ, ശാന്തമാകൂ! എന്നു സ്വയം മന്ത്രിച്ചുകൊണ്ട് അയാൾ തന്റെ വേദനിക്കുന്ന നെറ്റി നിലത്തമർത്തി.

'ഇതങ്ങിനെ വിട്ടാൻ പറ്റുകയില്ല!'

അയാൾ സാവധാനം എഴുന്നേറ്റ് മുറിയിൽ അങ്ങോട്ടുമിങ്ങോട്ടും നടന്നു. അത് എങ്ങിനെയെങ്കിലും എടുക്കാൻ സാധിക്കും, ഇളംചുവപ്പു നിറത്തിലുള്ള പുറംചട്ടയിലേക്കു നോക്കിക്കൊണ്ട് അയാൾ വാശിയോടെ ചിന്തിച്ചു. അയാൾ വീണ്ടും ശ്രമിച്ചു. പക്ഷെ കോപാവേശത്താൽ വേണ്ടതിലധികം തിടുക്കം കൂട്ടിയതുകൊണ്ട് പുസ്തകം ചുണ്ടിൽ നിന്നു പിടിവിട്ട് കുറേക്കൂടി ഉള്ളിലേക്ക് മാറിപ്പോയി.

മുകളിൽനിന്നു പല്ലുകൊണ്ടെടുക്കാം, സെർഗേയ് നിശ്ചയിച്ചു. പക്ഷെ അയാളുടെ മൂക്ക് മുകളിലത്തെ തട്ടിലിടിച്ചു. നാശം! എല്ലാം തനിക്കെതിരാണ്! തന്റെ മൂക്കുപോലും!

'വിഡ്ഢിക്കുട്ടി!എന്താണിത്!' താന്യയുടെ ശബ്ദം പിന്നിൽകേട്ടു. എന്നെ വിളിക്കാമായിരുന്നില്ലേ? സെര്യോഷ, ഇനി ഇങ്ങനെയൊന്നും കാട്ടരുത്. അല്ലെങ്കിൽ എനിക്കു സങ്കടം വരും.

എനിക്കതു തനിയെ എടുക്കണമെന്നുണ്ടായിരുന്നു, സെർഗേയ് പരുങ്ങലോടെ പറഞ്ഞു. എനിക്ക് കാര്യങ്ങൾ എങ്ങിനെയെങ്കിലും നടത്തേണ്ടിയിരിക്കുന്നു.

സെർഗേയുടെ നേരെ, അയാളുടെ വ്യാകുലപ്പെട്ട മുഖത്തേക്ക്, താന്യ ഉൽക്കണ്ഠയോടെ നോക്കി. പെട്ടെന്നവൾ പുഞ്ചിരിച്ച് സമ്മതാർത്ഥത്തിൽ തലയാട്ടി.

'ഇത് യെഗോറിച്ച് തന്നതാണ്,' പുസ്തകം മേശപ്പുറത്തുവച്ചുകൊണ്ട് അവൾ പറഞ്ഞു. ഇളം ചുവപ്പുനിറത്തിലുള്ള പുറംചട്ട അവൾ തുറന്നു. ആദ്യത്തെ പേജിൽ എഴുതിയിട്ടുള്ളത് സെർഗേയ് വായിച്ചു:

'ഐ.വി.ലാരിന്.സഹോദരതുല്യനായ സുഹൃത്തിന്റെ പിറന്നാൾ പ്രമാണിച്ച്. നൊരീൽസ്ക്ക് ജില്ല. ആഗസ്റ്റ് 16, 1949.'

ചുവട്ടിൽ പകർപ്പുപെൻസിൽകൊണ്ട് ഇങ്ങനെ എഴുതിയിരുന്നു:

'താന്യ പെത്രോവിനും സെര്യോഷ പെത്രോവിനും.

എന്നെ ദയാപൂർവ്വം

ദീർഘകാലം സ്മരിക്കുക.

സെപ്തംബർ 14, 1960.'

അതിന്റെ താഴെ വലിയ അക്ഷരത്തിൽ പുസ്തകത്തിന്റെ പേര് അച്ചടിച്ചിട്ടുണ്ട്: സ്പാർട്ടാക്കസ്.

'ഒരു നിമിഷം.' സെർഗേയ് വിളിച്ചുപറഞ്ഞു. 'പതിന്നാലാം തീയതി. രണ്ടു ദിവസം കഴിഞ്ഞല്ലേ അയാൾ....'

'അതെ, സെര്യോഷ, പതിനാറാം തീയതി അദ്ദേഹം മരിച്ചു.'

അയാളുടെ സ്ഥിതി അത്ര ഗുരുതരമായിരുന്നുവെന്ന് നിനക്കറിയാമായിരുന്നോ?

ഉവ്വ്. നിങ്ങളുടെ മനസ്സു ദണ്ഡിപ്പിക്കണ്ട എന്ന് ഗ്രിഗോരിയ് വസ്സീല്യെവിച്ചും ഞാനും തീരുമാനിച്ചു. നിങ്ങൾ മുമ്പൊരിക്കൽ മരുന്നു കഴിക്കാൻ കൂട്ടാക്കാതിരുന്നില്ലേ? അതുപോലെ വല്ലതും വരുമോ എന്നായിരുന്നു ഞങ്ങളുടെ ഭയം. അദ്ദേഹത്തെ കാണാൻ നിങ്ങളെ അനുവദിക്കരുതെന്ന് യെഗോറിച്ചു തന്നെ അവരോടു പറഞ്ഞിരുന്നു. താൻ മരിക്കാൻ പോവുകയാണെന്ന് അദ്ദേഹത്തിന് അറിയാമായിരുന്നു.'

'ദിവസങ്ങൾ എണ്ണപ്പെട്ടുകഴിഞ്ഞുവെന്ന് അറിഞ്ഞുകൊണ്ട് ജീവിക്കുന്നത് കുറെ കട്ടപ്പമാണ്. അതോ അങ്ങിനെയല്ലെന്നുണ്ടോ?... പെട്ടെന്നുള്ളതാണോ ക്രമേണയുള്ളതാണോ കൂടുതൽ കട്ടപ്പം?....'

'നിങ്ങൾ എന്താണുദ്ദേശിക്കുന്നത്?' താന്യ പെട്ടെന്ന് അയാളുടെ മുഖത്തു നോക്കി.

'എനിക്കുതന്നെ അറിഞ്ഞുകൂടാ. വേണ്ടാത്ത ചിന്തകൾ എന്റെ തലയിൽ കടന്നുകൂടുകയാണ്.'

'അവയെ ആട്ടിയോടിക്കു, സെര്യോഷ. അടുത്തു വരാൻ സമ്മതിക്കരുത്.'

'എനിക്കു ചെയ്യാൻ എന്തെങ്കിലും വേണം. അപ്പോൾ അത്തരം വിഡ്ഢിത്തങ്ങൾ നിന്നുകൊള്ളും. ഞാൻ അടിയറവു പറയരുതെന്ന് എനിക്കുതന്നെ അറിഞ്ഞുകൂടെന്നാണോ നിന്റെ വിചാരം?.... പക്ഷെ താന്യ, അതത്ര എളുപ്പമല്ല. മുറിവുകൾ വേദനിച്ചുകൊണ്ടിരുന്നപ്പോൾ കുറേക്കൂടി എളുപ്പമായിരുന്നു. വേദന ലഘൂകരിക്കാൻ മരുന്നുകളും മോർഫീനുമുണ്ടായിരുന്നു. പക്ഷെ ഇപ്പോഴോ! രാവിലെ ഫാക്ടറികളിലെ ചൂളംവിളികൾ കേട്ടോ? ആളുകൾ ഓരോരോ കാര്യങ്ങളിൽ ഉദ്വേഗം പൂണ്ട് തിരക്കിട്ടു പണിക്കു പോകുന്നതുകണ്ടോ? ഞാനോ? ഒരു അലസൻ. എനിക്ക് അവരുടെ മുഖത്തു നോക്കാൻ ലജ്ജ തോന്നുന്നു.'

'വിഡ്ഢിത്തം പറയാതിരിക്കു, താന്യ തിരിച്ചടിച്ചു. വെറുതെ കറങ്ങി നടക്കുമ്പോഴല്ലല്ലോ നിങ്ങൾക്കു കൈകൾ നഷ്ടപ്പെട്ടത്.'

'അതുകൊണ്ട് വിഷമം തെല്ലും കുറയുന്നില്ല. ഇരുപത്തഞ്ചാമത്തെ വയസ്സിൽ എല്ലാം തീർന്നു. ഒന്നിനും കൊള്ളുകയില്ല. യാതൊന്നിനും. വാസ്തവമല്ലേ? എന്തു തോന്നുന്നു, താന്യ? ഉറങ്ങുക, തിന്നുക, അത്ര മാത്രം. അതിനുപോലും നിന്റെ സഹായം വേണം.'

നമ്മൾ എന്തെങ്കിലും ഒരു വഴി കണ്ടുപിടിക്കും, സെര്യോഷ. അല്ലെങ്കിൽ കണ്ടോളൂ.

താന്യ അയാളുടെ അടുത്തു ചെന്നു. വളരെ പ്രധാനപ്പെട്ട എന്തോ ഒന്നു പറയാൻ, ഉടനടി എല്ലാ പ്രശ്നങ്ങളും പരിഹരക്കുന്ന എന്തോ ഒന്നു കണ്ടെത്താൻ, അവൾ ആഗ്രഹിച്ചു. പക്ഷെ എന്തു ചെയ്യണമെന്ന് അവൾക്കും രൂപമില്ലായിരുന്നു. എന്നാൽ ഭാവിയിൽ അവൾ വിശ്വസിച്ചു, അചഞ്ചലമായി വിശ്വസിച്ചു.

അങ്ങിനെ സെർഗേയുടെ പുതിയ ജീവിതം ആരംഭിച്ചു. ചിലപ്പോൾ അയാൾക്കു തോന്നി സമയം നിശ്ചലമായി നിൽക്കുകയാണെന്ന്. സമയത്തിന്റെ പ്രത്യക്ഷത്തിലുള്ള ഒരു നിശ്ചലത യഥാർത്ഥമാണെന്ന മട്ടിൽ ചിലപ്പോൾ അയാളെ വിഷമിപ്പിക്കുകയും ദണ്ഡിപ്പിക്കുക പോലും ചെയ്തു. മാരകമായി മുറിവേറ്റുകിടക്കുന്ന ഒരാളാണു താനെന്ന് അത്തരം സന്ദർഭങ്ങളിൽ അയാൾക്കു തോന്നി. വേദനയേക്കാളേറെ, പോർക്കളത്തിൽ വീണ തന്റെ കാര്യം വിസ്മരിക്കുകയും അങ്ങിനെ ഭാവി പോരാട്ടങ്ങളിൽ തന്നെക്കൊണ്ടു യാതൊരു പ്രയോജനവുമില്ലെന്ന വസ്തുത സ്ഥിരീകരിക്കുകയും ചെയ്തുകൊണ്ട് തന്റെ കൂട്ടുകാർ മുന്നേറുകയും അതേസമയം തന്നെ സംബന്ധിച്ചിടത്തോളം സമയം നിശ്ചലമാവുകയും ചെയ്തതാണ് അയാളെ കൂടുതൽ ദണ്ഡിപ്പിച്ചത്.

യുദ്ധത്തിൽ പങ്കെടുത്ത ഒരാൾ ഒരു പോരാട്ടത്തെക്കുറിച്ചു പറഞ്ഞ കാര്യം സെർഗേയ് ഓർത്തു. പതാകയുമായി മുന്നോട്ടോടുമ്പോൾ അയാൾക്കു ഗുരുതരമായ പരുക്കേറ്റു. മറ്റൊരു കൈ പതാക ഏറ്റുവാങ്ങി. ഏതാനും മിനിട്ടുകൾക്കുശേഷം ഒരു കുന്നിൻമുകളിൽ അത് പാറിപ്പറന്നു. ഹർഷാരവമുയർന്നു. ടോമിഗണ്ണുകളിൽനിന്നും ആചാരവെടി മുഴങ്ങി. ആ സമയത്ത് അയാളാകട്ടെ, ചോരയും കണ്ണുനീരും ഒരു പട്ടാളക്കാരനെന്ന നിലയ്ക്കു തനിക്കു സംഭവിച്ച ദൗർഭാഗ്യത്തെക്കുറിച്ചുള്ള നിരാശയും ഇറക്കിക്കൊണ്ട് മഞ്ഞുവീണ് നനവാർന്ന പുല്ലിൽ കിടക്കുകയായിരുന്നു.

സെർഗേയ് യുദ്ധമുന്നണിയിൽ പോയിട്ടില്. എങ്കിലും ആ

പട്ടാളക്കാരന്റെ വികാരങ്ങൾ അയാൾക്കു തികച്ചും മനസ്സിലാക്കാൻ കഴിഞ്ഞു.

ഒക്ടോബർ പകുതിക്ക് പെത്രോവ് കുടുംബം പട്ടണമദ്ധ്യത്തി നടുത്തുള്ള ചെറിയൊരു മുറി വാടകയ്ക്കെടുത്ത് അങ്ങോട്ടു മാറി. സെർഗേയ്ക്ക് കൂടുതൽ സ്വാതന്ത്ര്യം അനുഭവപ്പെട്ടു. താൻ മറ്റുള്ളവർക്ക് ശല്യമുണ്ടാക്കുന്നുവെന്നും അവരുടെ വഴി മുടക്കുന്നുവെന്നും പണ്ടുതൊട്ടേ നിലവിലുള്ള ശീലങ്ങളേയും ജീവിതരീതികളേയും താറുമാറാക്കുന്നുവെന്നുള്ള ആ വീർപ്പുമുട്ടിക്കുന്ന ബോധം ഇപ്പോൾ അയാൾക്കു തോന്നിയില്ല. പുതിയ വീട്ടിൽ താന്യയ്ക്കും മാറ്റം വന്നു. അവൾക്കും കൂടുതൽ സ്വാതന്ത്ര്യം അനുഭവപ്പെട്ടു. അതെന്തുകൊണ്ടാണെന്ന് സ്വന്തം അമ്മയെപ്പോലും പറഞ്ഞു മനസ്സിലാക്കാൻ അവൾക്കു കഴിഞ്ഞില്ല. ഒരമ്മയെപ്പോലും പറഞ്ഞു മനസ്സിലാക്കാൻ കഴിയാത്ത പലതുമുണ്ട്.

പുതിയ വീട്ടിൽ താമസമാക്കിയ ആദ്യ ദിവസങ്ങൾ തൊട്ടുതന്നെ പുസ്തകങ്ങൾ പ്രത്യക്ഷപ്പെടാൻ തുടങ്ങി. താന്യ വലിയ ഒച്ചപ്പാടൊന്നും കൂടാതെ അവ കൊണ്ടുവന്ന് ജനാലപ്പടിയിലോ മേശപ്പുറത്തോ വച്ചിട്ടു പോകും. പല്ലുകൊണ്ട് എടുക്കത്തക്ക സൗകര്യത്തിലായിരിക്കും വയ്ക്കുന്നത്. അവ വായിക്കാൻ അവളൊരിക്കലും സെർഗേയെ നിർബ്ബന്ധിച്ചിട്ടില്ല. പരപ്രേരണയില്ലാതെ സ്വയമേവ അയാൾ അവയിൽ ആകൃഷ്ടനാവുമെന്നു അവൾ പ്രത്യാശിച്ചു.

'ഈ പുസ്തകങ്ങളെല്ലാം എവിടന്നു വന്നു?' ഒരു ദിവസം സെർഗേയ് ചോദിച്ചു.

ലൈബ്രറിയിൽനിന്നും പുസ്തകക്കടകളിൽനിന്നു, താന്യ അത്ഭുതം നടിച്ചുകൊണ്ട് പറഞ്ഞു. അവ ഇഷ്ടപ്പെട്ടില്ലേ?

'ഒരുകാലത്ത് എനിക്കു പുസ്തകങ്ങൾ ഇഷ്ടമായിരുന്നു. കുറച്ചെങ്കിലും വായിക്കാതെ ദിവസം കടന്നുപോകാൻ ഞാൻ അനുവദിക്കുമായിരുന്നില്ല.'

'ഈ പുസ്തകങ്ങൾ വായിച്ചിട്ടുണ്ടോ?'

'എല്ലാമില്ല.'

പിറ്റേന്ന് സെർഗേയ് മേശയ്ക്കടുത്തിരുന്നു് താടികൊണ്ട് ഒരു പുസ്തകം വലിച്ചടുപ്പിച്ചുവച്ചു. ചുണ്ടുകൾകൊണ്ട് അത് തുറന്ന് വായിക്കാൻ തുടങ്ങി. താന്യ മുറിക്കു പുറത്തു കടന്നു. സന്തുഷ്ടയായി, ശ്വാസമടക്കി, ഒച്ച കേൾപ്പിക്കാതിരിക്കാൻ ശ്രമിച്ചുകൊണ്ട്, അവൾ എണ്ണയടുപ്പു കത്തിക്കുന്നതിൽ വ്യാപൃതയായി.

ആദ്യത്തെ പുസ്തകം തന്നെ സെർഗേയിൽ പഴയ വായനാപ്രേമം വീണ്ടും തട്ടിയുണർത്തി. അത് അദൃശ്യമായി വളർന്നുവളർന്ന് അവസാനം അയാൾപകൽ മുഴുവനും വായനയിൽ മുഴുകിയിരിക്കാൻ തുടങ്ങി. സമയം എത്ര വേഗമാണു കടന്നുപോയതെന്ന് രാത്രി അയാൾ അത്ഭുതപ്പെട്ടു. തന്റെ ദൗർഭാഗ്യത്തെക്കുറിച്ചുള്ള ചിന്തകളും ശാരീരികാപ്രാപ്തിയും അയാളെ ഇപ്പോൾ പണ്ടത്തെപ്പോലെ ദണ്ഡിപ്പിച്ചില്ല. പുസ്തകങ്ങൾകൊണ്ട് ഒരു പ്രതിരോധനിര ഉയർത്തി, കയ്പേറിയ വിശകലനങ്ങൾക്ക് ഇട നൽകാതെ, അയാൾ അവയെ ആട്ടിയോടിച്ചു.

അയാളുടെ വ്യക്തിത്വത്തെ വീണ്ടും തല്ലിക്കൂട്ടുന്നതിലുള്ള ആദ്യത്തെ കാൽവയ്പായിരുന്നു അത്. അയാളുടെ ജീവിതത്തിന് ഒരു ലക്ഷ്യമുണ്ടായി. വിഷമഘട്ടം കടക്കാനും ആത്മീയത്തകർച്ച തരണം ചെയ്യാനും തന്റേശേഷിയും വീര്യവും സ്വാനുകമ്പയിൽ പാഴാക്കിക്കളയാതിരിക്കാനും അതയാളെ സഹായിച്ചു.

താമസിയാതെ ദിവസങ്ങൾക്കു വേണ്ടത്ര ദൈർഘ്യമില്ലെന്നു തോന്നി. പുസ്തകം അടച്ചുവയ്ക്കാൻ മനസ്സുവരാതെ, സെർഗേയ് പലപ്പോഴും രാത്രി വളരെ വൈകുന്നതുവരെ വായിച്ചുകൊണ്ടിരുന്നു.

'സെര്യോഷാ, ഉറങ്ങാൻ വരൂ,' പാതിരാത്ത് ഉണർന്നുകൊണ്ട് താന്യ പറയും.

'ഇപ്പോൾ വരാം, താന്യ, ഇനി കുറച്ചുകൂടിയേ ഉള്ളൂ,' വായന തുടർന്നുകൊണ്ട് സെർഗേയ് തിടുക്കത്തിൽ പിറുപിറുക്കും.

അവസാനത്തെ പേജ് വായിച്ചുകഴിയുമ്പോൾ, തന്റെ അന്നത്തെ ജോലി പൂർത്തിയാക്കിയ ഒരു സംതൃപ്തിയോടെ അയാൾ എഴുന്നേറ്റ് ഉറങ്ങാൻ പോകും. നിദ്രയെ അവലംബിക്കുമ്പോഴും താൻ വായിച്ച കാര്യങ്ങളിലായിരിക്കും അയാളുടെ മനസ്സ്.

ഇപ്പോൾ പുസ്തകങ്ങൾക്കു പുറമെ പത്രങ്ങളും മാസികകളും മുറിയിൽ കിടക്കുന്നത് സെർഗേയുടെ ശ്രദ്ധയിൽ പെട്ടു. ചിത്രങ്ങളും വെല്ലുവിളിക്കുന്ന തലക്കെട്ടുകളും പ്രക്ഷുബ്ധമായ ജീവിതത്തിന്റെ ഇരമ്പം ആ മുറിയുടെ പ്രശാന്തതയിലെത്തിച്ചു. വിദൂരമായ ഏതോ അജ്ഞാതഗ്രഹത്തിൽ നിന്നുള്ള വാർത്തകളാണവയിലുള്ളതെന്ന മട്ടിൽ ഒരുതരം അത്ഭുതത്തോടെയാണ് സെർഗേയ് ആ മാസികകളും പത്രങ്ങളും വായിച്ചത്.

ലോകത്തു നടക്കുന്ന സർവ്വതിലും അയാൾ അഗാധമായി താല്പര്യമെടുത്തു. തന്റെ നാട്ടിൽ മനുഷ്യഹസ്തങ്ങൾ ചെയ്യുന്ന ഓരോ

പ്രവൃത്തിയും തന്റെകൂടി കാര്യമാണെന്ന് അയാൾക്കു തോന്നി. പക്ഷെ ഇതിന് മറ്റൊരു വശമുണ്ട്. ഒരു അഭേദ്യമായ മതിൽ ഇതിൽനിന്നെല്ലാം അയാളെ മാറ്റിനിർത്തിയിരിക്കുകയാണ്. ഇപ്പോൾ ചെയ്തുകൊണ്ടിരിക്കുന്നതും മേലിൽ ചെയ്യാൻ പോകുന്നതുമായ സർവ്വതിലും തനിക്കു യാതൊരു പങ്കുമില്ലെന്നും പ്രയോജനമൊന്നുമില്ലാത്ത നിസ്സഹായനായ ഒരു കാഴ്ചക്കാരൻ മാത്രമാണു താനെന്നും ഓർത്തപ്പോൾ അയാളുടെ മനം നൊന്തു. അയാൾക്ക് തീവ്രമായ നൈരാശ്യം തോന്നി.

അയാൾ തന്റെ പണിക്കാലം ഓർത്തു. ഏറ്റവും വിഷമകരമായിരുന്ന ദിവസങ്ങൾപോലും, ദേഹമാകെ തളർന്ന് വിയർപ്പിൽ മുങ്ങുകയും കൈകൾ തൊലിപൊട്ടി വീങ്ങുകയും ചെയ്ത ദിവസങ്ങൾപോലും, സ്വർഗ്ഗമായിരുന്നു വെന്നു തോന്നി. ഇന്ന് അവ സൂര്യനെപ്പോലെ അപ്രാപ്യമാണ്. ഓർമ്മ മാത്രം ഒരു സുഹൃത്തിനെപ്പോലെ വന്ന് അന്നത്തെ ചിത്രങ്ങൾ മനസ്സിലുയർത്തി. ഓർമ്മയുടെ ഓളങ്ങളിൽ നീരാടിയപ്പോൾ അപ്രതീക്ഷിതമായ ആശ്വാസം തോന്നി. അതിനിപ്പോൾ കാഞ്ഞിരത്തിന്റെ കയ്പു തോന്നിയെങ്കിൽപ്പോലും പൊയ്പോയ ആനന്ദത്തിന്റെ ചൂടു പകർന്നുകൊണ്ട് അത് അയാളുടെ ഹൃദയത്തെ ഊഷ്മളമാക്കി. ആ ആനന്ദത്തിന്റെ മാധുര്യം മുഴുവൻ മനസ്സിലാക്കുന്നത് ഇപ്പോൾ മാത്രമാണ്.

ഖനിയിൽ താൻ പണിക്കു ചെന്ന ആദ്യത്തെ ദിവസം അയാൾ വീണ്ടും വ്യക്തമായി കൺമുമ്പിൽ കണ്ടു. ഭൂമിക്കടിയിലെ ദുസ്സഹമാം വണ്ണം കഠിനമായ തന്റെ ആദ്യത്തെ പണിദിവസം ഒന്നുകൂടിഅനുഭവപ്പെടാൻ താൻ എന്തുതന്നെ നൽകുകയില്ല!

'കൽക്കരി കുഴിച്ചെടുക്കുന്ന ഇടത്ത് ജോലിചെയ്യാൻ ഞാനാഗ്രഹിക്കുന്നു,' പ്രായോഗികപരിശീലനത്തിനായി ഖനിയിൽ വന്ന ഒന്നാംവർഷ വിദ്യാർത്ഥി സെർഗേയ് പെത്രോവ് പറഞ്ഞു.

പഴക്കംചെന്ന ഖനിത്തൊഴിലാളികൾ പുഞ്ചിരി മറച്ചു വച്ചുകൊണ്ട് തലകുലുക്കി. കൽക്കരി കുഴിച്ചെടുക്കുന്ന ഇടം ഒരു ലെക്ച്ചർഹാളല്ല. ധാരാളം പുറത്തെടുത്ത് ദൂരത്തേക്കെറിയുകയാണ് ഇവിടെ ആവശ്യം.

'എന്നെ ജോലിക്കെടുക്കൂ. ഞാൻ നിങ്ങളെ നിരാശപ്പെടുത്തുകയില്ല,' വിദ്യാർത്ഥി യാചിച്ചു.

അയാളുടെ അഭീഷ്ടം സാധിച്ചു. ഒരു ഖനിത്തൊഴിലാളിയായി പണിയെടുക്കുകയെന്നതായിരുന്നു അത്. അത് പ്രയാസകരമാണെന്ന് അവർ പറഞ്ഞു. താൻ എളുപ്പമുള്ള വഴി തിരക്കി വന്നതല്ലല്ലൊ.

തനിക്കു വേണ്ടത്ര ശക്തിയുണ്ടായാൽ മാത്രം മതി. കഠിനാദ്ധ്വാനം ചെയ്തു പരിചയമില്ലാത്ത തന്റെ ശരീരഘടന തന്നെ കയ്യൊഴിയാതിരുന്നാൽ മാത്രം മതി.

ആ ദിവസം എങ്ങിനെ കടന്നുപോയി? സെർഗേയ് മുറിയുടെ നടുവിൽനിന്നു.

തുരങ്കത്തിലെ ശബ്ദം അവർണ്ണനീയമായിരുന്നു. കൽക്കരിയുടെ കറുത്ത പൊടിപടലമുയർത്തിക്കൊണ്ട് ഒരു കട്ടർയന്ത്രം കർക്കശസ്വരത്തിൽ ഓരിയിട്ടുകൊണ്ടിരുന്നു. ലോഹം ഉരയുന്ന ശബ്ദത്തോടെ സ്ക്രേപ്പർ കൺവേയർ പ്രവർത്തിച്ചുകൊണ്ടിരുന്നു. വളരെത്താഴെ വണ്ടികളുടെ ബമ്പറുകൾ പൊട്ടിത്തെറിക്കുന്ന കൈബോംബുകൾ പോലെ അടിച്ചുകൊണ്ടിരുന്നു.

ആ ഭയങ്കരശബ്ദത്തിനു ചെവികൊടുക്കാതെ, ക്ഷീണമെന്തെന്നറിയാതെ, സെർഗേയ് മുട്ടുകുത്തിനിന്നുകൊണ്ട് വാശിയോടെ തന്റെ കുന്താലി കൽക്കരിപ്പാളിയിൽ ആഞ്ഞിറക്കി. താൻ പിന്നിലാകരുത്, സ്വയം അപമാനം വരുത്തിവയ്ക്കരുത്- ഇതായിരുന്നു അയാളുടെ ഏകചിന്ത. പക്ഷെ കൽക്കരിക്ക് അയാളോടു പകയുള്ളതുപോലെ തോന്നി. അത് നുറുങ്ങുകളായി ചിതറി അയാളുടെ മുഖത്തും കൈകളിലും വന്നടിച്ചു. വലിയകഷ്ണങ്ങളായി അടർന്നുവീഴാൻ വിസമ്മതിച്ചു.

മൂന്നു മണിക്കൂർ കഴിഞ്ഞപ്പോൾ ആ വിദ്യാർത്ഥിക്ക് കാൽമുട്ടുകളിലും കൈകളിലും പുറത്തും വർദ്ധിച്ചുവരുന്ന വേദന അനുഭവപ്പെട്ടു. കുന്താലി അയാളെ അനുസരിക്കുന്നില്ല. കൽക്കരി കോരികയിൽ നിറയാൻ വിസമ്മതിക്കുന്നു. കോരിക കയ്യിൽ കിടന്നു തിരിയുന്നതേയുള്ളു.

കൈകൾക്കും കാൽമുട്ടുകൾക്കും നേരിയൊരു വിറയൽ അനുഭവപ്പെട്ടുതുടങ്ങി. വേദന സാവധാനം ദേഹമാസകലം പരന്നു. ഇടവേള ആകാറായില്ലേ, സെർഗേയ് അത്ഭുതപ്പെട്ടു.

'ഹേയ്, വിദ്യാർത്ഥി, ഒരു താങ്ങുതടി എടുത്തു തരൂ,' തലയ്ക്കു മുകളിൽനിന്നും ഒരു ശബ്ദം കേട്ടു.

'സെർഗേയ് എന്നാണെന്റെ പേര്', താങ്ങുതടി എടുക്കാൻ വൈമനസ്യത്തോടെ കൈനീട്ടിക്കൊണ്ട് അയാൾ ദേഷ്യത്തിൽ വിളിച്ചുപറഞ്ഞു.

'ക്ഷീണിച്ചോ?' ഖനിത്തൊഴിലാളി ചോദിച്ചു. 'ആദ്യത്തെ തവണ എപ്പോഴും പ്രയാസമാണ്. ഈ ഇടം സാരമില്ല. ഒമ്പതാമത്തെ

ഇടത്തിൽ നിങ്ങളൊന്നു ശ്രമിച്ചുനോക്കേണ്ടതാണ്. വെള്ളത്തിൽ നിന്ന്, ഞെങ്ങിഞെരുങ്ങി... ഓ, ഭയങ്കരമാണത്.'

'നമുക്ക് വിശ്രമവേളയുണ്ടോ?'

'ഒരു നിര വണ്ടികൾ മുഴുവൻ നിറയ്ക്കണം. അവർ കാലിവണ്ടികളയയ്ക്കും. അപ്പോൾ നമുക്കു വിശ്രമിക്കാം- വണ്ടി ചെരിഞ്ഞ് കൽക്കരി മുഴുവൻ താഴെ വീണില്ലെങ്കിൽ.'

'നമ്മളതു വീണ്ടും കയറ്റണോ?' സെർഗേയ് ചോദിച്ചു.

'ഛേ, വേണ്ട. ഒരു ദേവത വന്ന് കയറ്റിത്തരും.' ഖനിത്തൊഴിലാളി ചിരിച്ചുകൊണ്ട് പറഞ്ഞു.

ഷിഫ്റ്റ് പകുതിയായപ്പോൾ കൺവേയർ മൂന്നു തവണ കുലുങ്ങിയിട്ട് നിന്നു. സെർഗേയ് പണിയായുധങ്ങൾ താഴെയിട്ടിട്ട് ആശ്വാസത്തോടെ മൂരി നിവർത്തി. പക്ഷെ ഇത്തവണ അയാൾക്കു വിശ്രമിക്കാൻ അവസരം ലഭിച്ചില്ല. തുരങ്കത്തിലൂടെ ആരോ ഇഴഞ്ഞുവരുന്ന ശബ്ദം പുതുതായി വ്യാപിച്ച നിശ്ശബ്ദതയെ ഭഞ്ജിച്ചു. ഇടിമുഴക്കം പോലെ തോന്നിച്ച ഒരു ശബ്ദം മുറുമുറുത്തു:

'ഈ താങ്ങുകൾ വച്ചത് ആരാണ്?'

സെർഗേയ് ഞെട്ടി. അത് തന്റെ പണിയാണ്.

'അതു വേണ്ടപോലെ ചെയ്യണം.' ഫോർമാൻ പറഞ്ഞു. 'വേഗമാവട്ടെ. അല്ലെങ്കിൽ മേൽത്തട്ട് ഇടിഞ്ഞു വീഴും.'

വളരെ വിഷമിച്ചാണ് സെർഗേയ് ഷിഫ്റ്റിന്റെ അവസാനം വരെ പിടിച്ചുനിന്നത്. അയാൾ അവസാനത്തെ കൽക്കരിക്കഷണങ്ങൾ കോരികയിൽ വാരി കൺവേയറിലിട്ടു. അവസാനത്തെ താങ്ങുതടി അടിച്ചുകയറ്റി. അതുകഴിഞ്ഞ് പാറപ്പുറത്തേയ്ക്ക് കമഴ്ന്നു വീണു. ചോര പൊട്ടിയ കൈകൾ നീറുന്നു. പുറത്തുകൂടി വേദന തുളഞ്ഞുകയറുന്നു എങ്കിലും അയാളുടെ ഹൃദയം ആനന്ദംകൊണ്ടു തുള്ളിച്ചാടി. താനതു ചെയ്തു! താൻ പിന്നിലായില്ല. മറ്റുള്ളവരെ നിരാശപ്പെടുത്തിയില്ല!

അല്പം വിശ്രമിച്ചശേഷം സെർഗേയ് കൈമുട്ടിലൂന്നിക്കൊണ്ട് പുറകോട്ട് മലർന്നുകിടന്നു. അയാൾ മറ്റുള്ളവരുടെ പിന്നാലെ ഇടനാഴിയുടെ നേരെ നിരങ്ങിനീങ്ങി. അവിടെ എത്തിയപ്പോൾ അയാൾ നട്ടു നിവർത്താൻ വളരെ സമയമെടുത്തു. അതു കഴിഞ്ഞ് അയാൾ ലിഫ്റ്റിന്റെ അടുക്കലേയ്ക്ക് വേച്ചുവേച്ചു നടന്നു. മുകളിലെത്തണം, ഹോസ്റ്റലിൽ പോയി മെത്തയിലേക്കു മറിയണം-അതായിരുന്നു അയാളുടെ ഒരേയൊരു ചിന്ത, ഒരേയൊരു ആഗ്രഹം.

അന്നത്തെ ശേഷിച്ച പകൽസമയവും രാത്രിയും പിറ്റേന്നു രാവിലെ ഏറെ സമയവും സെർഗേയ് അനക്കമില്ലാതെ, വസ്ത്രം മാറ്റാതെ, മുഖം തലയിണയിൽ അമർത്തിക്കൊണ്ട് കിടന്നുറങ്ങി. അടുത്ത ഷിഫ്റ്റു തുടങ്ങാൻ രണ്ടു മണിക്കൂറുള്ളപ്പോഴാണ് അയാൾ അടക്കാൻവയ്യാത്ത വിശപ്പുകൊണ്ട് ഉണർന്നത്. താൻ തലേന്ന് ഉച്ചഭക്ഷണത്തിന്റെ കാര്യം മറന്നതും അത്താഴസമത്ത് ഉറക്കമായിരുന്നതും അയാളോർത്തു.

ഖനിത്തൊഴിലാളികളുടെ കാന്റീനിൽനിന്നു സുഖമായി ഭക്ഷണം കഴിച്ചപ്പോൾ അയാൾക്ക് നവോന്മേഷം തോന്നി. അയാളുടെ കൈപ്പത്തികളും കാൽമുട്ടുകളും അപ്പോഴും വേദനിക്കുന്നുണ്ടായിരുന്നുവെന്നു മാത്രം. കാൽമുട്ടുകളിൽ കൊച്ചുസൂചികൾ തുളഞ്ഞുകയറുന്നതുപോലെ തോന്നി.

'എങ്ങിനെയുണ്ട്, ഖനിത്തൊഴിലാളി?' ഖനമുഖത്തെ ആഫീസിൽവെച്ച് ടീംനേതാവ് ചോദിച്ചു. 'കുറച്ചു വിശ്രമിക്കണോ? ഇതിലും എളുപ്പമുള്ള പണികളുണ്ട്.'

'ഓ, ഇന്നലെ എനിക്ക് ക്ഷീണം തോന്നാൻ സമയം കിട്ടിയില്ല,' സെർഗേയ് കൂസലില്ലാതെ കളവു പറഞ്ഞു.

'വാസ്തവം!' ടീം നേതാവ് അത്ഭുതപ്പെട്ടു. 'നിങ്ങളുടെ കാൽമുട്ടുകൾ കാണിക്കൂ.'

'എന്തിന്?'

'വെറുതെ ഒന്നു കാണാൻ.'

സെർഗേയ് ട്രൗസർ പൊക്കി.

'ഛേ! ഇതു പറ്റുകയില്ല, മകനെ! ഉറകളിടാതെയാണോ പണിയെടുത്തത്? വർക്ക്ഷോപ്പിലേക്ക് ഓടിപ്പോകൂ. അവിടെ കുറെ പഴയ ടയറുകൾ കിടപ്പുണ്ട്. രണ്ടു കഷണം മുറിച്ചെടുത്തു കൊണ്ടുവരൂ. ഞാൻ ഒന്നാന്തരം ഉറകൾ ഉണ്ടാക്കിത്തരാം.'

കാൽമുട്ടുകളിൽ റബ്ബറുറകൾ കെട്ടിവച്ചിട്ടും രണ്ടാം ദിവസത്തെ പണി തലേന്നത്തെപ്പോലെതന്നെ വിഷമകരവും വേദനാജനകവുമായിരുന്നു.

ഒരുപക്ഷെ തന്നെക്കൊണ്ട് ഇതു സാദ്ധ്യമല്ലെന്നു വരുമോ? സെർഗേയ് സംശയിച്ചു. പക്ഷെ അപ്പോൾ മറ്റൊരു ചോദ്യം ഉയർന്നു: താൻ പിന്നെ എന്തു ചെയ്യുമം? ഇട്ടെറിഞ്ഞിട്ടു പോവുകയോ? പോർക്കളത്തിൽ നിന്നും ഒളിച്ചോടുന്ന ഭീരുവിനെപ്പോലെ

കടന്നുകളയുകയോ? ഛേ, ഇല്ല! തുടക്കത്തിൽ എല്ലാവർക്കും ഇങ്ങ നെയാണ്. പഴക്കം ചെന്ന ഖനിത്തൊഴിലാളികൾ പറഞ്ഞതാണത്. താൻ മറ്റുള്ളവരേക്കാൾ ഒട്ടും മോശക്കാരനല്ല!

രണ്ടാം ദിവസത്തെ തുടർന്ന് മൂന്നാമത്തേതും നാലാമത്തേതും കടന്നുപോയി. സെർഗേയ് തന്റെ തൊലി പൊട്ടിയ കൈപ്പത്തികൾ വച്ചുകെട്ടി. പല്ലു കടിച്ചുകൊണ്ട് കുന്താലിയെടുത്ത് വഴങ്ങാതെ നിൽ ക്കുന്ന കൽക്കരിപ്പാളികളിൽ വൈരാഗ്യത്തോടെ ആഞ്ഞുവെട്ടി. തണുത്ത് മയമില്ലാതെ, വിദൂരഭൂതകാലത്തെപ്പോലെതന്നെ നിർജ്ജീ വമായി നിന്നിരുന്ന കൽക്കരി അവസാനം ആ വിദ്യാർത്ഥിയുടെ മുമ്പിൽ കീഴടങ്ങി.

ഒരോ ദിവസം ചെല്ലുന്തോറും അതു കൈകാര്യം ചെയ്യാൻ പ്രയാസം കുറഞ്ഞുവന്നു. മാസത്തിന്റെ പകുതിയായപ്പോഴേക്ക് അതിനെ പൂർണ്ണമായി മെരുക്കിയെടുക്കാൻ കഴിഞ്ഞു. കയ്യിലെ മുറിവു കളുണങ്ങി. തൊലിക്ക് വച്ചു. കുന്താലി ഒരു കളിക്കോപ്പായിത്തീർന്നു. യാതൊരു ആയാസവും ചെലുത്താതെതന്നെ വലിയ വലിയ കൽക്ക രിക്കഷണങ്ങൾ സ്വമേധയാലെന്നവണ്ണം താഴോട്ടടർന്നു വീണു.

ഷിഫ്റ്റു തീരാൻ എത്ര മണിക്കൂറുകളും മിനിട്ടുകളുമുണ്ടെന്ന് സെർഗേയ് ഇപ്പോൾ എണ്ണിയില്ല. അയാളുടെ കണ്ണുകൾ കൽക്കരി പ്പാളികളുടെ കനത്ത സെന്റീമീറ്ററുകളെ ഭയാശങ്കകളോടെ അളന്നില്ല. അങ്ങേയറ്റത്തെ ഉത്സാഹത്തോടെയാണ് അയാൾ ഇപ്പോൾ പണി യെടുത്തത്. വിഷമഘട്ടം പിന്നിട്ടുകഴിഞ്ഞതിൽ, ജീവിതത്തിൽ ഗണനീയമായിട്ടുള്ള ആദ്യത്തെ വിജയം നേടിയതിൽ, അയാളുടെ ശരീരത്തിലെ ഓരോ കോശവും ആഹ്ലാദിച്ചു.

പുറമേയ്ക്കും സെർഗേയ് ആളാകെ മാറിയിരുന്നു. ആദ്യത്തെ ദിവസം ഭയാശങ്കകളോടെ അറച്ചറച്ച് ഖനിയിലേക്കിറങ്ങിയ വിദ്യാർത്ഥിയല്ല ഇന്നയാൾ. സ്വന്തം ശക്തിയിൽ വിശ്വാസമുള്ള, സ്വന്തം പ്രവൃത്തിയുടെ വിലയറിയാവുന്ന, അതിലുപരി ജനങ്ങൾക്കാ വശ്യമുള്ള ഒന്നാണതെന്ന് മനസ്സിലാക്കുന്ന, ഒരു യുവാവാണയാൾ.

പ്രായോഗികപരിശീലനത്തിനുള്ള സമയം കഴിഞ്ഞപ്പോൾ അവധിയെടുത്ത് വിശ്രമിക്കാനും രസിക്കാനും പോകുന്നതിനുപ കരം സെർഗേയ് രണ്ടാമത് ആലോചിക്കുകപോലും ചെയ്യാതെ ഖനിയിൽത്തന്നെ പണി തുടരുകയാണു ചെയ്തത്. ഖനി അയാളെ ഒരു കാന്തംപോലെ ആകർഷിച്ചു. പിന്നീട് അയാൾക്ക് അവിടം വിട്ട് പുസ്തകങ്ങളിലേക്കു മടങ്ങിവന്നപ്പോൾ ലെക്ച്ചർഹാളുകളിലേയും പഠനമുറികളിലേയും പ്രശാന്തത അയാൾക്കു വിരസമായിത്തോന്നി.

കിഴക്കുഭാഗത്തെ അഞ്ചാംതുരങ്കത്തിലുള്ള തന്റെ കൂട്ടുകാരുടെ സാമിപ്യം, അവിടത്തെ ഒച്ചപ്പാട്, ജനങ്ങൾക്ക് ആവശ്യമുള്ള ഒരു പ്രവൃത്തി ഭംഗിയായി ചെയ്യുവെന്നുള്ള തീവ്രമായ ബോധം -ഇതിന്റെയെല്ലാം അഭാവം അയാൾക്ക് ദുസ്സഹമായിത്തോന്നി.

ഇന്നും, താൻ അന്നു ചെയ്തപോലെ യുവാക്കൾ ഖനിയിലിറങ്ങിപ്പോകുന്നുണ്ട്, പൊരുതുന്നുണ്ട്, വിജയിക്കുന്നുണ്ട്, ചിലപ്പോൾ ഭൂമിക്കടിയിലുള്ള പണിയിലെ ആനന്ദം തങ്ങൾക്കുള്ളതല്ലെന്നു ബോദ്ധ്യമായി അടിയറവു പറയുന്നുണ്ട്. അവിടെ എന്നും നടക്കുന്നത് അതാണ്-ഇന്നലെയും ഇന്നും നാളെയും. പക്ഷെ തനിക്കെന്താണു വച്ചിട്ടുള്ളത്? ആർക്കു പറയാൻ കഴിയും? ജീവിതസുഖമെന്നൊന്നില്ലാതെ ഒരു മനുഷ്യനെ ജീവിക്കാൻ അനുവദിക്കുന്നത് ബോധപൂർവ്വമായിട്ടല്ലെങ്കിൽപ്പോലും യഥാർത്ഥത്തിൽ ക്രൂരമല്ലേ? ജീവിക്കുകയോ? അതിന്, തന്റെ ജീവിതം തന്റെ കൈകളിലല്ലേ സ്ഥിതി ചെയ്യുന്നത്.... കൈകൾ... എന്നെന്നേക്കുമായി കണക്കു തീർക്കണമെങ്കിൽ തനിക്ക് കൈകൾ വേണം.... വേണ്ട, വണ്ടികളും കാറുകളുമുണ്ട്. അപകടങ്ങളുണ്ടാകാറുണ്ട്... ചുരുങ്ങിയത് താൻ ആത്മഹത്യ ചെയ്തുവെന്ന് ആരും മുദ്രയടിക്കുകയില്ല. പക്ഷെ താൻ എല്ലാം ശ്രമിച്ചുനോക്കിയോ? മരിക്കുകയെന്നത് കൂട്ടത്തിൽ ഏറ്റവും എളുപ്പമാണ്. തനിക്ക് മരിക്കാൻ പേടിപോലുമില്ല. മുങ്ങിച്ചാകാൻ പോകുന്നയാൾ കയറിപ്പിടിക്കുന്ന വയ്ക്കോൽത്തുരുമ്പ് എവിടെ? അങ്ങിനെയൊന്നില്ല. പിന്നെ എന്തു ചെയ്യാനാണു ഭാവം. സെർഗേയ്? ആവലാതിപ്പെടുകയോ? അതോ സമരം ചെയ്യുകയോ? അതു വ്യക്തമാക്കണം. തനിക്കു ചെയ്യാവുന്ന എന്തെങ്കിലുമൊന്നുണ്ടായിരുന്നെങ്കിൽ! തന്റെ അംഗഹീനത്വത്തെ മറയ്ക്കുന്ന എന്തെങ്കിലും തൊഴിൽ പഠിക്കുകയോ? പക്ഷെ അങ്ങിനെ ഒരു തൊഴിലുണ്ടോ? അതു താൻ എങ്ങിനെ പഠിക്കും? തനിക്ക് എഴുതേണ്ടി വരും. എന്തുകൊണ്ട്? പാദം കൊണ്ടോ?

സെർഗേയ് തന്റെ ചെരിപ്പുകൾ തൊഴിച്ചുമാറ്റി. തന്റെ കാൽവിരലുകളിലേക്കു നോക്കിയപ്പോൾ പെട്ടെന്നു തോന്നിയ ബുദ്ധിയാൽ അയാൾ അറിയാതെ വാപൊളിച്ചുപോയി.

'എന്റെ പാദങ്ങൾകൊണ്ട്!' അയാൾ ആ വാക്കുകൾ ഉറക്കെ ആവർത്തിച്ചു. ആ പുതിയ ആശയത്തിന്റെ പിടിയിൽപ്പെട്ട് അയാൾ നിശ്ചലനായി ഇരുന്നു. 'അതൊരു ബുദ്ധിയാണ്- എന്റെ പാദങ്ങൾകൊണ്ട്!'

തനിക്ക് എന്തു ചെയ്യാൻ കഴിയുമെന്നു പരീക്ഷിച്ചുനോക്കാൻ ഉടൻ ഒരു പെൻസിലും കടലാസും കണ്ടെത്തണം. തനിക്കു വേണ്ടത്

മുറി മുഴുവൻ തിരഞ്ഞിട്ടും കാണാതിരുന്നപ്പോൾ അയാളുടെ മുഖത്ത് വിയർപ്പു പൊടിഞ്ഞു. ജന്നൽപ്പടിയിൽ ഒരു പെൻസിൽ കിടപ്പുണ്ട്. സെർഗേയ് അതെടുക്കാൻ അങ്ങോട്ടുപോയി. പക്ഷെ അത് മുനയൊടിഞ്ഞതാണെന്നു കണ്ടപ്പോൾ അയാൾ പ്രാകി.

പാദങ്ങൾകൊണ്ട് എഴുതിയിട്ട് എന്തു പ്രയോജനമാണുള്ളതെന്ന് അയാൾ തന്നോടുതന്നെ ചോദിച്ചില്ല. താൻ എഴുതിയതു കാണുമ്പോൾ തനിക്കു തോന്നാവുന്ന പരുങ്ങലോ കാലിൽ ഷൂസുള്ളതിനാൽ വീട്ടിലല്ലാതിരിക്കുമ്പോൾ എഴുതാൻ സാദ്ധ്യമല്ലെന്ന വസ്തുതയോ അയാളെ വിഷമിപ്പിച്ചില്ല. താൻ തിരക്കിയ വയ്ക്കോൽത്തുരുമ്പ് അവസാനം കണ്ടെത്തിയെന്നു തോന്നിയപ്പോൾ സാമാന്യബുദ്ധിയിൽ നിന്നുയരുന്ന എതിർപ്പുകളൊന്നും വകവയ്ക്കാതെ അയാൾ അതിൽ മുറുകിപ്പിടിച്ചു.

തീർച്ചയായും താൻ ആദ്യം എഴുതാൻ പോകുന്നത് താന്യയുടെ പേരും വാത്സല്യം നിറഞ്ഞ ഏതാനും വാക്കുകളുമാണ്. അവൾക്ക് എന്തൊരു അത്ഭുതമായിരിക്കും! 'സെര്യോഷ, നിങ്ങൾ ഇതെങ്ങിനെ ചെയ്തു?" അവൾ ചോദിക്കും. താൻ ഒരു പുഞ്ചിരിയോടെ പറയും: 'നമ്മുടെ വീര്യം മുഴുവനും പോയിട്ടില്ല, താന്യ!' പക്ഷെ അവൾ കാണാതെ താൻ ഇത് എങ്ങിനെ ചെയ്യും? ഇതൊരു അപ്രതീക്ഷിത സംഭവമായിരിക്കണം!

ഒരു നിമിഷത്തിനകം പ്ലാൻ തയ്യാറായി. താൻ കടയിൽ നിന്നു മടങ്ങിവരുമ്പോൾ ഒരു പുസ്തകത്തിൽനിന്നും എന്തെങ്കിലും പകർത്താൻ താൻ അവളോടു പറയും. അങ്ങിനെ പെൻസിലും നോട്ടുപുസ്തകവും കിട്ടും. കൊള്ളാം! തനിക്കാവശ്യമുള്ളതെല്ലാം മേശപ്പുറത്തു കാണും. അവൾ ഉറങ്ങാൻ പോകുന്ന തക്കം നോക്കി താൻ ഒരു ശ്രമം നടത്തും.

താന്യ പൊതികളുമായി മടങ്ങിവന്നു. അവൾ ഒന്നും സംശയിച്ചില്ല. സെർഗേയ് പറഞ്ഞ പ്രകാരം സസന്തോഷം ചെയ്തു. അയാൾ കണക്കു കൂട്ടിയതുപോലെതന്നെ വേണ്ടതെല്ലാം മേശപ്പുറത്തു വന്നു. പകൽ അവസാനിക്കുന്നേയില്ലെന്നു തോന്നി. സെർഗേയ് വായിക്കാൻ ശ്രമിച്ചു. പക്ഷെ പുസ്തകത്തിൽ നോക്കിയപ്പോൾ തന്റെ കാൽവിരലുകൾക്കിടയിൽ അമർത്തിപ്പിടിച്ചിരിക്കുന്ന പെൻസിൽ ഒരു വെള്ളക്കടലാസിൽ സാവധാനം നീങ്ങുന്നതാണ് അയാൾ കണ്ടത്. രാത്രിയാകാൻ കാത്തു മടത്ത് താന്യയോട് തന്റെ ഉള്ളിലുള്ളതു പറയാൻ ഒന്നിലധികം തവണ സെർഗേയ് മുതിർന്നതാണ്. അവളുടെ ആഹ്ലാദനിർഭരമായ അത്ഭുതം കാണണമെന്ന

ആഗ്രഹമൊന്നു മാത്രമാണ് അയാളെ അതിൽനിന്നു പിന്തിരിപ്പിച്ചത്. എങ്കിലും ഘടികാരത്തിന്റെ സൂചികൾ ദുസ്സഹമാംവണ്ണം സാവധാനത്തിൽ ഇഴഞ്ഞുനീങ്ങുന്നതുപോലെ തോന്നി.

അയാളുടെ അസ്വസ്ഥത താന്യയുടെ ശ്രദ്ധയിൽപെട്ടു.

'എന്താ കാര്യം, സെര്യോഷ? നിങ്ങളിന്ന് പതിവു പോലെയല്ലല്ലോ പെരുമാറുന്നത്? നല്ല സുഖം തോന്നുന്നില്ലേ?' അവൾ ചോദിച്ചു.

'ഓ, ഇല്ലില്ല താന്യ. എനിക്ക് ഒരു അസുഖവുമില്ല,' വേഗം ഒരു പുഞ്ചിരി വരുത്തിക്കൊണ്ട് സെർഗേയ് പറഞ്ഞു.

അവസാനം സമയമെത്തി. 'രാത്രി ഒരുപാടു നേരം ഇരിക്കരുത്,' എന്നു പതിവുപോലെ പറഞ്ഞിട്ട് അവൾ ഉറങ്ങാൻ പോയി. ഉറക്കമാവുകയും ചെയ്തു.

അക്ഷമയാൽ എരിഞ്ഞുകൊണ്ടിരുന്ന സെർഗേയ് നോട്ടുപുസ്തകം മേശപ്പുറത്തുനിന്നും നിരക്കി നിലത്തേക്കിട്ടു. കാൽകൊണ്ട് തന്റെ അടുത്തേക്കു നീക്കി അതു തുറക്കാൻ ശ്രമിച്ചു. പക്ഷെ ആ പുസ്തകം അയാളുടെ പാദങ്ങൾക്കിടയിൽ കിടന്ന് തിരിയുകയും പിരിയുകയും ചെയ്തു. മന്ത്രവാദം ചെയ്തപോലെ നിലത്ത് ഓടിനടന്നു. അയാളുടെ അചതുരമായ ചലനങ്ങൾക്ക് അതു വഴങ്ങിയില്ല. എങ്കിലും അവസാനം അയാൾ അതിനെ കീഴ്പ്പെടുത്തി. അയാൾ ഉദ്ദേശിച്ച രീതിയിൽ അതു തുറന്നു കിടന്നു.

അടുത്തതായി, കാൽവിരലുകൾകൊണ്ട് പെൻസിലെടുത്ത് എഴുതാൻ സൗകര്യപ്രദമായ രീതിയിൽ പിടിക്കേണ്ടിയിരിക്കുന്നു. നോട്ടുപുസ്തകം തുറക്കുന്നതിലും പ്രയാസമായിരുന്നു ഇത്. പിടിവാശിയോടെ കിടക്കുന്ന പെൻസിലിനെ വിരലുകൾക്കിടയിലാക്കാനുള്ള ശ്രമം ഒരു മണിക്കൂർ കഴിഞ്ഞിട്ടും വ്യർത്ഥമായെന്നു കണ്ടപ്പോൾ സെർഗേയ് കോപം സഹിക്കവയ്യാതെ അതിനെ തൊഴിച്ചുമാറ്റിക്കൊണ്ട് മേശപ്പുറത്തു തലചായ്ച്ചു. അയാളുടെ മുഖത്തുകൂടി വിയർപ്പൊഴുകി. നനഞ്ഞുകുതിർന്ന മുതുകത്ത് ഷർട്ട് ഒട്ടിപ്പിടിച്ചു. നിരാശയും കോപവും കൊണ്ട് അയാളുടെ ദേഹം വിറച്ചു. എങ്കിലും അതെടുക്കൂ, അതെടുക്കൂ എന്ന വാക്കുകൾ അയാളുടെ തലയ്ക്കുള്ളിൽ അടിച്ചുകൊണ്ടിരുന്നു. അത് എടുത്തേ പറ്റൂ എന്ന ആന്തരികാജ്ഞ അനുസരിച്ചുകൊണ്ട് സെർഗേയ് ആ പെൻസിൽ മേശയുടെയടുത്തേക്ക് ഉരുട്ടി വീണ്ടും സമരം തുടങ്ങി. ഇങ്ങു വാ, ദയവായി ഇങ്ങു വാ, തുലയാനായി ഇങ്ങു വാ, അയാൾ മാറിമാറി യാചിക്കുകയും പ്രാകുകയും ചെയ്തു. ആയാസത്താൽ അയാളുടെ പാദങ്ങളിൽ വലിവ്

അനുഭവപ്പെട്ടുതുടങ്ങി. നൈരാശ്യത്തോടെ എല്ലാം വലിച്ചെറിയാൻ തുടങ്ങുമ്പോഴാണ് പെട്ടെന്ന് അയാൾക്ക് ഒരു ബുദ്ധി തോന്നിയത്. തന്റെ പല്ലുകൾകൊണ്ട് പെൻസിലെടുത്ത് എന്തിലെങ്കിലും ചാരി വയ്ക്കുക. അതുകഴിഞ്ഞ്..... സെർഗേയ് മുട്ടുകുത്തി കുനിഞ്ഞ് ആ വഴങ്ങാത്ത പെൻസിലിനെ ചുണ്ടുകൊണ്ട് പൊക്കിയെടുത്ത് ഒരു കസേരക്കാലിൽ ചാരിവച്ചു.

ഇത്തവണ അയാൾക്ക് അത് കാൽവിരലുകൾക്കിടയിലാക്കാൻ കഴിഞ്ഞു.

പക്ഷെ അത് അപ്പോൾത്തന്നെ വീണ്ടും നിലത്തു വീണു.

അയാളുടെ പരുക്കേറ്റ പാദത്തിന് പെൻസിൽ മുറുക്കി പിടിക്കാൻ കഴിഞ്ഞില്ല.

പെൻസിൽ നിലത്തു തട്ടിക്കൊണ്ട് ഉരുണ്ടുപോകുന്നത് അയാൾ മങ്ങിയ കണ്ണുകളോടെ നോക്കിനിന്നു. നിലത്തേക്ക് ആഞ്ഞുവീണ് ഉറക്കെ അലറാൻ അയാൾക്കു തോന്നി.

മുറിക്കു പുറത്ത്, പകലത്തെ പണി കഴിഞ്ഞ് തളർന്ന പട്ടണം ഉറക്കം തുടങ്ങി. ട്രാമുകളുടെ കടകടശബ്ദം കേൾക്കാതായി. തെരുവുകൾ ശൂന്യമായി. പ്രദർശനജനാലകളിലെ വിളക്കുകളണഞ്ഞു. അസമയത്ത് റോഡിൽ കണ്ട ചുരുക്കമാളുകൾ നടപ്പാതയിലൂടെ തിരക്കിട്ടു വീട്ടിലേക്കു നടന്നു. അവർ വിശ്രമിക്കാൻ പോവുകയാണ്. പുതുദിനത്തിൽ അവർ പുതുശക്തിയോടെ മഷീൻടൂളുകൾ പ്രവർത്തിപ്പിക്കുകയോ ഖനികളിൽ ഇറങ്ങുകയോ ഡ്രായിംഗ് ബോർഡുകൂടെ മുമ്പിൽ സ്ഥാനം പിടിക്കുകയോ ചെയ്യും.

പകലത്തെ പണി കഴിഞ്ഞ് പട്ടണം ഉറങ്ങുകയാണ്. പട്ടണത്തിന് അതിന്റേതായ സ്വപ്നങ്ങളുണ്ട്. ഉന്നതാഭിവാഞ്ഛകളെപ്പോലെ മഹത്തരവും സൂര്യനെപ്പോലെ ഉജ്ജ്വലവും മാതൃഹസ്തം പോലെ മൃദുലവുമാണവ.

ഒരു ജനാലയിൽ നേരം പുലരുന്നതുവരെ വിളക്കു പ്രകാശിച്ചുകൊണ്ടിരുന്നു. ഒരു മനുഷ്യൻ ജീവിക്കാൻ കൊതിച്ചു. വികാരതീവ്രതയോടെ, വേദനയോടെ, നൈരാശ്യത്തോടെ. ജീവിതത്തിന്റെ ഒരു നിഷ്ക്രിയനിരീക്ഷകനായിട്ടല്ല, ഒരു പങ്കാളിയായി, ഒരു ശില്പിയായി, ഒരു നാഥനായി ജീവിക്കാൻ, തനിക്കെതിരായി, തന്റെ വയ്യായ്കയ്ക്കെതിരായി, ഒരു കടുത്ത പോരാട്ടത്തിൽ ഏർപ്പെട്ടിരിക്കുകയാണയാൾ. ക്രൂരവും നിർദ്ദയവുമായ ഒരു പോരാട്ടത്തിൽ.

താന്യ രാവിലെ ഉണർന്നപ്പോൾ സെർഗേയെ കിടക്കയിൽ

കണ്ടില്ല. ഒരു കൊച്ചുകുട്ടിയെപ്പോലെ കാലുകൾ കസേരയിൽ കയറ്റി വച്ച്, മേശയിൽ തലചായ്ച്ച്, അയാൾഗാഢമായി ഉറങ്ങുകയാണ്. ഒരു നോട്ടുപുസ്തകം നിലത്ത് തുറന്നുകിടപ്പുണ്ട്. മുതിർന്നവരുടേതായ ആ കയ്യിലൊതുങ്ങാത്ത ആയുധം- പെൻസിൽ- പിടിച്ചുകൊണ്ട് ഒരു കൊച്ചു കുട്ടി ആദ്യമായി കുത്തിക്കുറിക്കുന്ന വരകൾപോലെ പേജ് നിറയെ വടിവില്ലാത്ത വളഞ്ഞ വരകളാണ്.

അയാൾക്കതു കഴിഞ്ഞില്ല.- താന്യയ്ക്ക് ഉടനെ കാര്യം മനസ്സിലായി. എന്നിട്ട് തന്നോടു പറഞ്ഞില്ല. തന്നെ സഹായത്തിനു വിളിച്ചില്ല.

'സെര്യോഷ,' അവൾ വിളിച്ചു. 'കിടക്കയിൽ വന്നു കിടക്കൂ. അവിടെ സുഖപ്രദമല്ല.'

സെർഗേയ് തല പൊക്കി.

'എനിക്കതു കഴിഞ്ഞില്ല, താന്യ,' അയാൾ ലജ്ജയോടെ പറഞ്ഞു. 'നിന്നെ ഒന്ന് അത്ഭുതപ്പെടുത്താമെന്നാണു ഞാൻ വിചാരിച്ചത്. പക്ഷെ അതിനി ആശിച്ചിട്ടുപോലും കാര്യമില്ല.'

'ആദ്യത്തെ ചുവടുകൾ എപ്പോഴും വിഷമകരമാണ്. എല്ലാം എളുപ്പമായിരിക്കുമെന്നു കരുതിയോ? അങ്ങിനെ ഒരിക്കലും സംഭവിക്കാറില്ല. നിങ്ങളാണെങ്കിൽ കൂടുതൽ വിഷമങ്ങൾ വരുത്തിവയ്ക്കുകയാണ്. നിങ്ങൾ അടച്ചുപൂട്ടി ഇരിപ്പാണ്. മിണ്ടുന്നതുതന്നെ കഷ്ടിയാണ്. പുറത്തുപോയി സിനിമ കാണാനും ആളുകളെ കാണാനും നിങ്ങൾ ആഗ്രഹിക്കാത്തത് എന്തുകൊണ്ടാണ്? ഒരു സന്യാസിയാകാൻ പോവുകയാണോ? സ്വന്തം ചിന്തകളുമായി ഒറ്റയ്ക്കിരിക്കാനാണോ ആഗ്രഹം?

സെർഗേയ് ഈ ചോദ്യം മുമ്പുതന്നെ പ്രതീക്ഷിച്ചതാണ്. പ്രതീക്ഷിക്കുയും ഭയക്കുകയും ചെയ്തു. നഗ്നതയേയും വൈരൂപ്യത്തേയും കുറിച്ച് ആളുകൾക്കു ലജ്ജ തോന്നുന്നതുപോലെതന്നെ തന്റെ ശാരീരികാപ്രാപ്തിയെക്കുറിച്ച് താൻ ലജ്ജിക്കുന്നുവെന്ന് തന്നോടുപോലും തുറന്നു സമ്മതിക്കാൻ അയാൾ അറച്ചു.

'എനിക്ക്......പേടിയാണ്.....' അയാൾ വൈമനസ്യത്തോടെ വിഷണ്ണനായി പറഞ്ഞു.

'എന്തിനെ?'

'ആളുകളെ. അവരുടെ ജിജ്ഞാസയെ. അനുകമ്പയെ. 'അയാൾ വഴി മുടക്കുന്നതെന്തിനാണ്?' എന്നായിരിക്കും ചിലർക്കു തോന്നുന്നത്. അത്തരക്കാരുണ്ട്. അവർ പറയുന്നതു ഞാൻ കേട്ടിട്ടുണ്ട്. '

ഞാനായിരുന്നെങ്കിൽ കാണിച്ചു കൊടുക്കാമായിരുന്നു! ഞാൻ എത്ര തന്റേടിയാണെന്ന് അറിഞ്ഞുകൂടേ! എന്നു വീമ്പടിക്കുന്നവരുമുണ്ട്.

'ഓ, സെര്യോഷ, നിങ്ങൾ എന്തു വിഡ്ഢിത്തമാണു പറയുന്നത്! എല്ലാവരേയും ഒരേപോലെ അളക്കാൻ നിങ്ങൾക്ക് എങ്ങിനെ കഴിയും? ഏതെങ്കിലും വിഡ്ഢി ഒരു വിഡ്ഢിയെപ്പോലെ സംസാരിക്കുന്നതു കേൾക്കുമ്പോഴേയ്ക്കും നിങ്ങൾ അസംബന്ധമായ നിഗമനങ്ങളിലേക്കെടുത്തു ചാടുകയായി. സർവ്വതിനേയും- ഏറ്റവും കടുത്ത വൈഷമ്യങ്ങളെപ്പോലും- നേരിട്ടുകൊണ്ട് ആത്മബലമുള്ള ആളുകൾ വിടാതെ പൊരുതുന്ന എത്രയെത്ര ദൃഷ്ടാന്തങ്ങൾ നാം പുസ്തകങ്ങളിൽ വായിച്ചിട്ടുണ്ട്! യഥാർത്ഥജീവിതത്തിൽ കണ്ടിട്ടുണ്ട്!

'വേണ്ട, താന്യ.... മരേസ്യെവിനേയും കൊർച്ചാഗിനേയും പറ്റി എല്ലാം എനിക്കറിയാം! ഞാനൊരു വീരപുരുഷനല്ല. എനിക്കു സ്വയം നിയന്ത്രിക്കാൻ കഴിഞ്ഞില്ലെങ്കിൽ ഞാൻ വെറുമൊരു ദുർബ്ബലനാണ്.'

'യെഗോറിച്ചിന്റെ കാര്യമോ? നിങ്ങൾ അദ്ദേഹത്തെ മറന്നു! സെര്യോഷ, നിങ്ങൾ ഇങ്ങനെയായാൽ പറ്റുകയില്ല. ആളുകൾ നല്ലവരാണ്, വാസ്തവത്തിൽ നല്ലവരാണ്. അവർക്കു മനസ്സിലാകും.'

'അവർ മനസ്സിലാക്കാതിരിക്കുകയാണ്, എന്നോടു അനുകമ്പ കാട്ടാതിരിക്കുകയാണ്, കൂടുതൽ നല്ലത്. ഒരു മുനിയെപ്പോലെ ജീവിക്കാൻ സാദ്ധ്യമല്ലെന്ന് എനിക്കുതന്നെ അറിയാം. പക്ഷെ എനിക്ക് എന്തു ചെയ്യാൻ കഴിയും? എന്തു ചെയ്യാൻ കഴിയും?'

3

'അമ്മേ, അയാളുടെ കുപ്പായക്കൈകൾ ഒഴിഞ്ഞുകിടക്കുന്നതെന്താണ്?'

'ഇത്ര ഉറക്കെ പറയല്ലെ, മോളെ. അയാൾക്കു കയ്യില്ല.'

'പക്ഷെ എന്തുകൊണ്ടില്ല, അമ്മേ? മറ്റെല്ലാവർക്കും കയ്യുണ്ടല്ലൊ. അയാൾക്കെന്താ ഇല്ലാത്തത്? എന്തുകൊണ്ടാണ്, അമ്മേ?'

'അതു നോക്കിൻ, പിള്ളേരെ, രണ്ടു കയ്യും പോയ ആ ചെറുപ്പക്കാരനെ കണ്ടോ! എത്ര ചെറുപ്പം! മഹാകഷ്ടം തന്നെ!'

'നിങ്ങൾ വിഡ്ഢികളെപ്പോലെ അയാളെ തുറിച്ചുനോക്കുന്നത് എന്തിനാണ്? ഒരു ഭാഗ്യദോഷിയെ ഇതിനുമുമ്പു കണ്ടിട്ടില്ലേ? വാപൊളിച്ചുകൊണ്ടു നില്പാണ്! ചിലയാളുകൾ.....

അയാൾ ചുമലുകൾക്കിടയിലേക്ക് തല താഴ്ത്തിയിട്ട് സ്വാധീനമില്ലാത്ത കാലിൽ മുടന്തിക്കൊണ്ട് വേഗം നടന്നു. ആ തിരക്കിൽനിന്നും ബഹളത്തിൽനിന്നും പുറത്തുകടക്കാൻ, കല്ലുകൾപോലെ തന്റെ ഹൃദയത്തിൽ വന്നടിച്ച ആ നോട്ടങ്ങളിൽനിന്നും വാക്കുകളിൽനിന്നും രക്ഷപ്പെടാൻ, അയാൾക്കു തിടുക്കമായിരുന്നു.

'സെര്യോഷ, അവരെ ഗൗനിക്കേണ്ട. നിങ്ങൾ ഇങ്ങനെയാകരുത്. വാസ്തവത്തിൽ ആരും നിങ്ങളെ നോക്കുന്നില്ല. പരിചയമില്ലാത്തതുകൊണ്ട് നമുക്കങ്ങിനെ തോന്നുന്നുവെന്നേയുള്ളൂ.'

'എനിക്കതറിയാമായിരുന്നു - എനിക്കതനുഭവപ്പെട്ടു...' ഒരു ഒഴിഞ്ഞ തിരിവിലേക്ക് ഭാര്യയെ കൂട്ടിക്കൊണ്ടുപോകുമ്പോൾ സെർഗേയ് അശ്രദ്ധമായി പറഞ്ഞു.

'നമ്മൾ എന്നും ആളുകളിൽനിന്ന് ഓടിമറയാൻ പോവുകയാണോ?' ഒരു വീട്ടുപടിക്കൽ അഭയം തേടിക്കഴിഞ്ഞപ്പോൾ താന്യ ചോദിച്ചു. അവളുടെ തല താണു.

'എനിക്കു വയ്യ, താന്യ! എനിക്കിതു താങ്ങാൻ വയ്യ! എനിക്ക് ഭൂമിയിലേക്കു താണുപോകാൻ തോന്നുന്നു. ഞാൻ ഇങ്ങനെ ആയിക്കൂടെന്ന് എനിക്കറിയാം. ഞാനതു മനസ്സിലാക്കുന്നുണ്ട്. പക്ഷെ എനിക്കിങ്ങനെ തോന്നിപ്പോകുന്നു. തെരുവു മുഴുവൻ എന്നെ തുറിച്ചു നോക്കിക്കൊണ്ടു നിൽക്കുകയാണെന്നാണ് എനിക്കു തോന്നുന്നത്.... ആളുകളുടെ കണ്ണുകളിൽ സഹതാപമുണ്ട്, ഭയവുമുണ്ട്. എനിക്കതു വേണ്ട, എനിക്കതു വേണ്ട. എനിക്കത് ഒരു തരിപോലും വേണ്ട. ആളുകൾ എന്നോടു സഹതപിക്കുകയും വേണ്ട. എന്നെ ഭയക്കുകയും വേണ്ട.

പക്ഷെ ആരും അങ്ങിനെ വിചാരിക്കുന്നില്ലല്ലൊ! നിങ്ങൾക്കു വെറുതെ തോന്നുകയാണ്. വാസ്തവം!

അവരുടെ കണ്ണുകളിൽ നോക്കു.... അവ ഏതു വാക്കുകളേക്കാളും സ്പഷ്ടമാണ്....

അവർ നിങ്ങളെ അങ്ങിനെ നോക്കുന്നേയില്ല. തലയിലൊന്നുമില്ലാത്ത വായ് നോക്കികളുടെ കാര്യമാണെങ്കിൽ അവർ പുത്തരിയൊന്നുമല്ല. എത്രപേരെ വേണമെങ്കിലും എപ്പോഴും കാണാം.

നമുക്ക് വീട്ടിൽ പോകാം, താന്യ. കുറ്റമൊന്നും ചെയ്യാതെ ചാട്ടയടി കിട്ടിയ ഒരു തോന്നലാണെനിക്ക്... എനിക്കു കുടിക്കണം. ബോധം കെടുന്നതുവരെ കുടിക്കണം. കുടിച്ച് കുടിച്ച് എല്ലാം മറക്കണം. എനിക്കൊരു കുപ്പി വോഡ്ക്ക വാങ്ങിക്കൊണ്ടു വരൂ.

താന്യ സ്തംഭിച്ചു നിന്നുപോയി. അവരുടെ ഒന്നിച്ചുള്ള ജീവിതത്തിൽ ആദ്യമായിട്ടാണ് സെര്യോഷ മദ്യപിക്കുന്നതിനെപ്പറ്റി പറയുന്നത്. തന്റെ ക്ലേശങ്ങളെ വോഡ്ക്കയിൽ മുക്കിക്കളയാനായി അയാൾ മദ്യപാനത്തിലേക്കു തിരിഞ്ഞേക്കുമെന്ന് ആശുപത്രിയിൽവച്ച് അവർ അവൾക്കു മുന്നറിയിപ്പു നൽകിയിരുന്നു. പക്ഷെ താന്യ അതു വിശ്വസിച്ചില്ല. സെര്യോഷയ്ക്ക് എന്നും മദ്യങ്ങളോടു വെറുപ്പായിരുന്നുവെന്ന് അവൾക്കറിയാമായിരുന്നു. പോരെങ്കിൽ, അയാൾ അത്തരക്കാരനല്ലതാനും. എന്നിട്ടിതാ ഇപ്പോൾ പുതിയൊരു വൈഷമ്യം വന്നിരിക്കുന്നു. അവൾക്ക് അയാളുടെ അപേക്ഷയെ നിരസിക്കാൻ സാദ്ധ്യമല്ല. അതേസമയംതന്നെ, മറ്റു പല ദുശ്ശീലങ്ങളേയും പോലെ മദ്യപാനത്തെ സംബന്ധിച്ചും ആദ്യത്തെ ചുവടു മാത്രമേ പ്രയാസകരമായിട്ടുള്ളൂ എന്ന് അവൾക്കറിയാമായിരുന്നു. അതു കഴിഞ്ഞാൽ മറ്റെല്ലാം തനിയേ വന്നുകൊള്ളും.

'കുടിക്കരുത്, സെര്യോഷ,' അവൾ അയാളെ പിന്തിരിപ്പിക്കാൻ ശ്രമിച്ചു. 'എന്തു വേണമെങ്കിലും ചെയ്തോളൂ. കുടിക്കുക മാത്രം അരുത്. നിങ്ങൾക്കു ശേഷിച്ചിട്ടുള്ള സർവ്വതിനേയും അതു നശിപ്പിക്കുമെന്ന് നിങ്ങൾക്കുതന്നെ അറിയാമല്ലൊ.'

'ഇതുപോലുള്ള ഒരു ജീവിതത്തിൽ നശിക്കാതെ സൂക്ഷിച്ചിട്ട് എന്തു പ്രയോജനമാണ്? എനിക്കെന്താണു ശേഷിച്ചിട്ടുള്ളത്? പറയൂ!' സെർഗേയ് രോഷാകുലനായി പറഞ്ഞു.

താന്യ വാങ്ങിയ കൊച്ചു കുപ്പി വോഡ്ക്കയ്ക്ക് ഒരു ടൺ ഭാരമുള്ളതു പോലെ തോന്നി. അത് ഒളിച്ചുവച്ചുകൊണ്ടാണ് അവൾ വീട്ടിലേക്കു നടന്നത്. വീട്ടിലേക്ക് സ്വന്തം കൈകളിൽ ദുഃഖം ചുമന്നുകൊണ്ടു പോവുകയാണ്, അവൾ വിചാരിച്ചു. ദൊനേത്സ്ക്കിൽ വച്ച് നേഴ്സു പറഞ്ഞ വാക്കുകൾ അവളുടെ കാതിൽ മുഴങ്ങി: 'കുട്ടി, ഇതിലും കടുത്തത് വരാനിരിക്കുന്നേയുള്ളൂ!' ദൈവമേ, അവൾ വിചാരിച്ചു, ഇത് അനിവാര്യമാണോ? എന്റെ സെര്യോഷയ്ക്കു പോലും ഈ ദുഷിച്ച സാധനമില്ലാതെ കഴിയാൻ വയ്യെന്നു വരുമോ?

മഗ്ഗിലേക്കു പകരുമ്പോൾ താന്യ കുറച്ചു വോഡ്ക്ക തുളുമ്പിക്കളഞ്ഞു. വിറയ്ക്കുന്ന കൈകളോടെ അവളത് സെർഗേയുടെ ചുണ്ടുകളോടു ചേർത്തു പിടിച്ചു. അവൾ ശ്വാസമടക്കി നിന്നു. തല പുറകോട്ടു മലർത്തി, മുഖം വേദനയോടെ പിടഞ്ഞുകൊണ്ട്, സെർഗേയ് ഒരു കവിളിറക്കി. രണ്ടാമതൊന്നുകൂടി. അയാൾക്കു ശ്വാസം മുട്ടി. പിന്നീട് ബാക്കിയുള്ളതുകൂടി അറപ്പോടെ അകത്താക്കി. അയാളുടെ പല്ലുകൾ മഗ്ഗിന്റെ വക്കിലടിച്ചുകൊണ്ടിരുന്നു.

കയ്പേറിയ ദ്രാവകം അകത്തു ചെന്നപ്പോൾ വയർ എരിഞ്ഞു. തലയ്ക്കുള്ളിൽ മൂടൽ പരന്നു. തനിക്കിപ്പോൾ നല്ല ഉഷാർ തോന്നുമെന്നു വിചാരിച്ചുകൊണ്ട് സെർഗേയ് കണ്ണടച്ചു. അയാളുടെ കസേര അങ്ങോട്ടുമിങ്ങോട്ടും ആടി. മുറി ഒരു തൊട്ടിയാട്ടക്കുടാരംപോലെ കറങ്ങി. 'മറ്റെല്ലാവർക്കും കയ്യുണ്ടല്ലൊ. അയാൾക്ക് എന്തുകൊണ്ടില്ല?' ഒരു കുട്ടിയുടെ ശബ്ദം കേട്ടു. തുടർന്ന് ഒരു കനത്ത ശബ്ദം,

ഒരു ഭാഗ്യദോഷിയെ ഇതിനുമുമ്പു കണ്ടിട്ടില്ലേ? ഭാഗ്യദോഷി. ഭാഗ്യദോഷി. നിങ്ങൾക്കു ശേഷിച്ചിട്ടുള്ള സർവ്വതിനേയും വോഡ്ക്ക നശിപ്പിക്കും, സെര്യോഷ.

അല്ല, ഞാൻ നിന്റെ ജീവിതം നശിപ്പിക്കുകയാണു ചെയ്യുന്നത്! അയാൾ മേശപ്പുറത്ത് തലയടിച്ചു. ഞാൻ എന്തിന് നിന്റെ ജീവിതം നശിപ്പിക്കുന്നു? ഞാൻ നിന്നെ കഷ്ടപ്പെടുത്തുന്നേയുള്ളൂ. എന്തിനുവേണ്ടി? നിന്റെ സ്നേഹത്തിന്റേയും കൂറിന്റേയും പ്രതിഫലമായോ? പക്ഷെ ഇതെന്റെ കുറ്റമല്ല. ഞാൻ ആരെയാണു കുറ്റപ്പെടുത്തേണ്ടത്? താന്യ, നീ എന്താണ് ഒന്നും പറയാത്തത്? എന്തുകൊണ്ട് ഞാൻ അപ്പോൾത്തന്നെ കൊല്ലപ്പെട്ടില്ല? എന്തുകൊണ്ട്? ഇതുപോലൊരു ജീവിതം എനിക്കെന്തിനാണ്? ഒരു കുടിയനാകാൻ, ഒരു ദുഷിച്ച അധമനാകാൻ, ഞാനാഗ്രഹിക്കുന്നില്ല. പക്ഷെ.... ഞാൻ എല്ലാം വെറുക്കുന്നു.... എന്റെ ജീവിതത്തെത്തന്നെ.... പക്ഷെ മറ്റെല്ലാറ്റിനും പുറമെ നിന്റെ ജീവിതത്തെ നശിപ്പിക്കാൻ എനിക്ക് എന്തവകാശമാണുള്ളത്?

നിങ്ങൾ കുടിച്ച് ലക്കുകെട്ട് അസംബന്ധം പറയുകയാണ്, സെർഗേയ്.

'ഇല്ല. ഞാൻ കുടിച്ച് ലക്കു കെട്ടിട്ടില്ല. നിന്നോടു ചെയ്യുന്ന അപരാധം ഞാൻ വ്യക്തമായി കാണുന്നുവെന്നേയുള്ളൂ. ഞാൻ ജീവിക്കുന്നുവെന്നതുതന്നെ എല്ലാവരോടുമുള്ള അപരാധമാണ്. എന്റെ സ്ഥാനം...... ജീവിക്കുന്നവർക്ക് ഞാനൊരു സൊല്ല മാത്രമാണ്. ഒന്നിനും കൊള്ളാത്ത ഒരു ഭീരുവിനെപ്പോലെ ഞാൻ അവരുടെ വഴി മുടക്കുകയാണ്.....'

'വേണ്ട, സെര്യോഷ. ദയവു ചെയ്തു നിർത്തൂ.'

'കൈകളോടൊപ്പം എന്റെ ഹൃദയംകൂടി അവർ മുറിച്ചുകളയേണ്ടതായിരുന്നു. അതു വേദനിക്കുമ്പോൾ, അതു നൊമ്പരപ്പെടുമ്പോൾ, ഞാൻ അതിനെ എന്തു ചെയ്യാനാണ്? വോഡ്ക്ക കുടിച്ചിട്ട് ഒരു പ്രയോജനവുമില്ല. അതു തികഞ്ഞില്ല. പോയി കുറേക്കൂടി വാങ്ങിക്കൊണ്ടു വരൂ.

എനിക്ക് കുടിച്ചു ലക്കുകെടണം.'

ലെവൽ ക്രോസ്സിംഗ് വീട്ടിൽനിന്ന് അധികം അകലെയല്ല. അവിടെ എത്താൻ അഞ്ചു മിനിട്ടിലധികം വേണ്ടിവരികയില്ലെന്ന് സെർഗേയ് കണക്കുകൂട്ടി. പാസഞ്ചർ വണ്ടികൾ, ഗുഡ്സ് വണ്ടികൾ, പാളം മാറ്റാനായി കൊണ്ടുപോകുന്ന വണ്ടികൾ, എന്നിങ്ങനെ വണ്ടികൾ പലതും കൂടെക്കൂടെ കടന്നുപോകുന്നുണ്ട്.

വളരെക്കാലം മുമ്പ് ഒരു വണ്ടി ആ ക്രോസ്സിംഗിൽവച്ച് ഒരാളെ രണ്ടു തുണ്ടായി മുറിക്കുകയുണ്ടായി. ഉടലിന്റെ പകുതികൾ പാളത്തി നിരുപുറത്തും കിടന്നിരുന്നു. ജിജ്ഞാസാലുക്കളായ കാഴ്ചക്കാർ ചുറ്റും കൂടി. അന്ന് ഒരു വിദ്യാർത്ഥിയായിരുന്ന സെർഗേയ് പാർക്കിലേക്കു നൃത്തത്തിനു പോവുകയായിരുന്നു. അയാളും കാഴ്ചക്കാരുടെ കൂട്ടത്തിൽ കൂടി. മൃതദേഹത്തിന്റെ രണ്ടു ഭാഗങ്ങളും ഒരു സ്ട്രെച്ചറിൽ കിടത്തി യപ്പോൾ ആരോ കരഞ്ഞു. 'അയാൾ ഇനിയൊന്നും അറിയുകയില്ല,' അനുകമ്പ ലവലേശം തീണ്ടാത്ത ഒരു പുരുഷശബ്ദം ഉറക്കെ പറഞ്ഞു.

താന്യ കടയിലേക്കു പോയപ്പോൾ സെർഗേയ് ഒരു നിമിഷ ത്തേക്ക് അത്ഭുതപ്പെട്ടു, ആത്മഹത്യ ചെയ്യുന്നവരെ ആളുകൾ വെറു ക്കുന്നതെന്തിനാണെന്ന്. പക്ഷെ അവരത് അറിയുന്നില്ല... അവരത് അറിയുന്നില്ല....

അയാൾ തന്റെ ഓവർക്കോട്ട് പല്ലുകൾകൊണ്ട് കടിച്ചെടുത്ത് തോളിലേക്കിട്ടു. അയാളുടെ കാലുകൾ വിറച്ചു. തണുത്ത സ്വേദക ണങ്ങൾ മുഖത്തുകൂടി ഒഴുകി. താന്യ, ക്ഷമിക്കു, ഇതെന്റെ കുറ്റമല്ല. കാര്യങ്ങൾ എത്തിയിരിക്കുന്നത് ഇവിടെയാണ്. ഇതാണു നിനക്കു നല്ലത്. ഒന്നോ രണ്ടോ കൊല്ലം കഴിഞ്ഞ് നിനക്കതു മനസ്സിലാകും.

പുറത്തെ കതക് അടച്ചിരിക്കുകയാണ്. അവളത് കരുതിക്കൂട്ടി അടച്ചതാണോ, അതോ വെറും ശീലംകൊണ്ട് അടച്ചുവെന്നേയു ള്ളോ? സെർഗേയ് തോളമർത്തി തള്ളിനോക്കി. പക്ഷെ അതു തുറന്നില്ല. അതുപോലും തനിക്കെതിരാണ്! അയാൾ മുറിയിലേക്ക് ഓടിക്കയറി. ഭ്രാന്തെടുത്ത് അങ്ങോട്ടുമിങ്ങോട്ടും നടന്നു. ജനാലച്ച ട്ടത്തിന്മേൽ നിർദ്ദയം തൊഴിച്ചു. കുമ്മായം അടർന്നു വീണു. ചില്ലു മുഴങ്ങി. വൃത്തിഹീനമായ മുറ്റത്തേക്ക് ജനാല വീണു.

താന്യ, ഞാൻ നിനക്ക് എല്ലാം വിശദീകരിച്ചുകൊണ്ട് ഒരു കുറി പ്പെഴുതിവയ്ക്കുമായിരുന്നു, നിന്നോട് മാപ്പിരക്കുമായിരുന്നു. പക്ഷെ എനിക്കത് സാദ്ധ്യമല്ലെന്ന് നിനക്കറിയാമല്ലോ. താന്യ, ഓമനേ, എനിക്കു മാപ്പു തരൂ. എനിക്കു നിന്റെ ജീവിതം നശിപ്പിക്കാൻ

സാദ്ധ്യമല്ല. നീ എന്തു വേണമെങ്കിലും പറഞ്ഞുകൊള്ളൂ, എനിക്ക് ചെയ്യാൻ ഇതു മാത്രമേയുള്ളൂ. ഈ ശപിക്കപ്പെട്ട ജീവിതത്തിൽ വേറെ പോംവഴിയില്ല.

പുഷ്ക്കിൻ തെരുവിലേക്കുള്ള തിരിവിൽവച്ച് സെർഗേയുടെ കോട്ട് കാറ്റടിച്ച് പറന്നുപോകാൻ തുടങ്ങി. അയാൾക്കത് കഷ്ടിച്ച് താടികൊണ്ടു പിടിക്കാൻ കഴിഞ്ഞു. ലെവൽക്രോസ്സിംഗിന്റെ ഗേറ്റട ച്ചിരിക്കുന്നത് അയാൾ ദൂരെ നിന്നേ കണ്ടു. മോട്ടോർവാഹനങ്ങളുടെ നിര ഹോട്ടൽവരെ നീണ്ടുകിടന്നു.

ഒരു വണ്ടി വരാറായിക്കാണും. അത് ഗുഡ്സ് വണ്ടിയായിരി ക്കുമോ പാസഞ്ചറായിരിക്കുമോ? താന്യയും താനും കൂടി പാർക്കിലേ ക്കു പോയത് ഈ വഴിയാണ്. 'ഇനി അയാളൊന്നും അറിയുകയില്ല,' ഇപ്പോൾ ആരെങ്കിലും പറയുമായിരിക്കും. തനിക്കു കയ്യില്ലെന്നു കാണുമ്പോൾ 'അയാളുടെ വിഷമതകൾ കഴിഞ്ഞു' എന്നുകൂടി ഒരുപക്ഷെ പറഞ്ഞേക്കാം. തനിക്കു വേദനിക്കുകയില്ല. വേദന തോന്നാനുള്ള സമയം തനിക്കു കിട്ടുകയില്ല.

തലയിൽ തൊപ്പിയില്ലാതെ, തുറന്ന് കാറ്റിലടിച്ചുകൊണ്ടിരിക്കുന്ന കോട്ടുമായി, സെർഗേയ് ക്രോസ്സിംഗിന്റെ നേരെ ധൃതിയിൽ നടന്നു. അയാളുടെ കാൽ ഇപ്പോൾ വേദനിക്കുന്നില്ലായിരുന്നു. എങ്കിലും അത് മരംപോലെ മരച്ചിരുന്നതിനാൽ അയാൾക്ക് ഉദ്ദേശിച്ചപോലെ വേഗം നടക്കാൻ കഴിഞ്ഞില്ല. കാറ്റടിച്ച് കോട്ടിന്റെ കൈകൾ അയാളുടെ പുറത്ത് ഏതാണ്ട് വൈരാഗ്യത്തോടെ അടിച്ചുകൊണ്ടിരുന്നു.

ജനാല കാണുമ്പോൾ താന്യ ഊഹിക്കും. ഓമനേ, ഞാൻ നിന്നെ എത്രമാത്രം സങ്കടപ്പെടുത്തിയിട്ടുണ്ട്! ഇതവസാനത്തേതാകട്ടെ. എനിക്കു മാപ്പു തരൂ.... ഈ സുന്ദരമായ ലോകം എനിക്കു താങ്ങാ നാവില്ല....

ഒരു എഞ്ചിൻ ആയാസപ്പെട്ട് ഞരങ്ങുകയും തീയേറ്റർ കെട്ടിടത്തി ന്റെ പുറകിലെത്തിയപ്പോൾ ഇടറിയ ശബ്ദത്തിൽ നീട്ടി കൂവുകയും ചെയ്തു.

ഇരുപതു മീറ്റർ കൂടിയുണ്ട്. വേഗമാവട്ടെ! ഖനിയിലുള്ളവർ എന്നെ ഭീരുവെന്നു വിളിക്കും. കൂട്ടുകാരേ, ഞാനൊരു ഭീരുവല്ല. നിങ്ങൾക്കത് അറിയാമല്ലൊ. പക്ഷെ ഇതിൽനിന്നെല്ലാം എനിക്കു രക്ഷപ്പെടണം... എന്നെ മനസ്സിലാക്കാൻ ശ്രമിക്കൂ.

പാർക്കിൽനിന്നു വന്ന ഉല്ലാസപ്രദമായ രാഗം വണ്ടിച്ചക്രങ്ങ ളുടെ ഇരമ്പിൽ മുങ്ങിപ്പോയി. വണ്ടി ക്ലോസ്സിംഗിലെത്തി. ഗുഡ്സ്

വണ്ടിയാണ്, സെർഗേയ് അലക്ഷ്യമായി കണ്ടു. ഉരുണ്ടുപോകുന്ന ചക്രങ്ങൾ എന്തുകൊണ്ടോ അയാൾ എണ്ണാൻ തുടങ്ങി. തന്റെ എണ്ണലിന്റെ കൃത്യതയെ അതിപ്രധാനമായ എന്തോ ഒന്ന് ആശ്രയിച്ചിരിക്കുന്നുവെന്ന മട്ടിൽ, അയാൾ കണ്ണുനീരിൽ കുതിർന്ന മുഖവുമായി 'ഒന്ന്, രണ്ട്, മൂന്ന്.....' എന്ന് അതിവേഗം എണ്ണിക്കൊണ്ടിരുന്നു. വണ്ടികളുടെ ഭാരത്താൽ സ്ലീപ്പറുകൾ തറയിലേക്ക് ലേശം താഴുകയും ഉയരുകയും ചെയ്തുകൊണ്ടിരുന്നു. പാളങ്ങൾ വിറയ്ക്കുകയും കോരപ്പുല്ലുപോലെ വഴക്കത്തോടെ വളയുകയും ചെയ്തു.

ഞൊടിക്കുള്ളിൽ രണ്ടു തുണ്ടാകും. ഒന്നു കുനിഞ്ഞ് തല മുന്നോട്ടാക്കി കുതിച്ചാൽ മതി. ഒരുപാടി ആയത്തിലാകരുതെന്നു മാത്രം. ഹാ! ജീവിതമേ! നീ എന്തിന് എന്നോടു ഇതു ചെയ്തു?

'തീപ്പെട്ടിയുണ്ടോ?'

സെർഗേയ് ഞെട്ടി തിരിഞ്ഞുനോക്കി. പ്രായംചെന്ന ഒരാൾ അടുത്തു നില്പുണ്ട്. ഊമയും ബധിരനുമാണെന്ന മട്ടിൽ അയാൾ ആംഗ്യങ്ങളോടെ തീപ്പെട്ടി ചോദിച്ചു.

'എനിക്കതിന്റെ ആവശ്യമില്ല,' സെർഗേയുടെ വിളറിയ ചുണ്ടുകൾ പറഞ്ഞു.

അയാളെ വലംവച്ചുകൊണ്ട് കോട്ടിന്റെ ഒഴിഞ്ഞ കൈകൾ തപ്പിനോക്കിയശേഷം ആ മനുഷ്യൻ പോകാൻ തുടങ്ങി. ഏതാനും ചുവടുകൾ വച്ചു. പെട്ടെന്നു തിരിഞ്ഞ് സെർഗേയുടെ അടുത്തേക്ക് ഓടിവന്ന് അയാളുടെ ചുമലിൽ പിടിച്ചു.

'വിഡ്ഢിത്തമൊന്നും കാട്ടരുത്. അതിന് എപ്പോൾ വേണമെങ്കിലും സമയമുണ്ട്. നിങ്ങൾക്കു ഭ്രാന്തുണ്ടോ?കയറൂ കാറിൽ.'

സെർഗേയ്ക്ക് എതിർത്തുനിൽക്കാനുള്ള ശക്തിയുണ്ടായിരുന്നില്ല. ഇനി എന്തു വന്നാലും ഒന്നുമില്ലെന്നു തോന്നി. അസാധാരണമായ ഒരു ആത്മീയശൂന്യത അയാളെ ബാധിച്ചു. ടാക്സിഡ്രൈവറുടെ സൗമ്യമായ നിർബ്ബന്ധത്തിനു വഴങ്ങി അയാൾ കാറിനടുത്തേക്കു നടന്നു. താൻ എവിടെയാണെന്നോ എന്തിനിവിടെ വന്നെന്നോ എന്തു ചെയ്യാനുദ്ദേശിച്ചെന്നോ ഈ അപരിചിതൻ തന്നെ എങ്ങോട്ടാണു കൊണ്ടു പോകുന്നതെന്നോ ഒന്നുംതന്നെ അയാൾ അറിഞ്ഞില്ല.

എന്താണു പേര്? എവിടെയാണു താമസം? ഡ്രൈവർ ചോദിച്ചു. പക്ഷെ സെർഗേയ് അയാളെ ശൂന്യമായ കണ്ണുകളോടെ നോക്കിയതല്ലാതെ മറുപടിയൊന്നും പറഞ്ഞില്ല. തണുത്ത സൂചികൾ അയാളുടെ തലച്ചോറിൽ സാവധാനം ആണ്ടിറങ്ങിയെങ്കിലും അയാൾക്കതു

മൂലം തണുപ്പോ വേദനയോ ഭയമോ തോന്നിയില്ല. ഡ്രൈവറുടെ ചോദ്യങ്ങൾക്കു മറുപടി പറയണമെന്ന ആഗ്രഹം ഒരു നിമിഷത്തേക്ക് അയാളുടെ മനസ്സിലൂടെ പാഞ്ഞുപോയി. പക്ഷെ താനെന്താണു പറയേണ്ടതെന്ന് അയാൾക്ക് നിശ്ചയമുണ്ടായിരുന്നില്ല.

ഡ്രൈവർ എഞ്ചിൻ സ്റ്റാർട്ടാക്കി. ടാക്സി അനങ്ങി. പെട്ടെന്നു തിരിഞ്ഞ് അത് അതിവേഗം പട്ടണത്തിലേക്കു പാഞ്ഞു. തങ്ങൾ എങ്ങോട്ടാണു പോയതെന്നോ എത്രനേരം പോയെന്നോ സെർഗേയ്ക്ക് ഒരിക്കലും ഓർമ്മിക്കാൻ കഴിഞ്ഞില്ല. അവർ പട്ടണം വിട്ടപ്പോൾ വീണ്ടും ആ ചിന്ത ഒരു വിസ്മൃത സ്വപ്നത്തിന്റെ ശകലംപോലെ അയാളുടെ മനസ്സിൽ വന്നു: താന്യ വീട്ടിൽ വന്ന് പൊളിഞ്ഞുകിടക്കുന്ന ജനാല കണ്ടിരിക്കും.....

'നമ്മൾ എങ്ങോട്ടാണു പോകുന്നത്?' ഒരു ഞെട്ടലോടെ സെർഗേയ് ചോദിച്ചു.

'നിങ്ങളുടെ തലച്ചോറിനെ കുറെ കാറ്റുകൊള്ളിക്കാൻ,' ഡ്രൈവർ മുറുമുറുത്തു.

അവർ മൗനമായി സഞ്ചരിച്ചു. ഡ്രൈവർ ഒരു സിഗററ്റു പുറത്തെടുത്തു. വിരലുകൾ കൊണ്ടു പിരിച്ച് കൈക്കുള്ളിൽ ഞെരിച്ചശേഷം അതു ജനാലയിലൂടെ പുറത്തേക്കെറിഞ്ഞു. സെർഗേയുടെ ദേഹം വിറച്ചു. ഉള്ളിലെവിടെയോ തുടങ്ങിയ തണുപ്പ് ക്രമേണ ദേഹം മുഴുവൻ വ്യാപിച്ചു.

'എന്റെ മകൻ കൊല്ലപ്പെട്ടപ്പോൾ', ഡ്രൈവർ പെട്ടെന്ന് ശാന്തസ്വരത്തിൽ പറഞ്ഞു, 'ഞാനും... പക്ഷെ അപ്പോൾ ഞാൻ ആലോചിച്ചു: ഞാൻ എന്താണീ ചെയ്യുന്നത്? വിത്താലി ഈ ലോകത്ത് അവനു ചെയ്യാനുള്ളതു മുഴുവൻ ചെയ്തു കഴിഞ്ഞില്ല. എന്നിട്ടു ഞാനിപ്പോൾ അടിയറവു പറയുകയാണ്.... ഞാൻ എന്നോടുതന്നെ പറഞ്ഞു: തിമൊഫേയ്, സ്മൊലേൻസ്ക്ക് തൊട്ട് ബെർലിൻ വരെയുള്ള പാതയിൽ നിങ്ങൾക്ക് എത്ര സ്നേഹിതർ നഷ്ടപ്പെട്ടു? അനേകം പേർ. പക്ഷെ നിങ്ങളതിന് നാസികളോടു പക വീട്ടി! അതുകൊണ്ട് അവസാനകാലംവരെ ഒരു പടയാളിയായി തുടരൂ! പോർക്കളത്തിലേറ്റ മുറിവുപോലെ ഹൃദയത്തെ വച്ചുകെട്ടിക്കൊണ്ട് മുന്നേറൂ... ജീവിക്കു, രണ്ടു പേർക്കുവേണ്ടി പണിയെടുക്കു... ആത്മഹത്യ- അതൊരു പോംവഴിയല്ല. നിങ്ങൾ മരിച്ചതുകൊണ്ട് നിങ്ങളുടെ മകൻ തിരിച്ചുവരികയില്ല. അവൻ എന്റെ ഒരേയൊരു മകനായിരുന്നു. എന്റെ ജീവിതത്തിന്റെ മുഴുവൻ സുഖവും ആനന്ദവും അവനായിരുന്നു..... സ്കൂളിലെ പഠനം പൂർത്തിയാക്കി........... ഒരു കൂട്ടുകാരനുമൊന്നിച്ച്

മോട്ടോർസൈക്കിളിൽ പോയതാണ്. മറ്റേവന്റെ കാലൊടിഞ്ഞു. എന്റെ മോന് പിന്നെ ശ്വാസം വീണില്ല... ഡ്രൈവർ സംസാരം നിർത്തി ഒരു സിഗററ്റുകൂടി പുറത്തെടുത്തു. പോക്കറ്റിൽ തപ്പി നോക്കി. തീപ്പെട്ടി കാണാത്തതുകൊണ്ട് സിഗററ്റു ഞെരിച്ചുകളഞ്ഞു. 'ശരി, നിങ്ങൾ എങ്ങിനെ കഴിയുന്നു? ആരുടെകൂടെ?'

'ഭാര്യയുടെ കൂടെ.'

'അവൾ...... അവൾ എത്തരക്കാരിയാണ്? നിങ്ങളെ ഉപേക്ഷിച്ചു പോയില്ലേ?'

'ഇല്ല. . അവൾ വളരെ നല്ലവളാണ്.'

'കൈകൾ പോയിട്ട് ഒരുപാട് നാളായോ?'

'ഈ വർഷം.'

'നിങ്ങളുടെ ഭാര്യ മെത്തയ്ക്കരികിൽനിന്നു മാറാതെ നിങ്ങള ശുശ്രൂഷിച്ചു, ആഹാരം തന്നു....

'നിങ്ങൾക്കെങ്ങിനെ അറിയാം?'

'നിങ്ങളുടെ തല അടിച്ചുപൊട്ടിക്കേണ്ടതാണ്! ഞാൻ എങ്ങിനെ അറിഞ്ഞുവത്രെ.... അപ്പോൾ നിങ്ങൾക്കു സ്വയം അനുകമ്പ തോന്നുന്നു, അല്ലെ. ഒരു വീരൻ വന്നിരിക്കുന്നു... എവിടെയാണ് നിങ്ങളുടെ വീട്?'

'ലെനിൻസ്ക്കിയിൽ.'

കാർ പടിക്കൽ നിന്നു.

'എത്രയായി?' സെർഗേയ് ചോദിച്ചു.

നിങ്ങൾ ഭാര്യയുടെ മുമ്പിൽ മുട്ടുകുത്തിനിന്ന് മാപ്പിരന്നില്ലെങ്കിൽ ഞാൻ നിങ്ങളുടെ കഴുത്തു ഞെരിക്കും!' എന്നു തിരിച്ചടിച്ചുകൊണ്ട് ഡ്രൈവർ കതകു തുറക്കാൻ കൈ നീട്ടി.

വിളറിയ മുഖവും ചുവന്നു വീർത്ത കണ്ണുകളുമായി താന്യ പടിവാതിലിലൂടെ ഓടിവന്നു. സെർഗേയ് തല താഴ്ത്തിയിട്ടുകൊണ്ട് കാറിൽനിന്നും ഇറങ്ങി അതിനടുത്തു നിന്നു. താന്യ തലതിരിച്ചു നോക്കിയപ്പോൾ അയാളെ കണ്ടു.

'സെര്യോഷാ!' അവൾ തേങ്ങലോടെ വിളിച്ചു.

അഴൾ അയാളുടെയടുത്തേക്ക് സാവധാനം നടന്നുവന്നു. അലക്ഷ്യമായും സഹിക്കാൻ കഴിയാത്തവണ്ണം പരവശതയോടെയും തലയിലെ ടുവാല വലിച്ചുമാറ്റി നിലത്തിട്ടുകൊണ്ട് അവൾ

സെർഗേയുടെ മാറിൽ മുഖം മറത്തു.

'നിങ്ങൾ എന്തൊരു വിഡ്ഢിയാണ്....'

അവൾ മുഖമുയർത്തി. അവളുടെ കണ്ണുകളിലേക്കു നോക്കിയപ്പോൾ സെർഗേയുടെ മുഖം ചുവന്നു. മൂകവും അനർഹവുമായ വേദനയും അടങ്ങാത്ത ദണ്ഡനയും ഒടുങ്ങാത്ത ശകാരവും അവയിൽ നിഴലിച്ചിരുന്നു.

'വഞ്ചകൻ!' അവൾ കൈ വീശി സെർഗേയുടെ കരണത്തടിച്ചു.

അവൾ ഓടിപ്പോയി. കുറച്ചുദൂരം ചെന്നിട്ട് തിരിഞ്ഞ് ഓടിവന്ന് ഭർത്താവിന്റെ കഴുത്തിൽ കയ്യിട്ടു. കണ്ണുനീരിറക്കിക്കൊണ്ട് അവൾ അയാളുടെ ശിരസ്സ് തന്റെ മാറോടു ചേർത്തുപിടിച്ചു.

'അപകടം സംഭവിച്ചവരെ കൊണ്ടുപോകുന്ന ആശുപത്രിയിലും മിലിഷ്യയിലുമെല്ലാം ഞാൻ പോയി,' അവൾ മന്ത്രിച്ചു. 'സെര്യോഷ, നിങ്ങൾക്ക് എന്നോട് സ്നേഹമില്ല..... പറയൂ... എന്തിനിങ്ങനെ ചെയ്തു? ഞാൻ എന്തു ചെയ്തു? ഇത് എന്റെ കുറ്റമാണോ?'

4

നവംബറാദ്യത്തിൽ സെർഗേയ് ഖാർക്കൊവിലെ കൃത്രിമാവയവ നിർമ്മാണശാലയിലേക്കു ക്ഷണിക്കപ്പെട്ടു. കൃത്രിമകൈകൾക്കുവേണ്ടിയുള്ള അപേക്ഷയും മറ്റും രേഖകളും ദൊനേത്സ്ക്കിൽനിന്നുതന്നെ അയച്ചിരുന്നതാണ്. അവർ തനിക്ക് കൈകളുണ്ടാക്കുമോ ഇല്ലയോ എന്നു വിചാരിച്ച് സെർഗേയ് വിഷമിച്ചിരിക്കുകയായിരുന്നു. അയാളുടെ തോളുകളുമായോ അല്ലെങ്കിൽ ഒരുപക്ഷെ കഴുത്തുമായോ മാത്രമേ അവ ഘടിപ്പിക്കാൻ കഴിയൂ. ഇത്ര മുകളിലോട്ടു കയററി മുറിച്ചിട്ടുള്ളവർക്കുവേണ്ടി കൃത്രിമകൈകൾ ഉണ്ടാക്കാറില്ലെന്ന് ആശുപത്രിയിൽവച്ച് ഒരാൾ അയാളോട്ടു പറയുകയുണ്ടായി. പക്ഷെ ഇപ്പോഴിതാ: 'കൃത്രിമകൈകൾ വച്ചു പിടിപ്പിക്കാൻ സാദ്ധ്യമാണോ എന്നു പരിശോധിക്കുന്നതിനുവേണ്ടി സൗകര്യമുള്ളപ്പോൾ ദയവുചെയ്തു് ഖാർക്കൊവിൽ വരണമെന്നപേക്ഷ.'

യാത്രയ്ക്കുമുമ്പുള്ള രാത്രി മുഴുവൻ സെർഗേയും താന്യയും ഉണർന്നു കിടന്നു. അവർ ആ കൃത്രിമകൈകളെ ഭാവനയിൽ കാണുകയായിരുന്നു. അവ എങ്ങിനെയിരിക്കുമെന്നും സെർഗേയ്ക്കു് അവകൊണ്ട് എന്തെല്ലാം ചെയ്യാനൊക്കുമെന്നും അവർ അത് അത്ഭുതപ്പെട്ടു. ഈ സമയത്തെല്ലാം അവരുടെ ഉള്ള് ഭയാശങ്കകളോടെ നീറിക്കൊണ്ടിരുന്നു: ആ അജ്ഞാതനഗരത്തിൽ ചെല്ലുമ്പോൾ തങ്ങൾ പോയത്

വെറുതെയായെന്നും യാതൊന്നും ചെയ്യാൻ സാദ്ധ്യമല്ലെന്നും അവർ പറഞ്ഞാലോ?

നേരം പുലർന്നപ്പോൾ അക്ഷമ അടക്കിക്കൊണ്ട് സെർഗേയും താന്യയും സ്റ്റേഷനിലേക്കു പോയി.

ഉച്ചതിരിഞ്ഞ് അവർ ഖാർക്കൊവിലെത്തി. സ്റ്റേഷനിൽ തിരക്കിയപ്പോൾ ഫാക്ടറി അതിന്റെ മുമ്പിൽത്തന്നെ ഏതാണ്ട് അമ്പതു മീറ്ററകലെയാണെന്നറിഞ്ഞു.

ഒരു പഴയ മട്ടിലുള്ള വീടുപോലെ തോന്നിച്ച, കൊച്ചു ജനാലകളോടുകൂടി, ചാരനിറത്തിലുള്ള ഒരു ഇരുനിലക്കെട്ടിടെ, തവിട്ടുനിറത്തിലുള്ള കതക്, വാടിക്കരിഞ്ഞ പൂക്കളോടുകൂടിയ ഒരു തോട്ടം. ശൂന്യമായ ബഞ്ചുകൾ-ഇത്രയുമാണ് ആകാംക്ഷയും പ്രതീക്ഷയും ക്ഷോഭവും അവിശ്വാസവും കലർന്ന സെർഗേയുടെ കണ്ണുകളിൽ പെട്ടത്. കതകിൽനിന്ന് അഞ്ചു മീറ്റർ അകലെവച്ച് അയാൾ നിന്നു. താന്യ അയാളുടെ കുപ്പായക്കൈയിൽ പിടിച്ചു വലിച്ചു:

'എന്തു പറ്റി, സെര്യോഷ?'

'കുറച്ചു നിൽക്കൂ. ഞാൻ ശ്വാസം വീണ്ടെടുക്കട്ടെ.'

'പേടി തോന്നുന്നുണ്ടോ?'

'ഉണ്ട്,' അയാൾ തുറന്നു സമ്മതിച്ചു.

'നമ്മൾ ഇതിലും അപ്പുറത്തുള്ളത് നേരിട്ടിട്ടില്ലെ,' താന്യ ഉന്മേഷപൂർവ്വം പറഞ്ഞു.

'ആ കതകിനപ്പുറത്ത് നമ്മെ കാത്തിരിക്കുന്നത് എന്താണ്? അവർ നമ്മുടെ എല്ലാ ആശയും കെടുത്തുമോ, അതോ.....?' സെർഗേയ് ശ്വാസമടക്കി പറഞ്ഞു.

നരച്ച മുടിയും കണ്ണടയുമുള്ള ഡോക്ടർ മുറപോലുള്ള പരിശോധന പൂർത്തിയാക്കി.

'വലത്തെ തോളിന് ഒരു കയ്യുണ്ടാക്കാൻ സാധിക്കും. ഇടത്തേതിനെപ്പറ്റി പറഞ്ഞിട്ടു കാര്യമില്ല. അത് വളരെ മുകളിൽവച്ച് മുറിച്ചുകളഞ്ഞിരിക്കുകയാണ്. നിങ്ങൾക്ക് ഒരു പ്രാരംഭശസ്ത്രക്രിയ വേണ്ടിവരും. അസ്ഥി വേണ്ടവിധത്തിലല്ല ഇരിക്കുന്നത്. നാഡികളുടെ അറ്റങ്ങൾ പുറത്തു കാണുന്നുണ്ട്. ഈ സ്ഥിതിയിൽ കൃത്രിമകൈ ഉപയോഗിക്കാൻ സാദ്ധ്യമല്ല.'

'എങ്കിലും ശസ്ത്രക്രിയ ഒഴിവാക്കിക്കൂടേ?' താന്യ ചോദിച്ചു.

'താന്യ!' സെർഗേയ് ശാസനാരൂപത്തിൽ ഇടയ്ക്കുകയറി പറഞ്ഞു.

'അത്യാവശ്യമാണെങ്കിൽ ചെയ്തേ പറ്റൂ.' ഡോക്ടറോടായി അയാൾ പറഞ്ഞു, 'എനിക്ക് ഒരു കയ്യുണ്ടാക്കിത്തരാൻ കഴിയുമെങ്കിൽ ഞാൻ എന്തിനും തയ്യാറാണ്.'

അന്നു വൈകുന്നേരം സെർഗേയ് ആശുപത്രിയിൽ പ്രവേശിച്ചു. ല്യഗാൻസ്ക്കിലേക്കു മടങ്ങിപ്പോകാൻ താന്യ തീർത്തു വിസമ്മതിച്ചു. ആശുപത്രിക്കടുത്തുള്ള ഒരു മുറി വാടകയ്ക്കെടുത്തുകൊണ്ട് അവൾ തൽക്കാലത്തേക്ക് ഖാർക്കൊവിൽ താമസമാക്കി.

വിരസമായ ആശുപത്രിദിവസങ്ങളുടെ നീണ്ട ഘോഷയാത്ര വീണ്ടും തുടങ്ങി. ആസന്നമായ ശസ്ത്രക്രിയയെക്കുറിച്ചു സെർഗേയ്ക്കു ഭയം തോന്നിയില്ലെന്നു പറഞ്ഞുകൂടാ. ശസ്ത്രക്രിയാശാലയിലെ വലിയ വിളക്കും ദുസ്സഹമായ നിശ്ശബ്ദതയും മയക്കുമരുന്നിന്റെ മന്ദിപ്പിക്കുന്ന ഗന്ധവും മേശപ്പുറത്തുനിന്നും ചാടിയിറങ്ങി 'നിർത്തു! മനുഷ്യന്റെ സഹനശക്തിക്ക് ഒരതിരുണ്ട്! എന്നു പറയാൻ തോന്നിക്കുന്ന വേദനയും ഒരു ഉൾക്കിടിലത്തോടെ അയാൾ ഓർത്തു.

എങ്കിലും കൃത്രിമകൈ കിട്ടുമെന്ന ആശ അയാളുടെ ഭയപ്പോടിനു കടിഞ്ഞാണിടാൻ സഹായിച്ചു. മുമ്പത്തേതിൽനിന്നു വ്യത്യസ്തമായി ഈ ശസ്ത്രക്രിയയുടെ ആവശ്യകതയേയും ഉദ്ദേശത്തേയും കുറിച്ച് അയാൾ ബോധവാനായിരുന്നു. എന്തെങ്കിലും ചെയ്യാൻ ഒരവസരം ഇങ്ങിനെ മാത്രമേ കിട്ടൂ. സെർഗേയ് അക്ഷമയോടെ ദിവസങ്ങളെ ണ്ണിക്കൊണ്ടിരുന്നു. ഉടനടി, ആ നിമിഷത്തിൽത്തന്നെ, ശസ്ത്രക്രിയാശാലയിൽ പോയി മേശപ്പുറത്തു കിടന്ന് എല്ലാ വേദനയും ഭയവും സഹിക്കാൻ അയാൾഒരുക്കമായിരുന്നു. ആ കൈ ഒന്നു വേഗം കിട്ടിയാൽ മാത്രം മതി.

ആഴ്ചയിൽ രണ്ടു പ്രാവശ്യം മാത്രം നിശ്ചിതസമയങ്ങളിൽ രോഗികളെ സന്ദർശിക്കാനേ ആശുപത്രിച്ചട്ടങ്ങൾ അനുവദിച്ചിരുന്നുള്ളൂ. താന്യ അവയെല്ലാം ലംഘിച്ചു. എല്ലാ ദിവസവും ഭർത്താവിനെ കാണാൻ അവൾ അനുവാദം വാങ്ങി.

നടപ്പാതയിലൂടെയുള്ള ജനപ്രവാഹം നോക്കിക്കൊണ്ട്സെർഗേയ് മണിക്കൂറുകളോളം ജനാലയ്ക്കരികിൽ നിൽക്കും. അയാളുടെ ചിന്തകൾ എന്തു തന്നെയായിരുന്നാലും അയാളുടെ കണ്ണുകൾ യാന്ത്രികമായി ആ ആൾക്കൂട്ടത്തിനിടയിൽ തന്റെ ഭാര്യയുടെ രൂപം തിരയുന്നുണ്ടാവും. ഒരു നൂറു ശിരാവരണങ്ങൾക്കിടയിൽ അയാൾക്കു തിരിച്ചറിയാൻ കഴിയുന്ന ആ പച്ചത്തുവാല അവസാനം കാണാറാകുമ്പോൾ അയാളുടെ കണ്ണുകൾ തിളങ്ങും. ഹൃദയം ഊക്കോടെ മിടിക്കും. കൊച്ചു കൂർത്ത മൂക്കോടുകൂടിയ ആ സ്നേഹത്തിടമ്പൊഴികെ മറ്റെല്ലാം

അയാൾ മറക്കും.

വെളുത്ത ആശുപത്രിക്കുപ്പായമിട്ട് ലജ്ജാസമന്വിതമായ ഒരു പുഞ്ചിരിയുമായിട്ടാണ് താന്യ വാർഡിൽ പ്രവേശിക്കുക. ചുമരുകളിൽ തട്ടി തിളങ്ങുകയും മുറി മുഴുവൻ ചൂടും വെളിച്ചവും പരത്തുകയും ചെയ്യുന്ന സൂര്യപ്രകാശവുമായിട്ടാണ് അവൾ കയറിവരുന്നതെന്ന് സെർഗേയ്ക്ക് എപ്പോഴും തോന്നുമായിരുന്നു. ഒന്നിച്ചിരിക്കുന്നതിൽ ഇത്രയേറെ ആനന്ദംകൊള്ളുന്ന ഈ ദമ്പികളെ കണ്ടാൽ ജീവിതത്തിലെ ഏറ്റവും പ്രക്ഷുബ്ധമായ കൊടുങ്കാറ്റുകളിലൊന്നിനെ നേരിട്ടവരാണവരെന്നു സങ്കല്പിക്കാൻ പ്രയാസമായിരുന്നു. മുടിയിൽ നരവീണ ഈ ചെറുപ്പക്കാരനും കേവലമൊരു ബാലികയെപ്പോലെ തോന്നിക്കുന്ന സ്ത്രീയും എത്ര ഭയങ്കരമായ വേദനകളിലും കെടുതികളിലൂമൂടെയാണ് അവരുടെ സ്നേഹത്തെ നിലനിർത്തിയതെന്നു സങ്കല്പിക്കാൻ പ്രയാസമായിരുന്നു.

'സെർഗേയ്, നിങ്ങളൊരു ഭാഗ്യവാനാണ്!' അയാളുടെ പുതിയ സ്നേഹിതന്മാരിലൊരാൾ അസൂയയോടെ പറഞ്ഞു.

'തീർച്ചയായും. അഞ്ചുപേരുടെ ഭാഗ്യമല്ലേ എന്റെമേൽ ചൊരിഞ്ഞിരിക്കുന്നത്,' മറ്റേയാൾ അസൂയപ്പെടുന്നതിനുള്ള കാരണം മനസ്സിലാക്കാതെ സെർഗേയ് പരിഹാസസ്വരത്തിൽ പറഞ്ഞു.

'കയ്യുള്ളതുകൊണ്ട് എല്ലാമായില്ല. നിങ്ങളേയും താന്യയേയും തങ്ങളുടെ കണ്ണിലൂടെ കാണണം. ഇതുപോലെ പരസ്പരം സ്നേഹിക്കുകയെന്നത് എന്നും കാണാനൊക്കുന്ന കാര്യമല്ല,' സെർഗേയുടെ സ്നേഹിതൻ ചിന്താധീനനായി പറഞ്ഞു. 'കയ്യും കാലുമെല്ലാമുണ്ടെങ്കിലും ഒന്നിച്ചു കഴിയാൻ സാധിക്കാൻ ചിലരുണ്ട്. അവർ പരസ്പരം ജീവിതം ദുസ്സഹമാക്കിത്തീർക്കുന്നു. എന്നിട്ടും അവരതറിയുന്നുപോലുമില്ല.'

ശസ്ത്രക്രിയയുടെ ദിവസം അടുത്തടുത്തു വന്നു. അവസാനത്തെ വൈദ്യപരിശോധനകൾ കഴിഞ്ഞു. പക്ഷെ അതെന്നു നടക്കുമെന്നു താന്യയോടു പറയാൻ സെർഗേയ്ക്ക് ധൈര്യം വന്നില്ല. ഇതിനകം തന്നെ കലങ്ങിമറിഞ്ഞ അവളുടെ ജീവിതത്തെ കൂടുതൽ സംക്ഷുബ്ധമാക്കാൻ അയാൾ ആഗ്രഹിച്ചില്ല. അതേ സമയം താനത് മറച്ചുവച്ചാൽ അവൾ പരിഭവിക്കുമെന്നും അയാൾക്കു തോന്നി. ഏതായാലും അവൾ ശസ്ത്രക്രിയാശാലയുടെ കതകിനു വെളിയിൽ ചെവിയടച്ചു നിൽക്കുന്നതിലും ഭേദം തന്നോടു കോപിക്കുകയാണെന്ന് അയാൾ അവസാനം തീർച്ചപ്പെടുത്തി.

ശസ്ത്രക്രിയയ്ക്കു നിശ്ചയിച്ചിരുന്ന ദിവസം താന്യ പതിവിലും നേരത്തെ വന്നു. പുഞ്ചിരിച്ചുകൊണ്ട് വാർഡിലേക്ക് ഓടിവന്ന അവൾ കതകിനടുത്ത് സ്തംഭിച്ചുനിന്നു. മാറത്ത് വിലങ്ങനെയുള്ള കെട്ടുകളുമായി സെർഗേയ് വിളറി വിവശനായി മെത്തയിൽ കിടക്കുകയാണ്.

'എന്തു പറ്റി, സെര്യോഷ?' അവൾ മന്ത്രിച്ചു.

'ഒരു കുഴപ്പവുമില്ല. ശസ്ത്രക്രിയ ഇപ്പോൾ കഴിഞ്ഞതേയുള്ളൂ.' പരിക്ഷീണമായ പുഞ്ചിരിയോടെ അയാൾ പറഞ്ഞു.

ആശുപത്രിയിൽ ഉച്ചഭക്ഷണത്തിനുള്ള സമയമാണ്. താന്യ സെർഗേയ്ക്ക് അടുത്തിരുന്ന് ആഹാരം കൊടുത്തുകൊണ്ടിരുന്നു. കൂടുതൽ സമയം സംസാരിച്ചിരിക്കാനോ അല്ലെങ്കിൽ വെറുതെ പരസ്പരം നോക്കിക്കൊണ്ടിരിക്കാനോ വേണ്ടി ഭക്ഷണവേളകൾ നീട്ടിക്കൊണ്ടുപോവുക അവളുടെ പതിവാണ്.

ഒരു തടിച്ച സ്ത്രീ കയറിവന്നു. അവർ ഓരോ മെത്തയിലൂടെയും കണ്ണോടിച്ചു.

'പെത്രോവ് ഇവിടെയുണ്ടോ?'

'ഉണ്ട്. ഞാനാണ്....' എന്തുകൊണ്ടോ സെർഗേയ് പരിഭ്രമിച്ചു.

ദയവുചെയ്ത് താഴെ വന്ന് നിങ്ങളുടെ കൃത്രിമകൈ പരീക്ഷിച്ചു നോക്കൂ.

'എന്ത്?'

'നിങ്ങളുടെ കൃത്രിമകൈ.'

ഇതിനകം തയ്യാറായിക്കഴിഞ്ഞോ?' സെർഗേയ്ക്ക് തന്റെ കാതുകളെ വിശ്വസിക്കാൻ കഴിഞ്ഞില്ല.

'ഇതാദ്യമായിട്ടാണോ നിങ്ങൾക്ക് ഒരെണ്ണം കിട്ടുന്നത്?'

'അല്ലല്ല. ജീവിതം മുഴുവൻ എനിക്ക് അവ കിട്ടിക്കൊണ്ടിരിക്കുകയായിരുന്നു.' സെർഗേയ് മുറുമുറുത്തു.

അവസാനം താൻ താഴത്തെ നിലയിലേക്ക് ഇറങ്ങിച്ചെന്ന് ആ കൈ കാണും. ജീവനുള്ള കൈയല്ല, കൃത്രിമ കൈ. ഇനി മുതൽ അതായിരിക്കും തന്റെ കരുത്തുറ്റ, മാംസളമായ കൈയുടെ സ്ഥാനത്തു വരിക. താൻ അത് സ്വീകരിക്കുകയും അതുമായി പഴകുകയും അതിനെ തന്റെ ശരീരത്തിന്റെ ഒരു ഭാഗമാക്കിത്തീർക്കുകയും വേണം. സെർഗേയ് ഒരു ഞെട്ടലോടെ താന്യയെ ഭയാക്രാന്തനായി നോക്കി.

'താന്യ, നമ്മൾ എന്താണു വേണ്ടത്?' അയാൾ കിതച്ചുകൊണ്ട്

ചോദിച്ചു.

കൈ മേശപ്പുറത്ത് കിടന്നിരുന്നു. മുട്ടു മടങ്ങിയിരിക്കുന്നു. കൈപ്പത്തിയിൽ ഒരു കറുത്ത ഉറയിട്ടിട്ടുണ്ട്. എന്തിനേയോ നുള്ളു കയാണെന്ന അസ്വാഭാവികമായ ഒരു പ്രതീതിയുളവാക്കിക്കൊണ്ട് വേണ്ടതിലേറെ നീളമുള്ള പെരുവിരൽ ചൂണ്ടാണിവിരലിനോട് ഒരു പ്രത്യേകരീതിയിൽ ചേർന്നിരിക്കുന്നു. മുട്ടിൽനിന്നും മേലോട്ടു ഘടി പ്പിച്ചിട്ടുള്ള വാറുകൾ തോൾപ്പൊക്കത്തിൽവച്ച് ഒരു പന്തുപോലെ ചുടിപ്പിണഞ്ഞു കിടക്കുന്നു. നിക്കൽ പൂശിയ ഒരു നട്ട് മുട്ടിന്റെ മുകൾ വശത്ത് തിളങ്ങുന്നുണ്ട്.

അത് പിരിയിളകി വീണാലോ എന്ന ചിന്ത സെർഗേയുടെ മനസ്സിലൂടെ മിന്നിമറഞ്ഞു.

കറുത്ത മേലങ്കിയിട്ട ഒരാൾ കസേരയിൽ നിന്ന് എഴുന്നേറ്റ് കയ്യെടുത്തു. മുട്ട് ഒരു ശബ്ദത്തോടെ നിവർന്നു. കൈപ്പത്തി തുറന്നു മലർന്നു കിടപ്പുണ്ട്. തന്റെ വിരലുകൾക്ക് ഇത്ര നീളമുണ്ടായിരുന്നില്ലെ ന്ന് പെട്ടെന്നു തോന്നിയ ഒരു അപ്രീതിയോടെ സെർഗേയ് ഓർത്തു.

'ഇത് ഇട്ടുനോക്കൂ. എന്തെങ്കിലും കുഴപ്പമുണ്ടെങ്കിൽ ഉടൻ പറയണം. പിന്നീട് പരാതികളൊന്നുമുണ്ടാവരുത്. എനിക്ക് നിങ്ങളെപ്പോ ലുള്ളവരെ അറിയാം. സാധനം വേഗം കിട്ടണം. ഉടൻ സ്ഥലം വിടുകയും ചെയ്യും. എന്നിട്ട് ഇതു ശരിയല്ല, അതു ശരിയല്ല, ഇവിടെ കുത്തിക്കൊള്ളുന്നു, അവിടെ ഉരയുന്നു എന്നെല്ലാം പറഞ്ഞുതുടങ്ങും. പരാതികൾക്ക് ഒരവസാനവുമില്ല.'

'എനിക്ക് ഇതാദ്യത്തെ തവണയാണ്.'

'മുമ്പ് ഉപയോഗിച്ചില്ലേ?'

'ഇല്ല.'

'എന്നാൽ ഇവിടെ നോക്കൂ. ഈ ചരടാണ് തള്ളവിരൽ തുറക്കു ന്നത്.' അയാൾ ഒരു തുകൽച്ചരട് വലിച്ചു. തള്ളവിരൽ ചൂണ്ടാണിവി രലിനെ വിട്ട് ഒരു ശബ്ദത്തോടെ അതിന്റെ സ്ഥാനത്തു തിരിച്ചെത്തി. 'തോൾ മുന്നോട്ടു ചലിപ്പിച്ചുകൊണ്ടാണ് മുട്ടു മടക്കുകയും നിവർത്തുക യും ചെയ്യേണ്ടത്. അത്രയേ പറയാനുള്ളൂ.'

'ശരി,' സെർഗേയ് പറഞ്ഞു. താൻ കേട്ടത് ഒരക്ഷരംപോലും അയാൾക്കു മനസ്സിലായില്ല. അയാൾ നെറ്റി ചുളിച്ചു.

ശസ്ത്രക്രിയയ്ക്കുശേഷമുള്ള രാത്രികളിൽ വേദന സഹിച്ചുകൊണ്ടു കിടക്കുമ്പോൾ താൻ ഭാവനയിൽ കണ്ട വഴക്കമുള്ള സുന്ദരമായ

കൃത്രിമകൈ കേവലമൊരു സ്വപ്നമായിരുന്നുവെന്നുമാത്രം അയാൾക്കു മനസ്സിലായി. എന്തായാലും കൃത്രിമകൈ എന്നു വിളിക്കപ്പെടുന്ന ഈ പ്രാകൃതോപകരണം കുറച്ചെങ്കിലും സഹായിക്കുമായിരിക്കുമെന്ന് അയാൾ ആശ്വസിച്ചു.

കൈ ഘടിപ്പിച്ചപ്പോൾ ലോഹത്തിന്റേയും കട്ടിയുള്ള ഓക്സൈഡിന്റേയും പരിചിതമല്ലാത്ത ഒരു നിർജ്ജീവമായ തണുപ്പ് സെർഗേയ്സ്ക് അനുഭവപ്പെട്ടു. ആ തണുപ്പ് തലച്ചോറിന്റേയും ഹൃദയത്തിന്റേയും വിദൂര കോശങ്ങളിൽപ്പോലും ആണ്ടിറങ്ങി. അതോടെ അയാൾക്ക് അറപ്പും വെറുപ്പും തോന്നി. ആ ഉപകരണം ദൂരെയെറിഞ്ഞ് എങ്ങോട്ടെങ്കിലും ഓടിപ്പോകാനുള്ള ഒരാഗ്രഹമാണ് സെർഗേയ്സ്ക് ആദ്യമുണ്ടായത്. പക്ഷെ എന്തു ചെയ്യാനാണ്? ഇതേക്കാൾ മെച്ചമായിട്ടൊന്നും കിട്ടാനില്ല. ഒരുപക്ഷെ താൻ ഇതുമായി പഴകുമായിരിക്കും.

'ഒരു വിമ്മിഷ്ടം തോന്നുന്നുണ്ട്, ഇല്ലേ?' കറുത്ത മേലങ്കിയിട്ടയാൾ സപതാപപൂർവ്വം ചോദിച്ചു. 'ആദ്യത്തെ തവണ എപ്പോഴും അങ്ങിനെയാണ്. ഒരു കൃത്രിമകൈയുമായി കഴിയാൻ നിങ്ങൾ പഠിക്കേണ്ടിയിരിക്കുന്നു.'

'അതിന് ഒരുപാടു സമയമെടുക്കുമോ?'

'അത് അവരവരെ ആശ്രയിച്ചിരിക്കും. ചിലർ വേഗം പഠിക്കുന്നു. ചിലർ വളരെയേറെ സമയമെടുക്കുന്നു. അതുമായി ഒരിക്കലും പഴകാൻ കഴിയാത്ത ആളുകളുമുണ്ട്. അവർ ദണ്ഡന മുഴുവൻ സഹിച്ച് വീണ്ടും വീണ്ടും ശ്രമിക്കും. അവസാനം സഹികെട്ട് അത് അടുപ്പിലിടും.'

'എന്നിട്ടോ?'

'എന്നിട്ട് അവർ ഞങ്ങളെ കുറ്റപ്പെടുത്തും. പക്ഷെ, ഒന്നാലോചിച്ചുനോക്കൂ, അത് ഞങ്ങളുടെ കുറ്റമാണോ? പ്രകൃതി ഓരോന്നുണ്ടാക്കുന്നത് അങ്ങിനെയാണ്.'

'ഞാൻ ഇത് വലിച്ചെറിയുകയില്ല. ഇത് ഉപയോഗിക്കാൻ പഠിച്ചില്ലെങ്കിൽ പിന്നെ ഉണ്ടാക്കിച്ചിട്ടെന്തു കാര്യം? എനിക്കു പണിയെടുക്കണം.'

'നിങ്ങൾ പറഞ്ഞതാണു കാര്യം. പണിയെടുക്കണം. യാതൊന്നും ചെയ്യാതിരുന്നാൽ ഭ്രാന്തു പിടിച്ചുപോകും. മൂന്നു മാസം മുമ്പ് ഒരാൾ ഇവിടെ കിടന്നിരുന്നു. കൈകൾ നഷ്ടപ്പെട്ട ഒരാൾ. ഒരു ഉരുപ്പടിതന്നെയായിരുന്നു അയാൾ. ദൈവമേ! എന്തെല്ലാമായിരുന്നു അയാളുടെ കാട്ടായങ്ങൾ! കുടിച്ചു ബഹളമുണ്ടാക്കാത്ത ദിവസമില്ല. അവസാനം ആശുപത്രിയിൽനിന്നു തൂക്കിയെടുത്ത് വെളിയിലാക്കേണ്ടിവന്നു.

കൈകൾ വാങ്ങിക്കൊണ്ടു പോകാൻ ഫാക്ടറിയിൽ വന്നപോലുമില്ല. അയാൾക്ക് അവയുടെ ആവശ്യമില്ലായിരുന്നുവെന്നാണ് എനിക്കു തോന്നുന്നത്. ഒരു കാര്യവുമില്ലാതെ സകലരേയും പാട്ടുപെടുത്തി.'

'നിക്കു കൈപ്പത്തി മാത്രമേ നഷ്ടപ്പെട്ടിരുന്നുള്ളുവെങ്കിൽ സാരമില്ലായിരുന്നു. എടുക്കാവുന്ന ഏതാണ്ടെല്ലാം തന്നെ അവർ എടുത്തുമാറ്റി,' സെർഗേയ് നെടുവീർപ്പോടെ പറഞ്ഞു.

'നിരാശപ്പെടരുത്,' മറ്റേയാൾ പ്രോത്സാഹനസ്വരത്തിൽ പറഞ്ഞു. 'കൈ നഷ്ടപ്പെടുന്നതോടൊപ്പം സ്വയം നഷ്ടപ്പെടരുതെന്നതാണു പ്രധാനം. അതുമാത്രം മതി.'

വീട്ടിലേക്കു മടങ്ങുന്ന വഴി വണ്ടിക്കകത്തിരിക്കുമ്പോൾ പുതിയ കൈ ഉപയോഗിക്കേണ്ടതെങ്ങിനെയാണെന്ന് സെർഗേയ് മനസാ സ്വയം പരിശീലിച്ചുതുടങ്ങി.

അടുത്തിരുന്ന താന്യ ആഹ്ലാദഭരിതമായ കണ്ണുകളോടെ അയാളെ നോക്കി. അവൾക്ക് ആഹ്ലാദം മറച്ചുവയ്ക്കാൻ കഴിഞ്ഞില്ല. ശസ്ത്രക്രിയ കഴിഞ്ഞു, തങ്ങൾ വീട്ടിൽ പോവുകയാണ്, പുതിയ കൈ കിട്ടിക്കഴിഞ്ഞു, ഇനി എല്ലാം നേരെയാവും- അവളുടെ പ്രസന്നമായ മുഖം പറഞ്ഞു.

വണ്ടി വൈകുന്നേരം ല്യുഗാൻസ്ക്കിലെത്തി. കനത്ത ശരൽക്കാല മേഘങ്ങൾ ആകാശത്തു നിറഞ്ഞുനിന്നിരുന്നു. ചെറിയൊരു ചാറ്റൽമഴ പെയ്യുന്നുണ്ട്. മുമ്പ് സ്റ്റേഷനിലേക്കു പോയപ്പോൾ ചെയ്തപോലെ വീട്ടിലേക്കു നടന്നുപോകാനാണ് താന്യ ആഗ്രഹിച്ചത്. പക്ഷെ സെർഗേയ്ക്കു വീടെത്താൻ ധൃതിയായെന്നു തോന്നിയതുകൊണ്ട് അവൾ ഒരു ടാക്സി പിടിച്ചു.

സെർഗേയ്ക്ക് വാസ്തവത്തിൽ വീടെത്താൻ ധൃതിയായിരുന്നു.

പൊയ്പോയ കൈകളിലെ മിഥ്യാവേദന ദുസ്സഹമായിത്തീർന്നു. കൃത്രിമകൈയുമായി പഴകുകയെന്നത് എളുപ്പമല്ലെന്ന ഡോക്ടറുടെ വാക്കുകളെ അതു സ്ഥിരീകരിച്ചു. അത് ദൂരെ എറിഞ്ഞുകളയാനുള്ള വെമ്പൽ നിമിഷംതോറും കൂടിവന്നു. അതു മാറ്റിക്കിട്ടിയാൽ വിരലുകളിലും കൈമുട്ടുകളിലും മാംസപേശികളിലും തോന്നുന്ന വേദന ശമിക്കുമെന്നും ഇല്ലാത്ത സന്ധികളിൽ അനുഭവപ്പെടുന്ന മുറുക്കം അവസാനിക്കുമെന്നും തന്റെ മുഴുവൻ ദേഹത്തേയും താഴോട്ടമർത്തുന്ന ഭാരം ഇല്ലാതാവുമെന്നും അയാൾക്കു തോന്നി.

എത്ര ക്രൂരമാണ് ഈ കൃത്രിമകൈ. സെർഗേയ് വിചാരിച്ചു.

രാത്രി അയാൾ വളരെ നേരം ഉണർന്നു കിടന്നു. തിരിഞ്ഞും

മറിഞ്ഞും കിടന്നെങ്കിലും കിടപ്പ് സുഖമായില്ല. അയാൾ വേദന കുറയാൻ കാത്തിരുന്നു. പക്ഷെ അതു തുടർന്നു. അയാൾ മനസാ തന്റെ മുഷ്ടികൾ ചുരുട്ടുകയും നിവർത്തുകയും ചെയ്തു. തോളിലെ മാംസപേശികൾ പിടയുന്നതും തൊലി   ക്ക് അനുഭവപ്പെട്ടു.

ഖാർക്കൊവിലെ ശസ്ത്രക്രിയയ്ക്കുശേഷം അയാളുടെ വലതുകൈയിലെ സാങ്കല്പിക നടുവിരലിന്റെ പ്രതികരണം നിശ്ശേഷം അവസാനിച്ചു. അതു ചൂണ്ടുവിരലുമായി ഒട്ടിച്ചേർന്നതുപോലെ തോന്നി. അതിനെ വേർപെടുത്താനുള്ള എല്ലാ ശ്രമങ്ങളും പരാജയപ്പെട്ടു. മോതിരവിരലിലെ നഖത്തിന്റെ ഗ്രഹണശക്തി നഷ്ടപ്പെട്ടു. ആദ്യം ആ നഖത്തിന് ഭയങ്കര വേദനയായിരുന്നു. അത് മെല്ലെ പിഴുതെടുക്കുകയാണെന്നു തോന്നി. പിന്നീട് വേദന ശമിച്ചു. അതോടെ എല്ലാ വികാരവും. മുറിച്ചുമാറ്റപ്പെട്ട കൈകളുടെ ഗ്രഹണശക്തി പാടേ നശിക്കാനിടയുണ്ടെന്ന് ഡോക്ടറന്മാർ സെർഗേയോടു പറഞ്ഞിട്ടുള്ളതാണ്.തനിക്കതു സംഭവിക്കുമോ എന്നായിരുന്നു അയാളുടെ ഭയം. അര വർഷമായി കൈകളില്ലെങ്കിലും അയാൾക്ക് ഇപ്പോഴും അവ അനുഭവപ്പെടുന്നുണ്ടായിരുന്നു. അയാളുടെ സംവേദകനാഡികളിലും പ്രേരകനാഡികളിലും അവ ഇപ്പോഴും ജീവിക്കുന്നുണ്ട്. അയാൾ രാത്രി അവയെക്കുറിച്ചു സ്വപ്നം കാണുന്നുണ്ട്. കുട്ടിക്കാലം മുതൽക്ക് അവയിലേറ്റ ഓരോ മുറിവും പോറലും അയാൾക്കനുഭവപ്പെടുന്നുണ്ട്. പ്രത്യേകിച്ചും ഇടതുകൈയിലെ ചൂണ്ടുവിരലിൽ മുട്ടിനു തൊട്ടു താഴെ ഏറ്റ മുറിവ്.

എട്ടു വയസ്സുള്ളപ്പോഴാണ് കത്തികൊണ്ടു കളിക്കുന്നതിനിടയിൽ അയാളുടെ വിരൽ മുറിഞ്ഞത്. വല്ലാതെ ഭയന്ന് നിലവിളിച്ചുകൊണ്ട് അയാൾ അമ്മയുടെ അടുത്തേക്കോടി.

'എന്റെ വിരൽ മുറിഞ്ഞു. ഇനി എന്താണു ചെയ്യുക?'

മുറിവുണങ്ങി. പക്ഷെ ആ പാട് മാഞ്ഞുപോയില്ല.

ഇപ്പോൾ, ഖനിയിലെ സംഭവം കഴിഞ്ഞ് അരവർഷത്തിനുശേഷം രണ്ടാമതും കൈ നഷ്ടപ്പെടുകയെന്നത് ഭയങ്കരമാണ്. തനിക്ക് തന്റെ കൈകൾ അനുഭവപ്പെടുന്നുണ്ടെന്ന കാര്യം താന്യയോടു പറയാൻ അയാൾ ഒരിക്കൽ ശ്രമിച്ചതാണ്. പക്ഷെ അവൾ പൊട്ടിക്കരഞ്ഞുകൊണ്ട് അയാളുടെ മാറിൽ മുഖമമർത്തുകയാണു ചെയ്തത്. വേണ്ട, സെര്യോഷ, 'വേണ്ട. എനിക്കു പേടിയാവുന്നു.'

ഇപ്പോൾ അവളുടെ സമീപം കിടക്കുമ്പോൾ, തന്റെ ഭയാശങ്കകളെപ്പറ്റി അവളോടു പറയാൻ സെര്യോഷ മടിച്ചു.

'സെര്യോഷ, നിങ്ങൾ എന്താണ് ഉറങ്ങാത്തത്?' താന്യ മന്ത്രിച്ചു.

'നീ എന്താണുറങ്ങാത്തത്?'

'ഓ, ഞാൻ............' താന്യ മുഴുമിച്ചില്ല.

മഴത്തുള്ളികൾ മർമ്മരശബ്ദത്തോടെ ജനാലയിൽ അടിച്ചുകൊണ്ടിരുന്നു. ദൂരെയെവിടെയോ ഒരു എഞ്ചിൻ കിതച്ചുകൊണ്ടു നീങ്ങുന്നതു കേൾക്കാം. സഹായത്തിനുവേണ്ടിയുള്ള ഒരു വിഫലശ്രമം നടത്തുന്ന മട്ടിൽ അത് ദയനീയമായി നീട്ടിക്കൂവി.

'ഒരു കരടിയെപ്പോലും നൃത്തം പഠിപ്പിക്കാമെന്നാണു പറയുന്നത്, സെർഗേയ് പെട്ടെന്നു പറഞ്ഞു. ശരി, നമുക്കൊന്നു നോക്കിക്കളയാം.!'

പെത്രോവ് കുടുംബത്തിന്റെ ഡയറി

സെർഗേയ് വലപ്പോഴും പറഞ്ഞുകൊടുത്തതനുസരിച്ച് താന്യ ഒട്ടു മുക്കാലും മഷിയിലെഴുതിയെടുത്ത, തീയതി വയ്ക്കാത്ത കുറിപ്പുകളാണ് ആദ്യമുള്ളത്.

യുദ്ധത്തെക്കുറിച്ച് ഞാൻ പല പുസ്തകങ്ങളും വായിച്ചിട്ടുണ്ട്. അവയിൽ ചിലത് നല്ലതാണ്. പക്ഷെ കൊൻസ്തന്തീൻ സീമൊനൊവെഴുതിയ 'ആരും പട്ടാളക്കാരായി ജനിക്കുന്നില്ല,' 'ജീവിച്ചിരിക്കുന്നവരും മരിച്ചുപോയവരും,' എന്ന കൃതികളിലാണ് ഞാൻ ആദ്യമായി സ്വന്തം കണ്ണുകൾകൊണ്ട് യുദ്ധം കാണുന്നത്. യുദ്ധത്തടവുകാരുടെ ശോകാർത്തനിരകളും 'റഷ്യ മുഴുവൻ തടവിൽ പിടിക്കപ്പെട്ടുവെന്നു തോന്നി', എന്ന വാക്കുകളും ഞാൻ എന്നും ഓർക്കും.

* * *

'ബൊംബാർഡിന്റെ കഥ.' അലെൻ ബൊംബാർഡ് ഒരു ചുണയനാണ്. 'താന്യാ, നമ്മളും അതൊന്നു പരീക്ഷിച്ചുനോക്കിയാലെന്താ?'

'എനിക്കു രാത്രി പേടിയാവും. എനിക്കു സ്രാവുകളെ ഭയമാണ്.'

'ഒന്നാലോചിച്ചുനോക്കൂ. ഒരു കപ്പൽ തകരുന്നു. ആളുകൾ നടുക്കടലിൽ. എന്നിട്ടും സംഭ്രമത്തിനു പകരം ആശയാണു കാണുന്നത്! അയാൾ അറുപത്തഞ്ചു ദിവസം സമുദ്രത്തിലായിരുന്നു. നമ്മൾ അയാളേക്കാൾ കഷ്ടത്തിലാണോ? അതെ, ആശ- അതൊരു മഹൽ കാര്യമാണ്!'

* * *

കുപ്രീൻ ഒരൊന്നാന്തരം എഴുത്തുകാരനാണ്. ഞാൻ എല്ലാം രണ്ടാമതൊരിക്കൽക്കൂടി വായിച്ചു. പക്ഷെ അദ്ദേഹത്തിന്റെ കഥാപാത്രങ്ങൾ ഇത്രയേറെ നിഷ്ക്രിയരായിരിക്കുന്നത് എന്തുകൊണ്ടാണ്? കെണിയിൽ ചാടിയ എലിയെപ്പോലെ അവർ എന്തു ചെയ്യണമെന്നറിയാതെ അങ്ങോട്ടുമിങ്ങോട്ടും ഓടുകയാണ്.

* * *

എത്ര നല്ല കവിതകളുണ്ട്!

ഹേ പരിഷ്ക്കാരിയുവതീ!

എത്ര നിർദ്ദയയാണു നിങ്ങൾ!

നിങ്ങളുടെ വിടരുന്ന പുഞ്ചിരിയുടെ മുകളിൽ

വെള്ളിനരകൾ കാണുന്നു!

പണം മുടക്കി ഒരു മുടിച്ചുരുൾ

ചായം പുരട്ടി നരപ്പിക്കുന്നത് ലജ്ജാവഹമാണ്.

അടുത്തത്,

നിങ്ങളുടെ ഈ പുതിയ വിശ്വാസം

എന്തൊരു ഭോഷത്തമാണ്!

ഈ പുറംപകിട്ടിന് ആരാണുത്തരവാദി?

ദുഃഖാചരണത്തിനു മാതൃക കാട്ടാൻ

സാദ്ധ്യമല്ലാത്തപോലെതന്നെ

നരച്ച മുടിച്ചുരുളുകൾകൊണ്ട്

മോടി കാട്ടാൻ സാദ്ധ്യമല്ല.

ഞങ്ങളുടെ നാട്ടുകാരിയായ എം. റുമ്യാൻത്സെവ എഴുതിയത്.

* * *

ഞങ്ങളുടെ ഡ്രില്ലർമാർ ഒരു ദേശീയറിക്കാർഡ് സൃഷ്ടിച്ചിരിക്കുന്നു. ടീംനേതാവ് എന്റെ ഒരു സുഹൃത്താണ്. ഞങ്ങൾ ഒന്നിച്ചാണ് സാങ്കേതികസ്കൂളിൽനിന്നു പാസ്സായത്. വിക്തർ! വിക്തർ! ഒരൊറ്റ ദിവസം നിങ്ങളോടൊപ്പം ചെലവഴിക്കാൻ ഒത്തെങ്കിൽ!........ തളർന്നു വീഴുന്നതുവരെ പണിയെടുക്കുകയും ഖനിയിലെ വായു ശ്വസിക്കുകയും ചെയ്താൽ എനിക്കു വളരെയേറെ ആശ്വാസം തോന്നുമെന്ന് ഞാൻ ശപഥം ചെയ്യാം.... സ്നേഹിതാ, ഞാൻ കാണുന്നത് ഖനിയെപ്പറ്റിയുള്ള സ്വപ്നങ്ങളാണ്. അവ എന്നെ ഭ്രാന്തു പിടിപ്പിക്കുന്നു.

* * *

ഏതൊരാൾക്കും ജീവിതം പ്രിയപ്പെട്ടതാണ്. കൂടുതൽ മെച്ചപ്പെട്ട ഒന്നു കൈവരുമെന്ന നിരന്തരമായ പ്രതീക്ഷയാണു ജീവിതം. ചിലർ കൂടുതൽ നല്ല ഭൗതികസാഹചര്യങ്ങളും മറ്റു ചിലർ ആത്മീയസംതൃപ്തിയും ഇനിയും വേറെ ചിലർ- അവരാണ് ഭൂരിപക്ഷം-ഇതു രണ്ടും പ്രതീക്ഷിക്കുന്നു. ഭൗതികമോ ആത്മീയമോ-ഇതിൽ ഏതിനു മുൻഗണന നൽകുന്നുവെന്നതാണ് അവരെ വേർതിരിക്കുന്ന പ്രശ്നം. അതിൽനിന്നും എത്താവുന്ന നിഗമനമിതാണ്: ചിലർ ജീവിക്കാൻ ഇഷ്ടപ്പെടുന്നു. ശ്വസിക്കുന്നതുകൊണ്ടു ഞാൻ ജീവിക്കുന്നു എന്നു ചിലർ പറയും. ലോകത്തിന് എന്നെക്കൊണ്ടു പ്രയോജനമുള്ളതുകൊണ്ടു ഞാൻ ജീവിക്കുന്നു എന്നു വേറെ ചിലർ പറയും. രണ്ടു കൂട്ടരും മരിക്കാൻ ആഗ്രഹിക്കുന്നില്ല. ആദ്യത്തെ കൂട്ടർ ജീവിക്കാൻ ആഗ്രഹിക്കുന്നു. മറ്റവരാകട്ടെ തങ്ങൾ ലോകത്തിനു പ്രയോജനമപ്പെടുമെന്ന വസ്തുതയിൽ അഭിമാനപൂർവ്വം ആഹ്ലാദിക്കാൻ ആഗ്രഹിക്കുന്നു. മൂന്നാമതൊരു കൂട്ടരില്ല.

* * *

നവംബർ 1. ശരൽക്കാലത്തെ അവസാനമാസമാണ്. എന്നിട്ടും പുറത്ത് ചൂടുണ്ട്. താമസിയാതെ വിശേഷദിവസങ്ങൾ ആഗതമാകും- നവംബർ ദിനവും നവവത്സരവും. താന്യ, ഞാൻ നിനക്ക് എന്തു സമ്മാനമാണു തരേണ്ടത്?

'പുൽപ്രദേശത്തിന്റെ വിശാലമായ കരതലത്തിൽ സ്ഥിതിചെയ്യുന്ന ഒരു പട്ടണം എനിക്കു തരൂ.

'എനിക്കു കഴിയുമെങ്കിൽ ആകാശത്ത് ഏറ്റവും ഉജ്ജ്വലമായി ശോഭിക്കുന്ന നക്ഷത്രത്തെ ഞാൻ നിനക്കു തരുമായിരുന്നു. കാരണം നീയാണ് എനിക്കു ജീവൻ തന്നത്. നിന്റേയും എന്റേയും.'

'ജീവനല്ല. സ്നേഹം.'

'രണ്ടും ഒന്നുതന്നെ.'

* * *

നവവത്സരത്തിനു മുമ്പ് ഞങ്ങൾക്ക് ഒരു മുറി തരാമെന്ന് നഗരസഭ വാഗ്ദാനം ചെയ്തിട്ടുണ്ട്. പക്ഷെ ഈ നശിച്ച സ്ഥലം അതുവരെ ചൂടു പിടിപ്പിക്കുന്നതെങ്ങിനെയാണ്? ഇപ്പോൾത്തന്നെ രാത്രി കുളിരുന്നുണ്ട്. കോണിലുള്ള ചീവീട് എന്റെ കുട്ടിക്കാലത്ത് അനുസ്മരിപ്പിക്കുന്നു. അച്ഛന്റെ ഗ്രാമീണവസതിയിൽ ഇതുപോലൊരു പാട്ടുകാരനുണ്ടായിരുന്നു. രാത്രി മുഴുവൻ ചിലച്ചുകൊണ്ടിരിക്കും. ഒരു കോടി സംവത്സരങ്ങൾക്കുമുമ്പായിരുന്നു അത്. ഒരു തിരമാല ഞങ്ങളെ വേദനയും

നൈരാശ്യവും നിറഞ്ഞ മറ്റൊരു ഗ്രഹത്തിലേക്ക് എടുത്തെറിഞ്ഞിരിക്കുകയാണെന്നു ചിലപ്പോൾ എനിക്കു തോന്നാറുണ്ട്.

'സെര്യോഷ, നമ്മുടെ സ്ഥിതിയെ ഉള്ളതിലും വഷളായി കാണരുത്. '

'എനിക്കതിനു കഴിയുമായിരുന്നെങ്കിൽ ഞാൻ സന്തോഷിക്കുമായിരുന്നു. പക്ഷെ പകൽവെളിച്ചത്തിൽനിന്നും മനുഷ്യരുടെ ചിരികളിൽനിന്നും ഞാൻ എവിടെപ്പോയി ഒളിക്കാനാണ്?... ഞാനും മനുഷ്യനാണ്...'

* * *

'കൊംസൊമോൾസ്ക്കയ പ്രാവ്ദ'യിൽ ഒരു ചെറുപ്പക്കാരന്റെ കത്ത് പ്രസിദ്ധീകരിച്ചിരുന്നു. അയാൾ പണിയെടുക്കാൻ ആഗ്രഹിക്കുന്നില്ല. മനസ്സിരുത്തി പണിയെടുക്കുന്നവരോടെല്ലാം വെറുപ്പാണ്. നല്ല വസ്ത്രങ്ങളും നൃത്തങ്ങളും റെസ്റ്റോറന്റുകളിൽ പോക്കുമാണ് അയാൾക്കാകെ വേണ്ടത്. പതിവുപോലെ ആ കത്തിനോടൊപ്പം മറുപടികളും പ്രസിദ്ധീകരിച്ചിട്ടുണ്ട്. അയാളെ പുനരഭ്യസിപ്പിക്കണം! നാം കെട്ടത്തണം! പണിയെടുക്കുന്നതും ജീവിക്കുന്നതും അവിഭാജ്യമായ ഒരൊറ്റ സങ്കല്പമാണെന്ന്, തലച്ചോറിനേയും ഹൃദയത്തേയും പോലെ തുല്യാവശ്യമാണെന്ന്, തെളിയിക്കേണ്ടതുണ്ടോ? കുരങ്ങന്മാർക്കുപോലും ഇതറിയാമായിരുന്നല്ലൊ!

സ്വന്തം നാട്ടിൽ നിന്നും വളരെയകലെ ദീർഘകാലം താമസിക്കുന്ന ആർക്കും ഒരു വിരഹപീഢ പിടിപെടുമെന്നു കേട്ടിട്ടുണ്ട്. ആ പീഢ എന്താണെന്ന് എനിക്കറിഞ്ഞുകൂടാ. ഒരുപക്ഷെ പണിയെടുക്കാനുള്ള ഈ വെമ്പൽപോലെ ഒന്നായിരിക്കും അത്. അതെത്ര ക്രൂരമായ ദണ്ഡനയാണെന്ന് ആ ചെറുപ്പക്കാരൻ അറിഞ്ഞിരുന്നെങ്കിൽ!

* * *

ഇന്നലെ ഒരാൾ ബസ്സിൽ കയറാൻ ഓടുന്നത് ഞാൻ കണ്ടു. അയാളുടെ മുഖം നനഞ്ഞിരുന്നു. അയാൾ അണയ്ക്കുന്നുണ്ടായിരുന്നു. പണിക്കു ചെല്ലാൻ വൈകും. അടുത്തെത്തിയപ്പോൾ ബസ്സിന്റെ കതകടഞ്ഞു. പാവം എന്തെല്ലാം വിളിച്ചുപറഞ്ഞു! അടുത്തു നിന്നിരുന്ന ഞാൻ അതുകണ്ട് അസൂയപ്പെട്ടു. കരയാൻപോലും തോന്നി. ഞാൻ ഒരിടത്തും വൈകിച്ചെല്ലുന്നില്ല. ആരും എന്നെ കാത്തിരിക്കുന്നില്ല. ഒരിക്കലും.

* * *

ഞാൻ നിശ്ചയിച്ചു! ഞാൻ ഇംഗ്ലീഷു പഠിച്ചുതുടങ്ങും. അതുകൊണ്ട് പ്രയോജനമുണ്ടായേക്കാം.

* * *

'................ ദുഃഖത്തേയും ആത്മീയദണ്ഡനയേയും ദുരിതത്തേയും അഗാധമായി മനസ്സിലാക്കുന്നതിൽ വമ്പിച്ചൊരു ധാർമ്മികശക്തി ഒളിഞ്ഞുകിടപ്പുണ്ട്. വിധിയുടെ കനത്ത പ്രഹരങ്ങൾ ധീരമായി സഹിക്കാൻ അതു മനുഷ്യരെ സഹായിക്കുന്നു.' ബൊറീസ് റൂനിൻ.

* * *

സെര്യോഷ, രാത്രി വായിക്കുന്നത് നിങ്ങൾക്കു നല്ലതല്ല. പകലിനു വേണ്ടത്ര ദൈർഘ്യമില്ലേ?

* * *

മനുഷ്യജീവിതം പരിതാപകരമാംവണ്ണം ഹ്രസ്വമാണ്. ഒരു മനുഷ്യന് താല്പര്യമുള്ളതെല്ലാം ഗ്രഹിക്കാനുള്ള സമയം അവനു ലഭിക്കുന്നില്ല. ചെറുപ്പകാലത്ത് നമ്മൾ കുറ്റകരമായ വിധത്തിൽ സമയം പാഴാക്കിക്കളയുന്നു. നമ്മൾ എന്തുണ്ടു വായിച്ചിട്ടുള്ളത്? എന്താണു നമ്മുടെ താല്പര്യം ഉണർത്തിയിട്ടുള്ളത്? നമ്മൾ വായിച്ചിട്ടുള്ളത് വേണ്ടത്ര നിഷ്ക്കർഷയോടെയാണോ? മുമ്പു വായിച്ചത് ഞാനിപ്പോൾ വായിക്കുകയാണ്. ഓരോ വരിയിലും ഞാൻ പുതിയൊരു അർത്ഥം കണ്ടെത്തുന്നു.

* * *

ക്ലേശവും ക്ഷീണവും എന്റെ കണ്ണുകളിലുണ്ടെന്നതൊഴിച്ചാൽ എനിക്കു യാതൊരു മാറ്റവുമില്ലെന്നാണ് എല്ലാവരും പറയുന്നത്. ഇതു നേരാണോ, സെര്യോഷ? നിങ്ങളത് ഒരിക്കലും പറഞ്ഞിട്ടില്ലല്ലോ.

* * *

'നിന്റെ തളർന്ന കണ്ണുകൾ കൂടുതൽ സുന്ദരമാണ്''

എന്ന് പാട്ട് ഓർക്കുന്നില്ലേ?

* * *

ഇന്നലെയെപ്പറ്റി നമുക്കു മറന്നുകളയാം. അതേക്കുറിച്ച് ഇനി ചിന്തിക്കുകയേ വേണ്ട. കുറ്റപ്പെടുത്തുകയും വേണ്ട, ന്യായീകരിക്കുകയും വേണ്ട. ഒന്നും സംഭവിച്ചില്ല. വോഡ്ക്ക കുടിച്ചു. മേലിൽ അതുണ്ടാവില്ല. ടാക്സി ഡ്രൈവറോട് ഞങ്ങളുടെ കൃതജ്ഞത.

* * *

ഖാർക്കൊാവിലെ കൃത്രിമാവയവനിർമ്മാണഫാക്ടറിയിൽ നിന്നും ഒരു കത്തു വന്നു.

അവരതു ചെയ്യുമോ? അതോ ഇല്ലയോ?

* * *

ഖാർക്കോവ് . ഞാൻ ഞങ്ങളുടെ ഡയറി കൂടെ കൊണ്ടുവന്നു. ഞാനിത് ഒറ്റയ്ക്ക് തുടരുന്നതിൽ പരിഭവിക്കരുത്. നിങ്ങളെക്കൂടാതെ ഞാൻ മടങ്ങിവരികയില്ലെന്ന് ലുഗാൻസ്ക്കിൽവച്ചുതന്നെ എനിക്കറിയാമായിരുന്നു. എനിക്കതു വയ്യ. എന്നെ നിർബ്ബന്ധിച്ചിട്ടു പ്രയോജനമില്ല.

* * *

സെര്യോഷ, നിങ്ങളോടുള്ള എന്റെ സ്നേഹത്തിൽ ഞാൻ പുതിയൊരു വശം കണ്ടുപിടിച്ചിരിക്കുന്നു. എനിക്കതു മനസ്സിലാകുന്നില്ല. തന്റെ കുഞ്ഞിനോടുള്ള സ്നേഹം മൂലം ദുരിതമനുഭവിക്കുമ്പോൾ ഒരമ്മയ്ക്കു തോന്നുന്ന വികാരവുമായി ഒരുപക്ഷെ അതിനു സാമ്യമുണ്ടായിരിക്കും. എനിക്കറിഞ്ഞു കൂടാ. ഒരുപക്ഷെ അതു മറ്റെന്തെങ്കിലുമായിരിക്കും. ഏതായാലും എനിക്കു നിങ്ങളോട് അധികമധികം സ്നേഹം തോന്നുന്നുണ്ടെന്നുമാത്രം എനിക്കറിയാം.

* * *

വ്യാഴാഴ്ച. മറ്റു ശസ്ത്രക്രിയകളുടെ വേദനയും ഭീതിയും നമ്മൾ പങ്കിടുകയല്ലേ ചെയ്തത്. എന്തുകൊണ്ട് ഈ അവസാനത്തേത് ഞാനുമായി പങ്കിടാൻ നിങ്ങൾ ആഗ്രഹിച്ചില്ല? നിങ്ങളെ സ്നേഹിക്കുന്ന ഒരാൾ നിങ്ങളുടെ അടുത്ത് കതകിനപ്പുറത്തു നിൽക്കുന്നുണ്ടെന്നറിയുന്നത് നിങ്ങൾക്ക് ആശ്വാസകരമല്ലെ?

കെട്ടുകളുമായുള്ള നിങ്ങളുടെ കിടപ്പു കണ്ടപ്പോൾ ഞാൻ ഭയന്നു. മുമ്പിൽ അന്തമില്ലാത്ത ശസ്ത്രക്രിയകളുമായി നമ്മൾ അങ്ങ് ദൊനേത്സ്ക്കിലാണെന്ന് ഒരു നിമിഷത്തേക്ക് ഞാൻ വിചാരിച്ചുപോയി.

* * *

സെര്യോഷ, നിങ്ങൾ ഉറക്കമായോ? മണി പതിനൊന്നായി. നിങ്ങളുടെ ഉറക്കസമയം പത്തു മണിയാണ്. നിങ്ങൾ എന്താണു സ്വപ്നം കാണുന്നത്? നിങ്ങളുടെ കൂടെ പണിയെടുത്തിരുന്നവരെക്കുറിച്ചോ? ഖനിയെക്കുറിച്ചോ? എന്റെ ഊഹം ശരിയാണോ? കേൾക്കൂ, മരീന ത്സ്വെത്തായെവ എഴുതിയ ഒരു കവിത ഞാൻ വായിച്ചുകേൾപ്പിക്കാം:

പ്രേമം ഒരു ഖഡ്ഗമായിരിക്കുമോ?

അതോ ഒരു തീജ്വാലയോ?

അത്ര ഉയർത്തിപ്പറയേണ്ട.

പ്രേമം ഉഗ്രമല്ല.

കണ്ണുകൾക്ക് എന്റെ കൈത്തലംപോലെയും

ചുണ്ടുകൾക്ക് എന്റെ കുഞ്ഞിന്റെ പേരുപോലെയും സുപരിചിതമായ ഒരു വേദനയാണത്.

ഉറങ്ങു, പ്രിയതമാ.

* * *

'നീ വീണ്ടും മുടിയിഴകൾ പിരിച്ചു ചുരുട്ടിത്തുടങ്ങിയോ?' നിങ്ങൾ എന്നോടു ചോദിച്ചു.

ഞാൻ അതു ചെയ്യാതിട്ട് അരവർഷമായി. ആ ശീലം മാറിയെന്നാണു വിചാരിച്ചത്. പക്ഷെ ഇതാ വീണ്ടും തുടങ്ങി. കാരണമെന്താണെന്നു മനസ്സിലാകുന്നില്ല.

* * *

ചൊവ്വാഴ്ച. ആ കയ്യ് ഇത്ര പ്രാകൃതമായിരിക്കുമെന്നു ഞാൻ വിചാരിച്ചില്ല. നിങ്ങൾക്കും അത് ഇഷ്ടപ്പെട്ടില്ല. ഇക്കാലത്ത് എന്തിന് ഇതുപോലൊന്ന്? ടെക്നോളജിയുടേയും സൈബർനെറ്റിക്സിന്റേയും ഇലക്ട്രോണിക്സിന്റേയും നേട്ടങ്ങൾ എവിടെപ്പോയി? തൊള്ള തുറക്കുന്ന പൊങ്ങച്ചക്കാർ നമ്മുടെയിടയിൽ വളരെപ്പേരുണ്ട്.അവർ ഒരു ഇലക്ട്രോണിക് ഉപകരണമുണ്ടാക്കി അതിനെ വാനോളം വാഴ്ത്തുന്നു. പക്ഷെ അതുണ്ടാക്കിയ ആൾക്ക് കൈ നഷ്ടപ്പെടുകയും ഒരു പ്രാകൃതമായ കൃത്രിമകൈ അയാളുടെ നേരെ നീട്ടുകയും ചെയ്യുകയാണെങ്കിൽ-അപ്പോൾ അയാൾ ചിന്തിക്കും, മനുഷ്യൻ എന്ന പദത്തിന് ഉൽകൃഷ്ടമായ ഒരു ധ്വനിയുണ്ടെന്നു പറഞ്ഞ മാക്സിം ഗോർക്കി അതുകൊണ്ട് ഉദ്ദേശിച്ചതെന്താണെന്ന്.

* * *

ല്വഗാൻസ്ക്. നവംബർ. കൃത്രിമാവയവങ്ങൾ വൻതോതിൽ നിർമ്മിക്കുന്ന ഒരു സാധനമല്ല. പിന്നെന്തിന് അവയുടെ കാര്യത്തിൽ മിനക്കെടണം? അംഗഭംഗം വന്നവർ പ്രാകൃതമായ ഊന്നുവടികളും കൊളുത്തുകളും കൊണ്ട് എങ്ങിനെയെങ്കിലും കഴിഞ്ഞുകൊള്ളും.

* * *

കപ്പലപകടത്തിൽപ്പെട്ട ഒരു നാവികൻ ഒരു കപ്പൽ കണ്ടു. പക്ഷെ അതു കടന്നുപോയി. എന്തായിരുന്ന അയാളുടെ വികാരങ്ങൾ? ~ഒരു കടൽക്കാക്കയായി മാറാൻ അയാൾ കൊതിച്ചുകാണും. ലോകതത് അത്ഭുതങ്ങളൊന്നും നടക്കാത്തതെന്താണ്? ഈ കൃത്രിമകയ്യിൽ വാസ്തവത്തിൽ യാതൊരു ആശയ്ക്കും വകയില്ലേ?

* * *

'സെര്യോഷാ, ഞാനതു വിശ്വസിക്കുന്നില്ല! എനിക്കു നിങ്ങളെ മനസ്സിലാക്കാൻ കഴിയുന്നുണ്ട്. ഇപ്പോൾ നമുക്ക് പ്രയാസമാണ്. പക്ഷെ നമുക്ക് നമ്മുടെ സിരാബലവും മനോബലവും വർദ്ധിപ്പിച്ചേ പറ്റൂ. ഒരു പോംവഴി കണ്ടെത്തിയേ പറ്റൂ. വെകിളി പിടിച്ചിട്ടു കാര്യമില്ല.'

'മാക്സിം ഗോർക്കിയുടെ കഥ ഓർമ്മയില്ലേ? ഒരാൾ തോണിയുടെ ചുവട്ടിലേക്ക് തളർന്നു വീണു. അയാൾ മനോവീര്യം നഷ്ടപ്പെട്ട് മരിച്ചു. മറ്റേയാൾ വാശിയോടെ പൊരുതി ജയിച്ചു!'

'നീ പറഞ്ഞതു ശരിയാണ്. തല ഉയർത്തിപ്പിടിക്കുക! ജ്വരഭ്രാന്തി കൊണ്ട് വീർപ്പുമുട്ടിയപ്പോൾ എന്റെ സ്ഥിതി അതിലൊട്ടും എളുപ്പമായിരുന്നില്ല. പക്ഷെ ഞാന് ജീവിച്ചു.....'

* * *

'പിന്നെയും ആ നശിച്ച വാറുകളുരഞ്ഞ് നിങ്ങളുടെ പുറത്തെ തൊലി മുഴുവൻ പൊട്ടിയല്ലോ. എനിക്കതു കണ്ടുനിൽക്കാൻ കഴിയുന്നില്ല. അതിൽനിന്നെല്ലാം ചോര പൊടിയുന്നു. ഇതെത്ര നാൾ തുടരും?'

'ഞാൻ എഴുതാൻ പഠിക്കുന്നതുവരെ.'

'പക്ഷെ അത് പ്രായോഗികമായി അസാദ്ധ്യമാണെങ്കിലോ?'

* * *

കൃത്രിമകൈ ഉപയോഗിക്കുന്നത് ഡോക്ടർ വിലക്കിയിരിക്കുകയാണ്. എന്റെ തൊലി പൊട്ടിയ പുറത്തേയും തോളുകളിലേയും മുറിവുകൾ ഉണക്കുകയാണദ്ദേഹം. അതിനി വീണ്ടും ഉപയോഗിച്ചിട്ട് എന്തു പ്രയോജനമാണുള്ളത്? കുപ്പായക്കൈ നിറയ്ക്കുമെന്നു മാത്രം.

* * *

ആ യാത്രയും ഉദ്വേഗവും ശസ്ത്രക്രിയയും പ്രതീക്ഷയും പ്രത്യാശയും കൊണ്ട് ആർക്കെങ്കിലും പ്രയോജനമുണ്ടായോ? ആർക്കുമുണ്ടായില്ല.

5

രാത്രി മഞ്ഞു പെയ്തു. ആദ്യം മഞ്ഞും മഴയും കലർന്നാണു പെയ്തത്. പക്ഷെ രാവിലെയായപ്പോഴേയ്ക്ക് ശൈത്യകാലം ശരൽക്കാലത്തെ കീഴടക്കിക്കഴിഞ്ഞിരുന്നു. ഒരു കീറിയ കിടക്കയിൽനിന്നു വീഴുന്ന തൂവലുകൾപോലെ മാർദ്ദവമേറിയ വലിയ ഹിമതുലങ്ങൾ പറന്നു വീണുകൊണ്ടിരുന്നു. അല്പസമയത്തിനുള്ളിൽ പട്ടണമാകെ വെണ്മയായി. അതുകഴിഞ്ഞ് ഉറമഞ്ഞിന്റെ വരവായി. ഒപ്പം ഒരു വടക്കൻ കാറ്റും. ചുഴറ്റിയടിച്ച ഒരു ഹിമവാതവുമായി ശൈത്യകാലം ഓരിയിട്ടുകൊണ്ട് ഓടിയെത്തി.

പ്രകൃതിയിലുണ്ടാവുന്ന മാറ്റങ്ങൾ എന്തുകൊണ്ടോ ഓരോരുത്തരുടെ ജീവിതത്തിലും മാറ്റങ്ങൾ വരുത്തുമെന്ന പ്രതീക്ഷ എപ്പോഴും ഉയർത്തുന്നു. സെർഗേയ്യും അതനുഭവപ്പെട്ടു.

പക്ഷെ വിരസവും നിരുന്മേഷകരവുമായ ദിവസങ്ങൾ അന്തമില്ലാതെ നീണ്ടുകിടന്നു. പുതിയ കൈയിനെ വരുതിൽ കൊണ്ടുവരാനും നിസ്സഹായതയിൽനിന്നും നിഷ്ക്രിയത്വത്തിൽനിന്നും കുതറിച്ചാടാനുമുള്ള വിഫലശ്രമങ്ങൾ തുടർന്നുകൊണ്ടിരുന്നു.

കൈ ഉപയോഗിച്ചു പഴകുകയെന്ന ആദ്യത്തെ ചുവടു വയ്ക്കാൻ സെർഗേയ് അധികം സമയമെടുത്തില്ല. മൂന്നു പകലും രാത്രിയും അയാൾ പല്ലുകടിച്ചുകൊണ്ട് അതു ധരിച്ചു. പകലത്തെ വേദനാജനകമായ ശ്രമങ്ങൾക്കുശേഷം അയാൾ അത് ഊറിമാറ്റാതെ ഉറങ്ങാൻ കിടക്കും. ഉറക്കം ഒരു ദണ്ഡയായിരുന്നു. ലോഹഭാഗങ്ങൾ പള്ളയിൽ അമർന്നുകൊണ്ടു. വാറുകൾ ദേഹത്തിൽ ആഴ്ന്നിറങ്ങി. തോൾ നീറിപ്പുകഞ്ഞു. ആ കൈ സ്പ്രിംഗുകൊണ്ടുള്ള ഒരു കെണിപോലായിരുന്നു.

നാലാമത്തെ ദിവസം മാത്രമാണ് സെർഗേയ്ക്ക് വിഷമം കുറഞ്ഞുതുടങ്ങിയത്.

പഴകിക്കഴിഞ്ഞു! താൻ ജയിച്ചുവെന്ന ആ ചിന്ത അയാളുടെ മനോവീര്യം ഉയർത്തി. എവിടെ പെൻസിൽ? തനിക്കെഴുതണം. എഴുതാൻ പഠിക്കണം. എന്നിട്ട് കോളേജിൽ ചേരാൻ തയ്യാറെടുക്കണം!

പക്ഷെ ദിവസങ്ങളും ആഴ്ചകളും കടന്നുപോയി. സെർഗേയുടെ പുറവും തോളുകളും ചോര പൊട്ടിയൊലിക്കുന്ന വലിയൊരു വ്രണമായി മാറിക്കഴിഞ്ഞിരുന്നു. എന്നിട്ടും പുരോഗതിയുണ്ടായില്ല. കൂടുതൽ ശ്രമിക്കുംതോറും അയാൾക്ക് വിയവിശ്വാസം കുറഞ്ഞുവന്നു. ഹ്രസ്വമായ വിശ്രമവേളകളിൽ അയാൾ തണുത്ത് നിർജ്ജീവമായ

വിരലുകൾ കവിളത്തമർത്തിക്കൊണ്ട് അവയോടു യാചിക്കും: ദയവായി ഇങ്ങനെ വാശിപിടിക്കരുത്. നിങ്ങൾ എന്തുകൊണ്ടാണ് എന്നെ സഹായിക്കാൻ ആഗ്രഹിക്കാത്തത്? നിങ്ങൾ ഇപ്പോൾ എന്റേതാണ്, എന്റേതാണ്.... വളരെ വിഷമിച്ചാണെങ്കിലും നിങ്ങളൊത്തു കഴിയാൻ ഞാൻ പഠിച്ചു കഴിഞ്ഞു. എല്ലാം വെറുതെയായെന്നാണോ?

വായും പാദങ്ങളുമുപയോഗിച്ച് അയാൾ പെൻസിലെടുത്ത് കറുത്ത് വടിപോലിരിക്കുന്ന കൈവിരലുകൾക്കിടയിൽ വച്ചു. ഒരു ഗജത്തോളം നീളമുള്ള ഒരക്ഷരമെങ്കിലും എഴുതാൻ അയാൾ ആവതു ശ്രമിച്ചു. പക്ഷെ ഫലമുണ്ടായില്ല. നിരാശ സഹിക്കവയ്യാതെ സെർഗേയ് കൈ നിലത്തെറിഞ്ഞ് അതിനെ വീണ്ടും വീണ്ടും തൊഴിച്ചു. കാലിൽ ചോര പൊടിയുന്നതുവരെ തൊഴിച്ചു. അയാളുടെ ദേഹമാകെ തളർന്നു. ജീവിതം അവസാനിച്ചെന്ന് വീണ്ടും അയാൾക്കു തോന്നി.

പെത്രോവ് കുടുംബത്തിന്റെ ഡയറിയിൽ നിന്ന്

മാർച്ച് 17. ഹുറാ, താന്യ! ഞാൻ എഴുതുന്നു! ഞാൻ തന്നെ! ഈ ഞാൻ തന്നെ എഴുതുകയാണ്!

* * *

രാത്രി 2 മണി. ഞാൻ എഴുതിയതിൽ രാവിലെ നീ മാർക്കിടും. വീണ്ടും നീ മോശമെന്ന് എഴുതുകയില്ലെന്നു പ്രതീക്ഷിക്കുന്നു. ശുഷ്ക്കാന്തിയുള്ള ഒരു ഒന്നാം ക്ലാസ് വിദ്യാർത്ഥിയെപ്പോലെ അങ്ങേയറ്റം ക്ഷമയോടെ ഞാൻ വരച്ച വരകൾക്കും കുനിപ്പുകൾക്കും നീ വേണ്ടതിലേറെ മോശമായ മാർക്കു തന്നു. എന്റെ കണിശക്കാരിയായ അദ്ധ്യാപികേ, ഒരിക്കലെങ്കിലും നീ എനിക്കു നല്ല മാർക്കു തരൂ. ഒന്നാം ക്ലാസ്സിലെ ഒരു മഠയൻ വിദ്യാർത്ഥി പോലും കുത്തിക്കുറിക്കുന്നത് അവന്റെ കൈകൊണ്ടാണ്. ഞാൻ പല്ലുകൊണ്ടും.

* * *

എനിക്കു സന്തോഷംകൊണ്ട് കരയാൻ തോന്നുന്നു. പല്ലിനിടയിൽ പെൻസിൽ കടിച്ചുപിടിച്ചുകൊണ്ട് ഒന്നാം പാഠപുസ്തകത്തിൽ നിന്ന് നിങ്ങൾ വരച്ച വരകൾക്കും കുനിപ്പുകൾക്കും ഞാൻ തന്നെ മാർക്കിന്റെ നാലിരട്ടി നിങ്ങൾ അർഹിക്കുന്നു. നിങ്ങളുടെ ഭഗീരഥ പ്രയത്നത്തിന്, നിങ്ങളുടെ സ്ഥിരോത്സാഹത്തിന്, സാധാരണ മാനദണ്ഡങ്ങൾ പ്രയോഗിക്കാൻ സാദ്ധ്യമല്ല. നിങ്ങൾ പരിശീലനം തുടരണം.

* * *

മാർച്ച് 20. രണ്ടു മാസംകൊണ്ട് എനിക്ക് ഭംഗിയായി എഴുതാൻ കഴിയും. എന്റെ കണ്ണുകളും താടിയും ഇത്ര വേദനിക്കാതിരുന്നാൽ മതിയായിരുന്നു. എന്റെ എഴുത്ത് എങ്ങിനെയിരിക്കുമോ എന്തോ.

ഇന്നലെ ടൗണിൽവച്ച് ബൊറീസ് കസക്കോവിനെ കണ്ടു. എന്നോടൊപ്പം പട്ടാളത്തിലുണ്ടായിരുന്ന ഒരു പഴയ സ്നേഹിതനാണയാൾ. വിവാഹം കഴിച്ച് ഒരു കൊച്ചുമോളുണ്ട്. എങ്കിലും യാതൊരു മാറ്റവും വന്നിട്ടില്ല. ഞങ്ങൾ പട്ടാളജീവിതം അനുസ്മരിച്ചു. ബൊറീസ്സിന് ഇത്രയേറെ തന്ത്രപൂർവ്വം പെരുമാറാൻ കഴിയുമെന്നു ഞാൻ ധരിച്ചിരുന്നില്ല. എന്റെ കൈ പോയതെങ്ങിനെയാണെന്ന് അയാൾ ചോദിച്ചില്ല. എന്റെ മനസ്സു നൊമ്പരപ്പെട്ടുത്തേണ്ടെന്ന് ഒരുപക്ഷെ വിചാരിച്ചിരിക്കും. മേൽവിലാസം തന്നിട്ട് എനിക്കെന്തെങ്കിലും ആവശ്യമുണ്ടെങ്കിൽ അയാളെ ചെന്നു കാണണമെന്നു പറഞ്ഞു. അയാൾ കസാനിലാണു താമസം. ഇവിടെ എന്തോ പ്രമാണിച്ചു വന്നതാണ്. അയാളെ പോയി കണ്ടാലോ? ഇല്ല, ബൊറീസ്, ഞാൻ നിങ്ങളെ വന്നു കാണുകയില്ല.

മുമ്പ് നിങ്ങളുടെ കൊംസൊമോൾ സംഘാടകനായിരുന്ന ഞാനിപ്പോൾ പണ്ടത്തെ ആളല്ല. എനിക്ക് ഇപ്പോൾ ആളുകളെ കാണാൻ ലജ്ജയാണ്. എന്നിൽ എന്തോ ഒന്ന് അറ്റുപോയിരിക്കുന്നു. എന്താണെന്ന് എനിക്കറിഞ്ഞുകൂടാ.

* * *

തന്നെക്കൊണ്ടു യാതൊരു പ്രയോജനവുമില്ലല്ലോ എന്ന തോന്നലാണ് ഏറ്റവും ദുസ്സഹമായിട്ടുള്ളത്. കൈ പോയതോ പേടിസ്വപ്നങ്ങൾപോലെ തോന്നിച്ച ആ ശസ്ത്രക്രിയകളിലൂടെ കടന്നുപോയതോ ആയിരുന്നില്ല ഏറ്റവും കഷ്ടപ്പം. കരുത്തിന്റെ പാരമ്യത്തിലായിരിക്കുമ്പോൾ ജീവിതത്തിന്റെ വഴിവക്കിൽ നിൽക്കുക, കപ്പലിൽ അടിഭാരത്തിനുവേണ്ടിയിടുന്ന വെറും ചരൽ മാത്രമാണു താനെന്നു തോന്നുക-അതാണ് ഒരു മനുഷ്യനു സംഭവിക്കാവുന്നതിൽ വച്ച് ഏറ്റവും ക്രൂരമായിട്ടുള്ളത്.

* * *

സ്നേഹിതന്മാരയച്ച ഒരു കത്തിൽനിന്ന്.... ഒരു കാര്യം കൂടി: ഞങ്ങളുടെ കമ്മ്യൂണിസ്റ്റ് ലേബർ ടീം ഓരോ ഷിഫ്റ്റിലും ഒരാളുടെ ക്വോട്ടാ കൂടി ഉല്പാദിപ്പിക്കുന്നുണ്ട്. ഞങ്ങൾ ഒമ്പതുപേരുണ്ട്. നിങ്ങളാണു പത്താമൻ. നിങ്ങളുടെ ഖനിത്തൊഴിലാളിവിളക്ക് അണഞ്ഞിട്ടില്ല. നിങ്ങൾ മടങ്ങിവന്ന് ഇവിടെ താമസമാക്കാത്തതിൽ

ഞങ്ങൾക്കെല്ലാവർക്കും വ്യസനമുണ്ട്. നിങ്ങൾ നമ്മുടെ പട്ടണത്തെ തിരിച്ചറിയുകയില്ല. വേനൽക്കാലത്ത് അത് പച്ചപൊതിഞ്ഞു നിൽക്കുന്നു. മരത്തൈകൾ നട്ടുപിടിപ്പിക്കുന്നതിനെക്കുറിച്ചുള്ള നിങ്ങളുടെ നിർദ്ദേശം വളരെ പ്രയോജനപ്പെട്ടു. ആ മലയിടുക്കിൽനിന്ന് ഞങ്ങൾ ആറായിരം വേരുകൾ പറിച്ചുനട്ടു. ഒന്നോർക്കണം: നിങ്ങൾ ഒരു വാക്കു പറയുകയേ വേണ്ടൂ. ഞൊടിയിടയിൽ ഞങ്ങൾ നിങ്ങളെ ഇങ്ങോട്ടുകൊണ്ടുവരാം. നിങ്ങൾക്ക് ഇഷ്ടമുള്ള ഫ്ളാറ്റ് എടുക്കാം.

* * *

ഒരുപക്ഷെ മടങ്ങിപ്പോകാതിരുന്നത് തെറ്റായിരുന്നോ? പക്ഷെ, സ്നേഹിതരേ, നിങ്ങൾ മനസ്സിലാക്കാൻ ശ്രമിക്കു-ഖനിയിലെ ചൂളംവിളി കേൾക്കുമ്പോഴും പുകഞ്ഞുകൊണ്ടിരിക്കുന്ന കൂനയുടെ ഗന്ധം കാറ്റിലടിച്ചു വരുമ്പോഴും ഞാൻ എങ്ങിനെ സഹിക്കും? എനിക്ക് അത് എങ്ങിനെ സഹിക്കാൻ കഴിയും?

* * *

മാർച്ച് 27. എന്നെ എന്ത് ആവേശിച്ചിട്ടാണ് ഞാൻ ഓടിപ്പോയി ട്രാൻസ്ഫോർമർ സ്വിച്ചോഫു ചെയ്തത്? അത് അപകടമാണെന്ന് എനിക്കറിയാമായിരുന്നു.

ഓ, തുലയാനായി.... ഓടുമ്പോൾ ഞാൻ ഒന്നും ആലോചിച്ചില്ല. മറ്റുള്ളവരുടെ മുഖങ്ങൾ മാത്രമേ ഞാൻ കണ്ടുള്ളൂ. അവർ ആ ഇടനാഴിയിലുണ്ടായിരുന്നു.

* * *

ജീവിതമെന്നാൽ എന്താണ്? ഈ ചോദ്യത്തെക്കുറിച്ച് ഞങ്ങൾ എത്രമാത്രം തർക്കിക്കുമായിരുന്നു. ആ വാദപ്രതിവാദങ്ങൾ ഇപ്പോൾ ഓർക്കുന്നതുതന്നെ അസംബന്ധമായി തോന്നുന്നു....

* * *

മാർച്ച് 30. ഗ്രന്ഥലോകം എന്ന മോസ്ക്കോമാസിക അവരവരുടെ ലൈബ്രറികളെക്കുറിച്ചുള്ള വായനക്കാരുടെ അഭിപ്രായങ്ങൾ ക്ഷണിച്ചിരിക്കുന്നു. ഒന്നെഴുതി നോക്കിയാലെന്താ? എന്റെ അനുഭവം അത്ര വലുതൊന്നുമല്ല. എന്റെ ലൈബ്രറി വീമ്പടിക്കാൻമാത്രമുള്ള ഒന്നല്ല. പക്ഷെ ഇത്രപോലും പുസ്തകങ്ങളില്ലാത്ത ആളുകളുണ്ട്. അതുകൊണ്ട് ഞാൻ എഴുതി. ആദ്യമായി ഞാൻ എന്റെ കൈപ്പടയിൽ ശ്രദ്ധിച്ചു. ഒരു വിചിത്രമായ മെക്കാനിസമാണ് അതിന്റെ രൂപം നിർണ്ണയിക്കുന്നത്. ടെക്ക്നിക്കൽ സ്കൂളിൽ പഠിച്ചുകൊണ്ടിരുന്നപ്പോഴുള്ള എന്റെ കയ്യെഴുത്തും എന്റെ ഇപ്പോഴത്തെ 'പല്ലെഴുത്തും' തമ്മിൽ

താരതമ്യപ്പെടുത്തി നോക്കുമ്പോൾ ഒരു വ്യത്യാസവും കാണുന്നില്ല.

* * *

ഏപ്രിൽ 4. സ്വപ്നത്തിൽ എനിക്കെപ്പോഴും കയ്യുണ്ട്. എന്നാൽ മറ്റെന്തിന്റേയോ കുറവുണ്ട്. അതെന്താണെന്ന് എനിക്കറിഞ്ഞുകൂടാ. ഇന്നലെ രാത്രി ഞാൻ വോളിബോൾ കളിച്ചു. എന്റെ കൈവീശിയുള്ള പന്തടി കണ്ടിട്ട് ആളുകൾ വാ പൊളിച്ചു. വിയർപ്പിൽ കുതിർന്ന മുഖവുമായി ഞെട്ടിയുണർന്നപ്പോൾ എന്റെ മനസ്സിൽ ഒരേയൊരു ചിന്തമാത്രമാണുണ്ടായിരുന്നത്: നീണ്ടുകൂർത്ത കുറെ മുള്ളുകൾ ജീവിതത്തിലുണ്ട്.

* * *

ഞാൻ മരിച്ചിരുന്നെങ്കിൽ അതുകൊണ്ട് എന്തെങ്കിലും വ്യത്യാസം വരുമായിരുന്നോ? സൂര്യൻ എന്നാലും പ്രകാശിക്കും. മരങ്ങൾ മർമ്മരശബ്ദത്തോടെ ഇലകളിളക്കും. റേഡിയോയിൽനിന്നു വരുന്ന പാട്ടിനും മാറ്റമുണ്ടാവുകയില്ല. മുറിയും ഇതുപോലെതന്നെയിരിക്കും. പക്ഷെ താന്യയുടെ കാര്യമോ?............ പേടി തോന്നുന്നോ? ഉണ്ട്. പക്ഷെ ലോകത്ത് എന്റെ ഒരൊറ്റ കാല്പാടുപോലും അവശേഷിക്കുകയില്ലെന്നതാണ് ഏറ്റവും ഭയാനകമായിട്ടുള്ളത്.

* * *

ഏപ്രിൽ 7. താന്യയുടെ ഒരു സ്നേഹിതയുടെ പിറന്നാൾ വിരുന്നിനു പോയി. മിക്കവരും ചെറുപ്പക്കാരായിരുന്നു. അവർ കുടിച്ചു, നൃത്തം ചെയ്തു, പാട്ടുപാടി. ബോ കെട്ടിയ ചുറുചുറുക്കുള്ള ഒരു ചെറുപ്പക്കാരൻ ഒരു തമാശ കഥ പറഞ്ഞു. പിന്നെ മറ്റുള്ളവരുടെ മുറയായി. അപ്പോൾ ആരോ സ്ത്രീകളെക്കുറിച്ച് സഭ്യമല്ലാത്ത ഒരു കഥ പറഞ്ഞു. മുഖത്ത് ചെളിവാരിയെറിഞ്ഞതുപോലെ മറ്റുള്ളവർ അതുകേട്ട് അവിടെ ഇരുന്നു. ആരോ വല്ലായ്മയോടെ കുലുങ്ങിച്ചിരിച്ചു. പക്ഷെ എനിക്കു ദേഷ്യം വന്നു. ഞാൻ എണീറ്റുനിന്ന് അയാളോട് മാപ്പു ചോദിക്കാൻ പറഞ്ഞു. അയാളത് ചിരിച്ചുകളയാൻ ശ്രമിച്ചു. 'അവരെ മാലാഹമാരാക്കാൻ നോക്കണ്ട. അവരെല്ലാവരും ഒരു തരക്കാർ തന്നെയാണ്!'

താന്യയും ഞാനും എന്തോ ഒഴികഴിവു പറഞ്ഞ് അവിടന്ന് ഇറങ്ങിപ്പോയി. എനിക്കു കോപമടക്കാൻ കഴിഞ്ഞില്ല. ആ നിസ്സാരനായ കൃമി മിടുക്കനാകാൻ നോക്കുകയാണ്. താൻ വലിയ വീരനാണെന്നു മറ്റുള്ളവരെ ബോദ്ധ്യപ്പെടുത്താൻ ശ്രമിക്കുകയാണ്. 'എല്ലാവരും' പോലും നിന്റെ അമ്മയും ലക്ഷക്കണക്കിനുള്ള മറ്റ് അമ്മമാരും

പെട്ടുമോ അതിൽ?

ഇന്ന് ആ മിട്ടുക്കൻ ഞങ്ങളെ വന്നു കണ്ടു. അയാൾ താണുകേണ് മാപ്പിരന്നു. കുടിച്ചു ലക്കില്ലാതിരുന്നതുകൊണ്ടാണ് അങ്ങിനെ വന്നു പോയതെന്നും ഞങ്ങളെക്കുറിച്ച് ഒന്നും അറിഞ്ഞിരുന്നില്ലെന്നുമൊക്കെ പറഞ്ഞു. വാസ്തവത്തിൽ ആത്മാർത്ഥമായിട്ടാണ് അയാൾ ഇതു പറഞ്ഞത്. ഞങ്ങൾ ഹൃദയം തുറന്നു സംസാരിച്ചു. സത്യത്തിൽ അയാൾ ചീത്തയല്ല. കുറെ വേണ്ടാതീനങ്ങൾ കേട്ടിട്ടുണ്ട്. അതു വിളമ്പി ആളാകാൻ ശ്രമിച്ചെന്നേയുള്ളൂ.

* * *

ഏപ്രിൽ 13. വസന്തം!..........പക്ഷെ എനിക്ക് ഇത്രയേറെ വിഷാദം തോന്നാൻ കാരണമെന്താണ്? ശരിതന്നെ, നാളെയാണ് അതിന്റെ വാർഷികം.... ഒരു വർഷം കഴിഞ്ഞു....

എന്റെ കൈകൾ അവിടെ ഇട്ടേച്ചുപോരണമെന്നറിയാമായിരുന്നെങ്കിൽ ഞാനതു ചെയ്യുമായിരുന്നോ?

പക്ഷെ ട്രാൻസ്ഫോർമർ പൊട്ടിത്തെറിക്കുമ്പോൾ ആ ഇടനാഴിയിലുണ്ടായിരുന്നവർക്ക് എന്തു സംഭവിക്കുമായിരുന്നുവെന്നുകൂടി എനിക്കറിയാതെ നിർവ്വാഹമില്ലായിരുന്നു. ഒന്നും സംഭവിക്കുമായിരുന്നില്ലെങ്കിൽ ഞാൻ അതു ചെയ്യുകയില്ലായിരുന്നു. പക്ഷെ സംഭവിക്കുമായിരുന്നെങ്കിൽ ഞാൻ അതു ചെയ്യുമായിരുന്നു.

* * *

മുന്നിൽ ശൂന്യത. പിന്നിലോ ഒരു അഗാധഗർത്തം. ഞാൻ കാൽതെറ്റി വീണേക്കാം. മുറിവുകളുടെ വേദനയേക്കാൾ ദുർഭരമാണ് ആത്മീയവേദന. എനിക്കത് ഒരിക്കലും തരണം ചെയ്യാൻ സാദ്ധ്യമല്ലേ?

സാദ്ധ്യമാണ്. അത് നിങ്ങളെ അമർത്തിഞെരിക്കാൻ അനുവദിച്ചാൽ അത് നിങ്ങളെ തകർക്കും, സെര്യോഷാ. പിന്നെ ഒന്നിനും നിങ്ങളെ രക്ഷിക്കാൻ കഴിയുകയില്ല.

* * *

ഏപ്രിൽ 17. 'ദോൻ ശാന്തമായൊഴുകുന്നു' എന്ന കൃതി ഞാൻ വീണ്ടും വായിച്ചു. ഞാൻ ദോൻനദി കണ്ടിട്ടില്ല. കൊസാക്കുകളേയും കണ്ടിച്ചില്ല. എങ്കിലും എല്ലാം അതിൽ പറഞ്ഞിരിക്കുന്നതുപോലെ തന്നെയാണെന്ന് എനിക്കുറപ്പുണ്ട്. ആ കറുത്ത സൂര്യൻ!

അതെ, അതെപ്പോഴും കണ്ണഞ്ചിക്കുന്നവണ്ണം ഉജ്ജ്വലമല്ല.

* * *

ദൈവമേ, എന്റെ അറിവ് എത്ര കുറച്ചാണ്! കൂടുതൽ ഉൾക്കൊള്ളാനായി എനിക്കെന്റെ ദിനചര്യ പുതുക്കിത്തയ്യാറാക്കേണ്ടിയിരിക്കുന്നു. ഒരു മനുഷ്യന് പരമാവധി എത്ര കുറച്ച് ഉറങ്ങാൻ കഴിയുമെന്ന് ഞാൻ അത്ഭുതപ്പെടുകയാണ്.

സെർഗേയ്, ഇതൊട്ടും നല്ലതല്ല! നിങ്ങൾ എഴുതിത്തുടങ്ങിയതിനുശേഷം എനിക്ക് നമ്മുടെ ഡയറിയുമായി യാതൊരു ബന്ധവുമില്ല.

നിങ്ങളുടെ ചില അക്ഷരങ്ങൾ ഭയങ്കരമാണ്. ലജ്ജയില്ലേ നിങ്ങൾക്ക്?

* * *

ഏപ്രിൽ 19. ഹുറാ! 'ഗ്രന്ഥലോക' ത്തിൽനിന്നും മറുപടി വന്നു. വായനക്കാരുടെ കത്തുകളെക്കുറിച്ചുള്ള റവ്യൂവിൽ ലൈബ്രറിയെപ്പറ്റി ഞാനെഴുതിയ ലേഖനം ഉപയോഗപ്പെടുത്തും. അപ്പോൾ എന്നെക്കൊണ്ടു കഴിയും എന്നർത്ഥം!ലോകത്തിന് പ്രയോജനം ചെയ്യാൻ ഇനിയും കഴിയും!

* * *

ഏപ്രിൽ 22. ഞാൻ ഒരു വിദ്വാനെ കണ്ടു. 'നിങ്ങളുടെ സ്ഥാനത്ത് ഞാൻ കുടിക്കുകയും ഉറങ്ങുകയുമല്ലാതെ മറ്റൊന്നും ചെയ്യുകയില്ല. പണം കിട്ടുന്നില്ലേ. കൂടുതലെന്തു വേണം?' അയാൾ പറയുകയാണ്.

ദുഃഖത്തിന് ഒരേയൊരു ഔഷധമേ അയാൾക്ക് അറിഞ്ഞുകൂടൂ-വോഡ്ക്ക.

* * *

ഏപ്രിൽ 28. മറ്റൊരു ലേഖനം പൂർത്തിയാക്കി. അതു കുറെ നീണ്ടുപോയി. അത് ആരെങ്കിലും വായിക്കുന്ന കാര്യം ആലോചിക്കുമ്പോൾ പേടി തോന്നുന്നു. അതു നല്ലതല്ലെങ്കിലോ? ഞാൻ ആളുകളുടെ സമയം മിനക്കെടുത്തുക മാത്രമേ ചെയ്യുന്നുള്ളുവെന്നു വന്നാലോ?

* * *

താന്യയും ഞാനും ഒന്നിച്ചു കഴിക്കുന്ന ആദ്യത്തെ വസന്തമാണിത്. ഞങ്ങൾ എത്രമാത്രം സ്വപ്നം കണ്ടിരുന്നതാണിത്! എപ്പോഴും എന്തെങ്കിലും തടസ്സമുണ്ടാവും- പട്ടാളസേവനമോ പഠിത്തമോ ആശുപത്രിയോ എന്തെങ്കിലുമൊന്ന്. ഓരോ വർഷവും വസന്തം വരുമ്പോൾ ഞങ്ങൾ പിരിഞ്ഞിരുന്നു.

* * *

സെര്യോഷ. നമുക്കൊരു കുഞ്ഞുണ്ടാകാൻ പോവുകയാണ്.

* * *

താന്യ, താന്യ, താന്യ! എന്റെ ഓമനേ! തങ്കമേ! സൗന്ദര്യവും ചൂടും വെളിച്ചവും പകരുന്ന എന്റെ ദിനേശ്വരി!

* * *

കൊൻസ്റ്റന്തീൻസീമൊനൊവിന്റെ കവിതയ്ക്ക് എന്നെ സംബന്ധിച്ചിടത്തോളം ഇപ്പോൾ വളരെ അർത്ഥമുണ്ട്.

'എനിക്കുവേണ്ടി കാത്തിരിക്കൂ,

മരണത്തെ വെല്ലുവിളിച്ചുകൊണ്ട്

ഞാൻ മടങ്ങിയെത്തും.'

അവസാനവരികൾ സർവ്വോപരി അർത്ഥവത്താണ്:

'ഞാൻ എന്തുകൊണ്ടു മരിച്ചില്ല,

എന്തുകൊണ്ടു ജീവിച്ചു-

ഇതിനുത്തരം നമുക്കിരുപേർക്കും

മാത്രമേ അറിഞ്ഞുകൂടൂ.....'

* * *

ഇന്നു മുഴുവൻ ഞാൻസന്തോഷംകൊണ്ട് മത്തുപിടിച്ചു നടക്കുകയായിരുന്നു. എനിക്കു കയ്യില്ലെന്ന കാര്യംതന്നെ ഞാൻ മറന്നു. ഞാൻ ചിറകുകൾ വച്ച്, സന്തോഷഭരിതമായി പുഷ്പിച്ചുനിൽക്കുന്ന ലോകത്തിന്റെ മീതേക്കൂടി അത്യുയരത്തിൽ പറക്കുകയാണ്. ചിലപ്പോൾ ക്ലേശത്തിന്റേതായ നേരിയൊരു കാർമേഘം പ്രത്യക്ഷപ്പെടും: എല്ലാം ശരിയായി വരുമോ?

എന്റെ അജ്ഞാതനായ കൊച്ചുമനുഷ്യാ, നീ ഏതു പോലിരിക്കും? ഞങ്ങൾ എന്തെല്ലാം സഹിച്ചിരിക്കുന്നു! അതിനുശേഷം ലളിതവും പ്രിയംകരവുമായ ഇങ്ങനെയൊരു ആനന്ദം ഞങ്ങളുടെ ഗൃഹത്തിലും വന്നെത്തുമെന്നു വിശ്വസിക്കാൻ പ്രയാസം തോന്നുന്നു.

ലുഗാൻസ്ക്ക്

www.ingramcontent.com/pod-product-compliance
Lightning Source LLC
LaVergne TN
LVHW090412051026
849518LV00006B/2330
9789355177056